महानुभाव

आद्य साहित्य : एक चळवळ

दिलीपराज प्रकाशन प्रा.लि.™

२५१ क, शनिवार पेठ, पुणे - ४११०३०.

दिलीपराज प्रकाशनाची सर्व पुस्तके आता आपण Online खरेदी करू शकता. आमच्या Website ला कृपया अवश्य भेट द्या.

www.diliprajprakashan.in

दूरध्वनी क्रमांक (फॅक्ससहित) - २४४७१७२३, २४४८३९९५, २४४९५३१४

Email: diliprajprakshan@yahoo.in

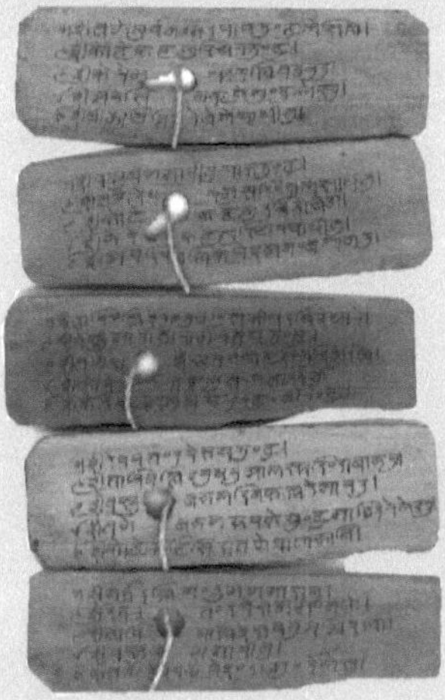

महानु भाव

आद्य साहित्य : एक चळवळ

संपादन

अनिल शेवाळकर

दिलीपराज प्रकाशन प्रा. लि.™

२५१ क, शनिवार पेठ, पुणे - ४११०३०.

आद्य साहित्य : एक चळवळ / Aadya Sahitya : Ek Chalval

ISBN : 978 - 93- 5117 - 120 - 1

प्रकाशक । राजीव दत्तात्रय बर्वे । मॅनेजिंग डायरेक्टर
दिलीपराज प्रकाशन प्रा. लि. ।
२५१ क, शनिवार पेठ, पुणे ४११०३०.
दूरध्वनी क्रमांक (फॅक्ससहित)
२४४७१७२३ । २४४८३९९५ । २४४९५३१४

अनिल शेवाळकर
मग्रारोहयो कक्ष
जिल्हा परिषद, हिंगोली.
मो:- ८४८४०२४७७१, ७०५७४०५८६५

प्रथमावृत्ती । १५ जून २०१६

प्रकाशन क्रमांक । २२७८

अक्षरजुळणी । सौ. मधुमिता राजीव बर्वे
पितृछाया मुद्रणालय । ९०९, रविवार पेठ,
पुणे ४११००२.

मुद्रितशोधन । मिलिंद बोरकर

मुखपृष्ठ । शिरीष घाटे

हाडांची रांगोळी झालेल्या
त्या चालत्या-बोलत्या
विराग सांगाड्यांना
हा ग्रंथ सविनय
अर्पण करतो.
दंडवत प्रणाम!

संपादकीय

ही लेखनसामग्री प्रकाशित करण्यामागे पंथीयांना व अभ्यासू साहित्यिकांना धार्मिक माहिती देणे, पंथीय समस्यांवर चर्चा घडवून आणणे आणि पंथप्रचारातील अडसर दूर सारणे— हे तीन उद्देश आहेत.

या तीनही उद्देशांच्या बाबतीत योग्य तो समतोल राखण्याचा प्रयत्न केल आहे.

ज्या साहित्याच्या क्षेत्रात आम्ही काम करीत आहोत, तिथे सततच काही बदल होताहेत. वेगवान घुसळण सुरू आहे. त्यात अनेक गुंतागुंतीचे सामाजिक-सांस्कृतिक पदर आहेत. समाजाच्या विविध जातिस्तरांतून लिहिणारे पुढे येत आहेत. अशा एका नव्या पर्वाची सुरुवात मी चक्रधरस्वामी ग्रंथालय, शेवाळा या नगरीपासून केली आहे. ह्या ग्रंथालयाने आतापर्यंत आठ राज्यस्तरीय साहित्य संमेलने भरवून महानुभाव पंथाचा प्रचार-प्रसार करण्याचे खूप मोठे काम सुरू केले आहे. महानुभाव पंथाची वाङ्मयसेवेबद्दल आतापर्यंत झालेल्या घडामोडी व त्याची उत्तरे शोधण्याच्या प्रक्रियेचा एक भाग म्हणून २००५ च्या 'महदंबा' स्मरणिका अंकाची मांडणी केली होती; ती प्रक्रिया आजपर्यंत सतत चालू आहे. या निमिताने भविष्यातील उजेड दाखवणाऱ्या अनेक गोष्टी समोर आल्या.

'महदंबा'चा तो अंक परिपूर्ण होता, असा आमचा दावा नाही. विविध वाङ्मयविषयक चळवळींचे चित्र आपल्यासमोर आणण्याचा आम्ही प्रयत्न केला. यातील लेखन पुस्तकरूपाने प्रकाशित व्हावे; जेणेकरून अभ्यासकांना ते संदर्भासाठी कायम उपलब्ध होईल, अशा सूचना सातत्याने आल्याने या अंकातील निवडक लेख पुस्तकरूपाने प्रकाशित करीत आहेत.

त्यासाठी आणखी काम करणे आवश्यक आहे. आपल्या प्रतिसादाने या पुस्तकाची दुसरी आवृती निघालीच, तर हा विचार करता येईल. त्यासाठी अभ्यासूंनी आपल्या सूचना अवश्य पाठवाव्यात.

महानुभावीय वाङ्मय हा एक अपूर्व ठेवा आहे आणि तो संपूर्ण प्रकाशित झाला पाहिजे.

साहित्यिकांकडून आपल्या पंथाबद्दल जे अन्यथा ज्ञानमूलक आक्षेप घेण्यात आले आहेत, त्यांची योग्य ती दखल घेऊन त्यांना उत्तरे न दिली गेल्याने अन्यथा ज्ञान दृढमूल होत आहे; याबद्दल त्यांनी या लेखाच्या शेवटी जी तीव्र खंत व्यक्त केली आहे, ती लक्षणीय आहे.

पण, खेदाची गोष्ट ही – पंथस्थापनेनंतर सुमारे शंभर वर्षांनी खळो व्यास नावाच्या एका पुरुषाने एक सांकेतिक लिपी तयार करून कडी-कुलुपात महानुभाव पंथाचे सर्व सिद्धांत ग्रंथ अडकवून टाकले! त्यामुळे पंथीयेतर जनता महानुभाव पंथाच्या तत्त्वज्ञानापासून वंचित राहिली. एकनाथ-तुकारामादी संतांससुद्धा महानुभाव पंथाचे तत्त्वज्ञान वाचावयास मिळू शकले नाही. किंबहुना, तत्त्वज्ञान गुप्त ठेवल्यामुळेच पंथाचे अस्सल अंतरंगस्वरूप पंथीयेतरांस कळेनासे झाले. तेव्हा अनायाचेच त्यांना पंथासंबंधाने भलभलत्या कंड्या पिकवण्याची संधी प्राप्त झाली. जेव्हापासून महानुभाव पंथाचे वाङ्मय जनतेच्या नजरेसमोर येऊ लागले, तेव्हापासून बराच गैरसमज नाहीसा होऊन पंथाचे महत्त्व जनतेस पटू लागले आहे.

श्री चक्रधरांचे मराठी भाषेवर अनंत उपकार आहेत. त्यांनी आपल्या शिष्यांस मराठी भाषेतून उपदेश केला नसता, तर महानुभाव ग्रंथाचा आजचा अमोलिक ठेवा आम्हास मुकला असता. श्री चक्रधरांच्या मागून महानुभाव पंथाचे सर्व वाङ्मय मराठीतून निर्माण होणे भाग पडल्यामुळे मराठी भाषा समृद्ध झाली आहे. ज्ञानेश्वरीच्या पूर्वी आमच्यात मराठी ग्रंथ निर्माण झालेच नाहीत, ही जी आमची समजूत होती; ती महानुभावी वाङ्मयाच्या संशोधनाने खोटी ठरली.

ज्ञानेश्वरीच्या काळी व त्याहीपूर्वी महानुभवांचे गद्य-पद्य मराठी ग्रंथ लिहिले गेले आहेत.

प्रा. सुशीला सोलापुरे, प्राचार्य दि. बी. बिडकरशास्त्री, श्री. नंदकिशोर डहाणे, प्रा. पुरुषोत्तम नागपुरे, श्री. भास्कर बाणकर, श्री. महेंद्र साळी, आ. म. गोविंदराज बिडकर, प.पू.प.म. श्री ऋद्धिपूरकर बाबा, श्री. उमेश आकरे, श्री. बन्सीधर राजुरकर यांचे लेख नव्याने प्रकाशित होत आहेत. मी मनापासून आभारी आहे.

या प्रकाशनकार्यात 'दिलीपराज प्रकाशन'चे श्री. राजीव दत्तात्रय बर्वे व मुद्रक - मधुराज प्रिंटर्स ॲण्ड पब्लिकेशन्स प्रा.लि. पुणे, अक्षरजुळणी : सौ मधुमिता बर्वे यांनी अल्प मुदतीत धावपळ करून मुद्रणकार्य वेळेशीर पूर्ण करून दिले, याबद्दल त्यांचे मानावे तेवढे आभार थोडेच आहेत.

परमेश्वरकृपेने, साधू-संतांच्या आशीर्वादाने व आपल्या सर्वांच्या सहकार्याने हा सेवा-यज्ञ आतापर्यंत यशस्वीपणे पार पडला आहे आणि तो पुढेही सुचारू रूपात चालू राहून सफल व्हावा, अशी ईश्वरचरणी प्रार्थना करून लेखणीस विराम देतो.

अनिल शेवाळकर
'सर्वज्ञ' निवास,
मु.पो. शेवाळा, ता. कळमनुरी,
जि. हिंगोली पिन-४३१७०१.

आद्य साहित्य: एक चळवळ

अनुक्रमणिका

महानु भाव

श्री

मी आंधळे अज्ञान अज्ञान : परीसावेया नाही श्रवणमन
तया केवि आंतुडे नीरूपण : तया भक्तिरसाचें ।।
मी अपराधी अमंगळू : नाही अनुतापु अळुमाळु
कहीं न मनी वीटाळू : रज-वासनेचा ।।

• केसोबोस

आद्य साहित्य : एक चळवळ

१.

आद्य चरित्रकार : श्री म्हाइंभट

- प्रा. सुशीला सोलापुरे

अहमदनगर जिल्ह्यातील सराले हे आद्य चरित्रकार श्री म्हाइंभट यांचे जन्मगाव. ब्राह्मणकुळातील षट्‌शास्त्रसंपन्न म्हाइंभट हे संस्कृत पंडित होते. त्यांच्या आजोळ गावातीलच गणपत आपयो हे त्यांचे मामा आणि सासरेही. गणपत आपयोंची कन्या देमाईसा ही म्हाइंभट्टांची ब्राह्मणी. म्हाइंभटांचा पाच शास्त्रांचा अभ्यास गणपत आपयोंजवळच झाला. म्हणून गणपत आपयो हे त्यांचे गुरूही होते. सहावे प्रभाकरशास्त्र महाराष्ट्रात अभ्यासता येत नव्हते. हे शास्त्र महाराष्ट्रात अभ्यासणाऱ्यास कोड फुटते किंवा त्याचा निर्वंश होतो, असा समज रूढ होता. म्हणून तेलंगणातील विद्यानगरीत प्रभाकरशास्त्र अभ्यासण्यासाठी म्हाइंभटांना जावे लागले. प्रभाकरशास्त्राचा अभ्यास करण्यापूर्वी परीक्षा घेतली जाई. ती परीक्षा अत्यंत कठीण होती. मंदिराच्या गाभाऱ्यातील देवतेस विडा वाहण्यास पाठविले जात असे. विडा वाहताना त्या देवतेवर बांधलेल्या घंटीस स्पर्श न होऊ देता अंधारात असलेल्या मूर्तीवर विडा वाहावा लागे. तेथील पंडितांनी म्हाइंभटांची परीक्षा घेतली. म्हाइंभटांनी घंटीला स्पर्श होऊ न देता विडा तीन वेळा अर्पण केला. ते परीक्षा उतीर्ण झाले. त्यांची अचाट प्रज्ञा, कुशाग्र बुद्धिमत्ता पाहून तेथील पंडितांनी म्हाइंभटांस प्रभाकरशास्त्राचा अभ्यास सांगितला. इतरही बऱ्याच शास्त्रांचा त्यांनी अभ्यास केला. शास्त्रपारंगततेमुळे त्यांना विद्वत्तेचा गर्व झाला. विद्याअहंकारामुळे ते इतर पंडितांस तुच्छ लेखू लागले. पैठणसह गंगातीराच्या सर्वच विद्वानांशी शास्त्रार्थ करून त्यांना निरुत्तर केले, यामुळे तर म्हाइंभटांचा अहंकार अधिकच दुणावला. ते चालताना पायांत तृणाची वाकी म्हणजेच वाळलेल्या गवताचे कडे घालून, हातात दिवसा पेटती दिवटी घेऊन चालत असत. त्यामागचा संकेत हाच की— गोदातीरावरील सर्व विद्वान माझ्या पायांतील कड्यांप्रमाणे तृणवत् असून आकाशात जसा एक तळपता सूर्य, तसा भूतलावर मी ‘माहीया’ नावाचा एक ज्ञानसूर्य! असा अहंकार बाळगून ते वावरत असत. गणपत आपयोंकडून पाच

शास्त्रांचा अभ्यास झालेला असल्यामुळे त्यांच्याबद्दल म्हाइंभट थोडाफार आदर बाळगून होते.

श्री स्वामींशी प्रथम भेट :

एकदा म्हाइंभट गणपत आपयोंशी म्हाइंभट चर्चा करीत होते. त्या प्रसंगी म्हाइंभटांना गणपत आपयो म्हणाले, "म्हाइंभटो! डोमेग्रामी श्री चांदेवराऊळ गोसावी असती : तयाची जर भेट घेयाल तर तुमचेया वाचलेपणाचे रूप होईल." यावर म्हाइंभट म्हणाले, "ते काइ विद्वान? हे काइ संस्कृत जाणत असती?" यावर गणपत आपयो म्हणीतले, "ते मी नेणे : पर मराठी तव अनिवार बोलत असती." यावर म्हाइंभट म्हणाले, "तर मज माहीयासी बोलतील?" यावर गणपत आपयो म्हणतीले, "बोलतील की न बोलतील हे ही मी नेणे?" असा खुलासा करून स्वामींचे मराठी भाषेवर प्रभुत्व आहे, हे म्हाइंभटांना जाणवून दिले. यावर म्हाइंभटांनी श्री स्वामींचे दर्शन घेण्याची इच्छा व्यक्त केली आणि गणपत आपयोंना म्हणाले की, तुम्ही ज्या वेळी जाल, त्या वेळी मला सोबत घेऊन चला.

म्हाइंभटांना सर्वज्ञांसोबत शास्त्रार्थ करण्याची ओढ लागली. तो योग लवकरच आला. त्या काळी संपूर्ण देवगिरी प्रांताचा महसूल कारभार देगाव येथून चालत असे, म्हणून ते देगावला निघाले. देगावपासून जवळच डोमेग्रामला श्री स्वामींचे वास्तव्य होते. म्हणून गणपत आपयो म्हाइंभटांना सोबत घेऊन निघाले. आपल्याला श्री स्वामींसोबत शास्त्रार्थ करावयाचा आहे, म्हणून म्हाइंभट मोठ्या उत्सुकतेने चर्चेत काय विचारायचे आणि स्वामींनी जर प्रश्न विचारला तर उत्तर काय द्यायचे, याचा सराव रस्त्यानेच चालता-चालता मनातल्या मनात करीत होते. एवढ्यात ते भामाठाणला पोहोचले. तिथून गणपत आपयोंनी स्वामींच्या दर्शनार्थ उपाहार घेऊन निघालेल्या पिंपळे वामनभटांशी म्हाइंभटांची सोबत घालून दिली व आपण देगावला निघून गेले.

पिंपळे वामनभटांसोबत म्हाइंभट डोमेग्रामला आले. उपाहाराची सामग्री मठात बाईसाच्या स्वाधीन करून स्वामींना दंडवत करून पिंपळे वामनभट सेवेत रत झाले. डोमेग्रामच्या राजमठात पूर्वाभिमुख आसनावर श्री स्वामी सपूजित प्रसन्न मुद्रेत विराजमान होते. एवढ्यात म्हाइंभट आले. त्या प्रकांड पंडिताने स्वामींचे दर्शन घेतले. स्वामींच्या एका दृष्टिक्षेपात म्हाइंभटांचा वृथा अहंकार गळून पडला. श्री स्वामींची तेज:पुंज कांती न्याहाळत बसण्यापलीकडे म्हाइंभटाला काहीच करता आले नाही. मनात घोळून ठेवलेले प्रश्नांचे गाठोडे विस्मृतीत हरवून गेले. 'काय विचारावं?' हाच प्रश्न शिल्लक राहिला. प्रकांड पंडिताची ही दयनीय अवस्था बघून श्री स्वामींनाच राहवले नाही. "अत्यंतिक संसृती छेद होए ऐसी काई प्रतित आत?" श्री स्वामींचा हा धीर-

गंभीर स्वरातला प्रश्न ऐकून म्हाइंभट पुन्हा गोंधळले. शेवटी श्री स्वामींनीच प्रश्न विचारून त्यांना बोलते केले. काही वेळ कसाबसा तग धरून शास्त्रार्थ करण्याचा प्रयत्न केला. अखेर संस्कृतचा आश्रय घेतला. संस्कृतमध्ये भाष्य करण्याची श्री स्वामींची सहजता बघून म्हाइंभटांच्या वाट्याला तिथेही फजितीच आली. अगाध ज्ञानाच्या अवकाशात आपण सूर्य नसून काजवाही आहोत की नाही, अशी शंका मनात आली. श्री स्वामींच्या श्रीचरणांवर निमूटपणे नतमस्तक होऊन यथार्थ ज्ञानाची जाणीव करून घेण्यासाठी ते स्वामींसमोर विनम्र होऊन बसले.

या प्रसंगी श्री स्वामींनी म्हाइंभटांना पूर्वी, पंचकृष्ण, हत्तीचा दृष्टांत, सुरीचा दृष्टांत, उद्धरण व विचार प्रकरणातील काही सूत्रे निरूपण केली. श्री स्वामींचा काही क्षणांचा हा सहवास लोहपरिसाप्रमाणे म्हाइंभटांच्या जीवनाला सुवर्णांकित करून गेला. शके ११९१, प्रजापती संवत्सर, चैत्र मासामध्ये म्हाइंभटांची व श्री स्वामींची ही प्रथम भेट होय.

गृहत्याग व अनुसरण -

म्हाइंभट आता अधून-मधून श्री स्वामींच्या भेटीस येऊ लागले. श्री स्वामींकडून होणाऱ्या निरूपणामुळे त्यांना यथार्थ ज्ञानाची जाणीव झाली. श्री स्वामींवर श्रद्धा जडली. पण श्री स्वामींच्या सान्निध्यातील श्री नागदेवाचार्यांच्या शिष्यपरिवाराबद्दल म्हाइंभटांच्या मनात म्हणावा तसा आदर नव्हता. ते स्वभावधर्मानुसार श्री नागदेवाचार्यांसह सर्वांनाच हीनतेने पाहत असत. ही त्यांची अनादर बुद्धी नाहीशी करण्यासाठी श्री स्वामींनीच नागदेवभटांसोबत शास्त्रार्थ करण्याचा योग घडवून आणला. श्री स्वामींच्या कृपाप्रसादाने श्री नागदेवाचार्यांच्या ठायी असलेल्या उच्चतम ज्ञानाधिकाराची जाणीव म्हाइंभटांना झाली. जसजसा स्वामींचा सहवास वाढत गेला तसतशी म्हाइंभटांच्या ठिकाणी संसाराविषयीची आसक्ती कमी-कमी होत चालली. त्या दिवशी भावैची द्वादशी होती. घरी पारणे केले. म्हाइंभट पारणे फेडून शौचविधीसाठी बाहेर गेले. विधी आटोपून आल्यानंतर हात स्वच्छ करण्यासाठी हातांवर पाणी घेतले. त्यातले थोडे पाणी खाली ढेकळावर पडले. पाणी पडताच काही क्षणांतच ढेकूळ विरघळले. हे दृश्य म्हाइंभट लक्षपूर्वक बघत होते. त्यांच्या संवेदनशील मनावर या साधारण घटनेचा दूरगामी परिणाम झाला. या क्षणिक संसाराचा अंत होण्यासाठी ढेकूळ विरघळण्याइतका अवकाश पुरेसा आहे. त्यांचे अंतर्मन विचाराच्या गर्तेत सापडले. स्वामींकडून झालेल्या बोधामुळे सांसारिक नश्वरतेची सर्व क्षितिजे धूसर झाली. आता निरवानिरव करण्याचे विचारचक्र सुरू झाले.

स्वामींनी तर अनुसरायला सांगितलं; मग केव्हा? वर्षभरात कुटुंबाची व्यवस्था

लावू आणि अनुसरू; पण तोपर्यंत देह गेला तर? मग यापेक्षा सहा महिन्यांत सर्व जबाबदारीतून मुक्त होऊ आणि अनुसरू. सहा महिन्यांतही मृत्यू येणार नाही कशावरून? विचारांचे द्वंद सुरू झाले. तरी तीन महिन्यांतच हे सर्व आटोपून घेऊ आणि संसाराचा त्याग करू. पुन्हा प्रश्नचिन्ह उभे— त्याआधीच देह गेला तर? अशा प्रकारे महिन्याचा, पंधरावड्याचा, आठवडाभराचा विचार करीत-करीत ते एका दिवसावर आले. "दिसा एक अनुसरो : आणि काइ?" पण उद्याची पहाट कोणी बघितली? ती उगवेलच कशावरून? एवढं मन उतावीळ झालं. मनाची काहिली वाढत चालली. अन् अखेरचा विचार केला— याच क्षणी घरी जाऊ. त्यांच्या हाती सर्व सुपूर्द करू. व्यवस्था सांगून आपण परत निघू. पण चंचल मनाचा काय भरवसा? मोहाच्या पाशात मन पुन्हा बदललं तर? यापेक्षा गंगेवर जाऊन हात-पाय धुऊन शुचिर्भूत होऊन संसाराला पाठमोरे होऊ या, असा विचार म्हाइंभटांनी केला. पण गंगेवर जाऊन शुचिर्भूत होण्याइतकेही त्यांचे मन उसंत घेईना. जाता-जाताच रस्त्यात न जाणो सर्पदंश झाला, त्यातच मृत्यू आला; तर आपले अनुसरण तसेच राहून जाईल, जन्म व्यर्थ जाईल. शेवटी पक्का निर्धार करून म्हाइंभटांनी स्वत:ला सावरले आणि अनुसरणासाठी कोठे जावे याचा विचार करू लागले. स्वामींच्या जवळ अनुसरावे, तर स्वामी आपल्या नातेवाइकांच्या परिसरातच वास्तव्यास आहेत. ही आप्तेष्ट मंडळी आपल्याला घरी परत नेल्याशिवाय राहणार नाहीत. मग यापेक्षा श्री गोविंदप्रभू हे चौथे अवतार ऋद्धिपूरला राज्य करीत असल्याचे स्वामींनीच सांगितले आहे; तिथेच जाणे आपल्यासाठी योग्य राहील, असा पूर्ण विचार करून म्हाइंभट संसारातून निवृत्त झाले. ऋद्धिपूरच्या दिशेने मार्गक्रमण सुरू झाले.

गर्भश्रीमंतीच्या वैभवात रमलेला आत्मा विरक्तीच्या खडतर जीवनात आपला अधिकार अजमाविण्यासाठी ऋद्धिपूरच्या दिशेने वाट चालू लागला. भावैची चतुर्दशी! म्हाइंभटांच्या प्रवासाचा पहिला दिवस. श्रीमंतीच्या थाटातले भरजरी वस्त्र उतरवून एका पांथस्थ ब्राह्मणाला दान करून त्याचे जीर्ण-मलिन वस्त्र परिधान केले. श्रीमंतीच्या दांभिक मोहाला अंतर्बाह्य दूर सारण्याची ती प्रक्रिया होती. मलिन धोतराचा एक कोपरा फाडून त्याची झोळी बनविली. स्वामींचा याचक बनून भिक्षा मागितली. झोळीत मिळालेले भिक्षान्न घेऊन ते नदीतीरावर आले. श्रीमंतीच्या थाटातील शाही भोजनाचा आस्वाद घेताना प्रतिदिनी साठ भाज्यांची रुची घेणारे म्हाइंभट आज भिक्षान्न पुढ्यात घेऊन बसले. परमेश्वराचे चिंतन करीत पहिला घास घेतला. अनाधिकारापासून अधिकारापर्यंत पोहोचण्यासाठीचा पहिला प्रयोग नदीतीरावर सुरू झाला. पण छे! घास घेताच मलिन धोतराचा वास तोंडातच घुटमळला. मळमळ झाली. उलटीसरशी

घास बाहेर पडला. साधनतेला पहिलाच प्रयोग फसला. म्हाइंभट हतबल झाले. उर्वरित भिक्षान्न नदीत टाकून, हताश होऊन खिन्न मन:स्थितीत झाडाखाली बसले. आजवरच्या जोपासलेल्या अनाधिकाराचा तो विजय होता. काहीच सुचेना. पहिल्याच दिवशी ही अवस्था; पुढे काय होईल? परत फिरावं की काय? जर फिरलोच, तर या सृष्टीत अनुसरणाचा क्षण पुन्हा गवसेल का? मनाची घालमेल वाढू लागली. पुन्हा एकदा निर्धार करून मन घट्ट केले. तो दिवस तसाच उपाशीपोटी घालवला. अटन चालू झाले. दुसऱ्या दिवशी भिक्षा मागितली. अन् कसाबसा एक घास आत गेला आणि म्हाइंभटांनी विजयी मुद्रेने स्वत:कडेच बघत बाह्या सावरल्या. आनंद ओसंडून वाहत होता. या रोमांचकारी प्रवासातला हा पहिला विजयी क्षण होता. सर्वज्ञांचे आभार मनोमन मानून म्हाइंभट विजयी मुद्रेने ऋद्धपूरकडे निघाले. सतराव्या दिवशी परमेश्वरपुरात म्हणजे ऋद्धपुरात प्रवेश केला.

एक दुरडी आणि तीत गूळ विकत घेऊन श्री प्रभूंच्या दर्शनार्थ म्हाइंभट निघाले. रस्त्यात भेटलेल्या मांगाला श्री प्रभू कोठे भेटतील हे विचारले आणि त्याने सांगितलेल्या माहितीमुळे त्याला विनम्रतेने धन्यता प्रदान केली. स्वामींच्या तत्त्वज्ञानाचा हा प्रभाव होता.

एक विद्वान ब्राह्मण आठशे वर्षांपूर्वीच्या काळात एक मातंगाला साष्टांग प्रणिपात करतो, हा स्वामींच्या वैचारिक क्रांतीचा विजय म्हणावा लागेल. सामाजिक स्वास्थ्य निकोप ठेवण्यामध्ये महानुभाव साहित्याचे योगदान किती मौलिक आहे, हे आजही लक्षात घेण्यासारखे आहे. केवळ वाङ्मयीन मूल्यांकन करण्याइतकेच आपल्याला या साहित्याकडे बघता येणार नाही; तर त्याची सार्वत्रिक उपयोगिता किती महत्त्वपूर्ण आहे, या अंगानेही महानुभाव साहित्याचा, श्री स्वामींच्या तत्त्वज्ञानाचा वैश्विक पातळीवरून विचार करणे गरजेचे आहे.

श्री गोविंदप्रभूंजवळ म्हाइंभट पोहोण्यापूर्वीच ते येत असल्याची जाणीव अंतर्यामी प्रभूंनी जवळच्या परिवाराला करून दिली. तेवढ्यात म्हाइंभट राजमठात पोहोचले. गुळाची दुरडी समर्पण करून साष्टांग प्रणिपात केला. धन्य झाल्याचे समाधान मानून श्री प्रभूंच्या सान्निध्यात स्थिरावले.

म्हाइंभटांचा सेवाभाव -

जीवन आमूलाग्र बदलले. अहंतेची पाळंमुळं उपटून निघाली. विनम्र साधक बनून म्हाइंभट श्री प्रभूंच्या सेवेत रमले. आबाईसा या मठातील प्रमुख तपस्विनीकडून श्री प्रभूंच्या सेवेची मागणी विनम्रतेने केली. चुलीची राख काढणे, केरपुंजा भरणे, भानवसे स्वच्छ करणे ही सेवा मागून घेतली. म्हाइंभट ही सेवा अत्यंत श्रद्धेने करू

लागले. श्री प्रभूंच्या ठिकाणी आपले काही तरी उपयोगी जायलाच पाहिजे, म्हणून ते दररोज एक प्रहर सोहन हाटात सराफाचा व्यापार करीत; त्यातून मिळालेल्या साडेतीन आसूंचा श्री प्रभूंसाठी उपहार करीत. ते सेवादास्यात एवढे मग्न झाले की, त्यांची ही सेवानिष्ठा बघून आचार्यांनीच स्वत: प्रशंसा केली— "म्हाइंभटांना श्री प्रभूंच्या सेवादास्यावेगळे जर कुणी दाखवील, तर मी त्यास महावाक्य सांगेन." यावरून म्हाइंभटांच्या सेवानिष्ठतेची कल्पना येते.

वादविवादकौशल्य -

वादविवादकौशल्य हा म्हाइंभटांच्या व्यक्तिमत्त्वाचा एक विशेष पैलू होय. त्यांची ही वादविवादातील निपुणता त्यांच्या पूर्व जीवनवृत्तावरून लक्षात येऊ लागते. ती स्मृतिस्थळातीलही अनेक प्रसंगांतून विशेषत्वाने नजरेस पडते. वादविवाद हा त्यांच्या व्यक्तिमत्त्वाचा जणू स्थायिभावच होता. न्यायभारती यांच्यासमवेत पाचशे संन्यासी चर्चा करीत असता म्हाइंभटांनी "जीवनमुक्त ते गोसावीच होती..." अशी प्रतीती त्या पाचशे संन्याशांस आणून दिली. हे त्यांचे एक प्रकारचे वादविवादकौशल्यच होय. याशिवायही "पुरूषार्थ गमनी म्हाइंभटी (भटोबास) उसंग्रा द्रव्य घालणे" व "कापुर ग्राहीकत्वे एकी भीक्षा नट निरोपे ग्रहण" या स्मृतीवरून म्हाइंभटांच्या व्यक्तिमत्त्वातील वादविवादपटुता आपल्या लक्षात येते.

आद्य संशोधक -

श्री स्वामींचे जीवनचरित्र 'लीळाचरित्र'मधून सुसंबद्धरीत्या प्रकट होण्यास म्हाइंभटांचे लेखनकौशल्यच कारणीभूत ठरते. म्हाइंभटांनी 'लीळाचरित्र' ग्रंथाची निर्मिती करून संशोधनाचा एक महान आदर्शच घालून दिला आहे. या संशोधनकार्यामागची त्यांची दूरदृष्टी आणि आंतरिक तळमळ ही निखळ पारमार्थिक स्वरूपाची आहे. स्वामींची ज्ञानपरंपरा अभंग चालत राहावी, एवढ्याच एका उदात्त हेतूने त्यांनी हे संशोधनकार्य पार पाडले. जेव्हा समाजाच्या सार्वत्रिक उपयोगासाठी एखादे संशोधन घडून येते, तेव्हा त्याचे मूल्य निश्चितच श्रेष्ठ असते.

या संदर्भात आद्य संशोधक म्हाइंभट हे संशोधकांचे आदर्श आचार्य होत, यात शंका नाही.

देहावसान -

आद्य चरित्रकार श्री म्हाइंभट यांच्या देहावसानाच्या संदर्भात स्मृतिस्थळातील 'म्हाइंभटा देहावसान' या स्मृतीतून माहिती मिळते ती अशी— म्हाइंभट हे ऋद्धपूर परिसरात अटन क्रमाने फिरत असता त्यांना अशक्ती उत्पन्न झाली. त्याच परिसरात उमाइसा होती. तिची अणि म्हाइंभटांची भेट झाली. आपणास शारीरिक अशक्ततेमुळे

आता फिरणे शक्य नाही, म्हणून ऋद्धपूरला श्री प्रभूंच्या सान्निध्यात व आचार्यांच्या सहवासात घेऊन जाण्याविषयी म्हाइंभटांनी उमाईसाजवळ इच्छा व्यक्त केली. त्यांची इच्छा पूर्ण करण्यासाठी उमाइसाने आपल्याजवळील वांकी, साखळेयाची मुदी इ. अलंकार गहाण ठेवून भाड्याने दांडी (पालखी) करून म्हाइंभटास ऋद्धपुरात आणले. म्हाइंभट आल्याचे समजताच आचार्य स्वत: त्यांना सामोरे गेले. ऋद्धपूरच्या महाद्वारातच या दोन्ही आचार्यांची भेट झाली. ''आपण माझ्या निडळावर पाय ठेवावा'' म्हणणाऱ्या म्हाइंभटांची ही अपार श्रद्धा पाहून आचार्यही सद्‌गदित झाले आणि म्हणाले, ''आपल्या निडळावर फक्त श्री स्वामींचाच श्रीचरण असावा; ती माझी योग्यता नाही. फार तर मी हात ठेवू शकेन'' असे विनम्रपणे म्हणत त्यांच्या निडळावर हाताने स्पर्श केला. मग म्हाइंभटांना घेऊन ते मठात आले. योग्य अशा ठिकाणी म्हाइंभटांची राहण्याची व्यवस्था केली. अशक्तता दिवसेंदिवस वाढतच चालली. यावरून म्हाइंभटांनी जाणवायला लागले की, आता आपला अंतकाळ जवळ आला आहे. म्हणून एके दिवशी त्यांनी आचार्यांना जवळ बोलावून घेतले आणि सचिंतपणे विचारले, ''भटो! मज देवो होईल:?'' हे ऐकून आचार्यही क्षणभर स्तब्ध झाले. 'असा प्रश्न मला त्यांनी का विचारावा?' म्हणून ते विचार करू लागले. आचार्य लवकर उत्तर देत नाहीत, हे बघून म्हाइंभट अधिकच गहिवरले. माझ्यासारख्या पाप्याचा देव कसा होईल, म्हणून अधिक दु:खिस्त झाले. हे बघून आचार्य पुन्हा म्हणाले, ''भटो, तुम्हाला दोन्ही देवांचे सान्निध्य आणि दास्य घडलेले आहे, एवढे आपण सौभाग्यशील आहात. मग तुम्ही मला असे का विचारता?'' यावर म्हाइंभट म्हणाले, ''हे बघा, आपली अधिकारवाणी यथार्थ आहे. त्यातून असत्य, अन्यथा काहीच निघत नाही. म्हणून मला विश्वास आहे की, आपणच मला ठामपूर्वक सांगू शकाल.'' यावर आचार्यांनी म्हाइंभटांच्या अधिकाराची प्रशंसा करीत नेवासा येथील प्रसंगाची आठवण करून दिली व म्हणाले, ''प्रत्यक्ष श्री स्वामींनीच आपल्या अधिकाराचा निर्णय केला आहे. यावरून तुम्हास निश्चितच देव होईल!'' असे निर्धारपूर्वक सांगून चरित्रकाराच्या अधिकारसंपन्नतेची महती प्रत्यक्ष आचार्यांनी सांगितली.

माय मराठीचे उपकारक, सर्वज्ञ श्री चक्रधरस्वामींचे अनन्य उपासक, थोर निष्ठावंत, ज्ञानसूर्य, आद्य चरित्रकार म्हाइंभट हे मराठी सारस्वताचे अमर लेणे 'लीळाचरित्र' या ग्रंथराजाच्या जन्मभूमीत, श्री प्रभूंच्या परमेश्वरपुरात गुरुकुलाला अखेरचा दंडवत करून श्री प्रभूंच्या निक्षेपस्थानाजवळ शके १२१९ मध्ये चिरनिद्रिस्त झाले.

***

२.

खाणीत कोळशाच्या मी शोधितो हिऱ्याला...

- श्री. नंदकिशोर डहाणे

'बाई, तुमची मांडीही परपुरुषाला दिसू देऊ नये', अशी शिकवण देणाऱ्या आमच्या साधनदात्याचे चरित्र म्हणजे लीळाचरित्र. त्या लीळाचरित्रातील तत्त्वज्ञान हे आजपर्यंत रहस्य नावाच्या कडी-कुलपात आमच्या पूर्वजांनी सुरक्षित राखून ठेवले होते; काल-परवापर्यंत आर्त नावाची चावी मिळाल्याशिवाय ज्याचं दारही उघडत नव्हतं. काल-परवा कौरवाच्या वंशावळीतील एक दुर्योधन, श्रीकृष्णमहाराजांशी नातं सांगून त्याच्याशीच वैर मानणाऱ्या, त्यांचंच सैन्य मागून त्यांचंच ओखट करू इच्छिणाऱ्या प्रवृत्तीच्या हाती हे लीळाचरित्र पडलं. आमच्या पूर्वजांनी निष्कलंक चरित्र त्याला दाखवलं. परंतु त्या विकृत डोक्याने, मत्सराने वेडा झालेल्या वेड्याने आमच्या आईच्या शुद्ध, निष्कलंक चरित्राला कलंकित करण्याचा डाव मांडला. नव्हे, ते कलंकित करण्याचा अक्षम्य अपराध केला.

कोलतेकृत संपादनीचा समाचार -

वास्तविक जो-जो म्हणतो— मी परमेश्वरी मार्गाचा आहे, मी परमेश्वराचा आहे, मी परमेश्वराच्या पांडवी पक्षाचा आहे; त्या सर्व पांडवी पक्षांनी त्याच वेळी पेटून उठायला हवे होते. पौड्र, अनंतविजय, सुघोषमनीपुष्पक या सर्व पांडवी शंखांनी तेव्हा एकच गर्जना करायला पाहिजे होती. इतकेच नव्हे, तर भीमाच्या गदेसह सर्व शस्त्रांच्या खणखणाटासह दुर्योधनी प्रवृत्तीच्या आसमंतात धडकी भरायला पाहिजे होती. पण दुर्दैवाने मात्र असं झालं नाही. असं झालं नाही म्हणून तो दुर्योधन डाव जिंकून गेला, असंही म्हणता येत नाही. त्याने डाव मांडला, त्याला जिंकता मात्र आले नाही. का जिंकता आलं नाही? कारण तेव्हाही या दुर्योधनी प्रवृत्तीच्या विरोधात एक 'देवदत्त' गर्जला, एक गांडीव टणत्कारले. आजही सांगताना आमचे हृदय अभिमानाने भरून येते की, त्या देवदत्तामध्ये जी फुंकर मारली गेली, ती फुंकर आमच्या कैवल्यवासी प.पू.प.म. आचार्य श्री ऋषिराजबाबांची होती. त्या गांडीवाची

प्रत्यंचा ज्या हाताने ओढली गेली, ते हात आमच्या बाबांचे होते. परंतु बाबांनी हा विचार कधीच केला नाही की, मला कुणाची साथ आहे की नाही. बाबा जाणते होते, जाणत होते. ते जाणत होते की— ज्याने धर्माचा झेंडा आपल्या खांद्यावर घेतला आहे, ज्याने युद्धाचं निशाण आपल्या हातात पेललं आहे; त्याने कधी माघार घ्यायची नसते. माझ्या पाठीशी कोण येतंय, ते पाहायचे नसते. त्याचं फक्त एकच ध्येय— यज्ञ, यज्ञ आणि फक्त यज्ञ. रक्ताचा शेवटचा थेंब आहे तोपर्यंत लढणं आणि लढणंच. बाबांनी ते अक्षरश: खरे करून दाखविले. आयुष्याच्या शेवटच्या क्षणापर्यंत बाबा लढत होते, लढत होते आणि लढतच होते. त्यांच्या बछड्यांना वाटायचं— 'बाबा एकटे आहेत, आता काय होणार?' त्या वेळी जणू बाबा आपल्या बछड्यांना सांगत होते, असू द्या धेंड कितीही मोठे.

ये उँचाईयाँ हमे क्या रोकेगी
हम पैरों से नहीं
हौसलों से चलत है।
ये मच्छर हमे क्या रौंदेंगे
हम कर्मों पे नहीं, मर्मों पे जीते है ।।

मर्मासाठी जगणारे बाबा, सिद्धांतासाठी जगणारे बाबा सिद्धांतासाठी गेले, सिद्धांतीच गेले. जाण्याआधी बाबा आपल्या भयभीत झालेल्या बछडांना सांगून गेले. ज्यांची नावे घेऊन बाबा बोलले, त्यांचे नाव घेण्याचा मला अधिकार नाही; तरीही बाबांच्या ओठीचे शब्द आहेत म्हणून सांगतोय. ते जणू सांगून गेले— अरे वासू, अरे गोविंद, अरे दिनकर, संपवायचं आहे तुला या कुकर्मी राक्षसाला; तर त्यासाठी तुला ना भाला, बरछी, डाव पाहिजे; बस! तुझ्या रक्तातच माझा देव श्री चक्रधर पाहिजे!! तुझ्या रक्तातच माझा देव श्री चक्रधर पाहिजे!!

हा भाव बछड्यांच्या रक्तात ठेवून बाबा गेले. शुद्ध, निष्कलंक चरित्राची प्राप्ती व्हावी; त्यासाठी जे यज्ञकुंड प्रज्वलित केलं होतं, त्या यज्ञकुंडामध्ये रक्ताचीच नव्हे, प्रसंगी प्राणाचीही समिधा टाकण्याची हाव आपल्या बछड्यांच्या रक्तात देऊन बाबा गेले.

विजयाचं बीजारोपण -

बाबा विजयाचं बीज रोवून गेले. बाबा गेले तेव्हा वाटलं होतं यांना की, हे विजयाचं रोपटं परत पोरकं झालं. म्हणून निघाले होते त्या रोपट्याला खुरडून काढायला. उपाधीच्या मदाने मस्त झालेले हे गज जेव्हा परत झेपावले या रोपट्याकडे; तेव्हा या गजांना नुसत्या गर्जनेने रोखून ठेवणाऱ्या आमच्या बाबांच्या मुशीतून तावून-

सुलाखून तयार झालेले बडनेरचे बाबा, गोधनीचे बाबा, दिनकरदादा पुढे सरसावले. या रोपट्याच्या रक्षणाला नसेल त्यांच्याकडे बाबाएवढे सामर्थ्य; परंतु रक्त तेच होतं, ओज तेच होतं. म्हणून निघाले आपल्या धर्माच्या रोपट्याच्या रक्षणाला. दाखवून दिलंय त्यांनी— आपल्या आईवर वाकडी नजर ठेवून, घरावर चालून येणारा कोण आहे व त्यांची शक्ती किती. त्याच्या शक्तीला आपली शक्ती पुरेल काय, की त्याच्याशी युद्ध करताना आपण संपून जाऊ; या मरणभयाने त्याचा प्रतिकार न करता स्वार्थ साधणारे त्या मातेचं– आईचं पोर असूच शकत नाही.

माझ्या आईवर वाकडी नजर ठेवणाऱ्याचे तोंडही न पाहता हातातील शस्त्राचा, मनगटातील बळाचा विचार न करता त्याच्यावर आपल्यात असेल त्या शक्ती व सामग्रीसह जो तुटून पडतो, तोच त्या मातेचा पोर शोभतो. दाखवून दिलं त्यांनी, आम्ही श्री चक्रधररायांचे पुत्र आहोत. स्वामी श्री चक्रधरमहाराज आमचीच माता आहे. बाबांनी दिलेल्या शुद्ध, निष्कलंक चारित्र्याच्या बीजाचं रक्षण बाबांच्या या बछड्यांनी केलं. नुसतेच रक्षण नव्हे, तर ते वाढवूनही दाखवलं. सन १९९३ मध्ये कलंकित चरित्राचा पराभव करीत त्या बीजाचं वृक्षात रूपांतर करून जगाला दाखवलं.

उष:काल होता-होता...

विकृत चरित्रावर शासनाची बंदी आली; त्या दिवशी वाटलं होतं की, धर्मावर जी काळरात्र आली होती, ती काळरात्र संपून आता उष:काल होतो आहे. पण हाय रे दैवा! ज्या निष्कलंकित लीळाचरित्रासाठी आम्ही आमच्या प्राणाची बाजी लावलेली होती, ज्या शासकीय प्रतीत आमच्या आईच्या चारित्र्यावर शिंतोडे उडवले आहेत; तेच लीळाचरित्र पाहिजे, असे जेव्हा आमचे भाऊच म्हणायला लागले. मला वाटते, याच्यासारखं संप्रदायाचं दुसरं दुर्दैव कोणतंच नसावं आणि मरण याच्यापेक्षा नक्कीच वाईट नसावं. मरण आहे हे आमच्या धर्माचं, परंतु विचार करते कोण? परंतु एक सांगतो— जोपर्यंत स्वामी श्री चक्रधरमहाराजांचे सूत्र असत्य होणार नाही, तोपर्यंत हे घडणे नाही; तोपर्यंत अधर्माचा, असत्याचा विजय होणे नाही. आम्ही तो होऊ देणार नाही. माहीत आहे, आम्हाला यासाठी काय किंमत मोजावी लागणार आहे.

तहान माझी आता सांगू कुण्या झऱ्याला-

आजपर्यंत या नागपूरच्या महानुभाव महामंडळाने जे केलंय धर्मालागी, त्याच्या बदल्यात महामंडळाला समाजानं काय दिलंय, हे महामंडळाला माहीत आहे.

गेल्या ४-५ महिन्यांपूर्वी सच्चा डेरा प्रकरण आपण अनुभवले. नुसते कुणी त्यांच्या गुरूंसारखे पोषाख केले, उठबैस केली; तर अख्खा पंजाब, हरियाना पेटून उठते. महाराष्ट्राबाहेरही एखाद्या मूर्तीचा हात तुटतो; तर उभा महाराष्ट्र पेटून उठतो.

धावत्या रेल्वे पेटायला लागतात. आणि इतक्यात बाबूराव वाघाने लिहिलेलं आमच्या चारित्र्यावरचं घाणेरडं लिखाण आपल्या होती येतं, परंतु त्या गोष्टीचं आम्हाला काहीच वाटत नाही.

दु:ख नाही, क्लेष नाही
हाक नाही, बोंब नाही
सारे कसे शांत शांत ॥
पण मी म्हणतो त्यात त्यांचा
दोष नाही.
का दोष नाही?
कारण मुर्दाड माणसाला
नपुंसकतेचा रोष नाही
त्यात त्याचा दोष नाही.

ते आपल्यासारखे सर्वसामान्याने वाचल्यावर रक्त तापायला, उसळायला लागतं. अकोला ते शहादापर्यंत आम्ही तरुणांशी या विषयावर संवाद साधला. तेव्हा त्यांचा आक्रोश, आकांत आम्हाला काहीसा असा अनुभवास आला.

खाणीत कोळशाच्या मी शोधतो हिऱ्याला
पॉलिश स्टीलचे येथे प्रत्येक चेहऱ्याला
शेवाळल्या नद्या या, झाडे गढूळ पाणी
तहान माझी आता मी सांगू कुण्या झऱ्याला ॥

तो झरा जर त्या तरुणाईला कुठे गवसला असेल, तर तो नागपुरात. मागील वर्षी एकाने आमच्या देवाची तुलना प्रबंधाच्या माध्यमातून रजनीशांशी केली. त्या वेळी किती चालून गेले विद्यापीठावर, कितींनी नागपूर विद्यापीठाच्या कुलगुरूंची भेट घेतली!

धर्माची अप्रतिष्ठा होत असेल तर; तिथे आपल्या सामग्रीने धर्माची प्रतिष्ठा करवून दिली, तर तो प्रेमाचा उपाय ठरतो, असं आम्हाला शिकवल गेलंय. ज्यानं-त्यानं या समरांगणात उडी घेतलीय. या रणांगणात विजय प्राप्त करण्यास वीर पाहिजे आहेत. देव म्हणतात— रणामाजी झुंजावया अवघे रिंगती. एक पळेती, एक पडेती.

पळणाऱ्याबाबत म्हटलं जातं—
जव न देखे रायाचे दळभाऊ
तव म्हणे मी भला झुंजारू
जवं देखे रायाचे दळभाऊ

तव म्हणजे मी आपुला कुंभारू।।

या गतीचा जो आहे, तो त्या शस्त्राचा खणखणाट ऐकताच पळून जाईल. एक पडतो, एक मरतो; त्या सर्वांमध्ये एक असा आहे जो—

आपणे याते घाव पाथा लागो न देता
वैरियाते जिंकी, तो वीर.

वीरत्व जरूर करा. युद्ध आपल्यांना राखून करायचे असते, इतके मात्र लक्षात ठेवा.

धर्मकार्यासाठी नागपूर महानुभाव महामंडळाचा आम्ही धरलेला हात आता सुटणार नाही.

हात न सोडू जरी तुटला कर
जरी पावला अस्त दिवाकर!

हा हात धरून ठेवण्याचं बळ ईश्वर मला देवो, एवढेच अवतारदिनी मागणे.

***

३.

देशाच्या झीरो माईलमधून साहित्यिकांनी मराठीचा झीरो माईल वंदावा

श्री उमेश आकरे

नागपूरमध्ये ८०वे अखिल भारतीय मराठी साहित्य संमेलन होणार आहे, ही वैदर्भीयांसाठी आनंदाची बाब आहे. विदर्भाचा या क्षेत्रातीलही बॅकलॉग दूर होईल. मराठी साहित्याचे माहेर असलेल्या विदर्भाचे कौतुक करून साहित्यिक जातील, हेही तेवढेच खरे. मराठी साहित्याची सुरुवातच मुळात विदर्भाची देण आहे. श्री क्षेत्र ऋद्धपुरात मराठी साहित्याचे आद्याक्षर पूज्य म्हाइंभटांनी गिरविले, तो दिवस मराठी साहित्यनिर्मितीचा पहिला दिवस होता. महाराष्ट्राची मराठी त्या क्षणी पहिल्यांदाच ग्रंथबद्ध होण्यास सरसावली होती. जनसामान्यांची मराठी त्या दिवशी दंड थोपटून उभी राहिली. विद्वानांच्या संस्कृतला तिने जबर आव्हान दिले होते. दिवस पालटत गेले. महानुभाव मराठीला समृद्ध करीत गेले. मराठीच्या बालपणीच्या संगोपनात महानुभावांनी कुठलीही कसूर ठेवलेली नाही. मराठीच्या सर्वांगावर आभूषणे मढविण्यात महानुभाव तल्लीन झाले होते. व्याकरणातून गद्यकाव्यापर्यंतच्या सर्वच साहित्यप्रवाहांना मराठीत बलवान करणाऱ्या महानुभावांच्या अथक प्रयत्नांना बघून कुणाचाही उर स्वाभिमानाने दाटून येतो. जनसामान्यांच्या भाषेला महानुभावांनी केलेला राज्याभिषेक कुणी विसरतो म्हटल्यास त्याच्यासारखा करंटा तोच. ऋद्धपुरातील ही निर्मिती विदर्भाची शान आहे. विदर्भाला दुय्यम ठरवणाऱ्या प्रवृत्तीला ही निर्मिती माहिती नाही, असे मुळीच नाही. परंतु विदर्भाचे मुद्दल दाखविले, तर आपण कर्जदार ठरू, या असुरक्षिततेच्या न्यूनगंडामुळे ते कुणाचेही लक्ष याकडे जाऊ नये म्हणून प्रयत्नांची पराकाष्ठा करतात. विदर्भाचे सौजन्य त्यांच्या पथ्यावरच पडते. लीळाचरित्र व धवळ्यांच्या भाषेवर विदर्भाचे संस्कार आहेत व मूळची प्रमाण मराठी ही मूळची विदर्भाचीच आहे, हे मान्य करण्याचा मोठेपणा मुंबई आणि पुण्याकडील शहरी साहित्यिकांकडे कुठून येणार? मराठीला आद्य ग्रंथ देऊनही विदर्भाला हिणविणाऱ्या साहित्यिकांनी धूर्ततेच्या सीमा कधीच ओलांडलेल्या आहेत. त्यांना उपरती कशी काय

झाली म्हणावी? यांना विदर्भाचा रस्ता कुणी दाखवला? महानुभावांनी तर नाही ना? म्हणाल तर, होय; म्हणाल तर, नाही. सोलापूरच्या ७९ व्या साहित्य संमेलनात ऋद्धपूरच्या विकासाचा ठराव घ्यायला लावणाऱ्या महानुभावांकडे हे श्रेय कुणी का द्यावे? ते कसेही का असेना; साहित्यिक नागपुरात, म्हणजेच विदर्भात आले, यातच आम्हाला आनंद आहे. आता तिथून ऋद्धपूर फार दूर नाही. साहित्यिकांनी ऋद्धपूरच्या अधिक जवळ-जवळ जात राहावे, या भाबड्या आशेने आम्ही हे अंतराचे गणित मांडत आहोत. ही भाबडी आशाच आपल्या मराठीला जगवत राहील. जनसामान्यांची भाषा म्हणून मराठी आजही तेवढीच जिव्हाळ्याची आहे. ज्या विदर्भाचा मराठीला मूलाधार लाभला, त्याच विदर्भात जनसामान्यांचे जिणे असह्य होते; शेतकऱ्यांना आत्महत्या कराव्या लागतात. ज्यांच्या भाषेचे हे संमेलन आहे, अशांच्या हाल-अपेष्टांची दखल घेतली जाईल काय? भाषा हे समाजाचे स्पंदन आहे. तिला समाजापासून तोडून त्यावर वाचिक गदारोळ उठविण्यासाठी साहित्य संमेलने होत असतील, तर ती न झालेली बरी. विदर्भात येताना ती तुटत जाणारी नाळ साहित्यिकांनी जोडायला हवी. मराठीचे आद्य निर्मितिस्थळ असलेल्या ऋद्धपुराकडे पावले टाकायला हवीत. सोलापूर येथील संमेलनाने ऋद्धपूरच्या विकासाचा ठराव करून औपचारिकता पूर्ण केली. नागपूर येथील साहित्य संमेलनाने या ठरावाचा पाठपुरावा शासनाकडे करावा.

एरवी, संमेलनातील ठराव वांझ असतात व ठरतात, हेच काय ते जनसामान्यांचे बनत चाललेले मत दृढावत जाईल. असे होणे संमेलनाला अप्रतिष्ठित करण्यासारखेच आहे. बेळगाव प्रश्न वारंवार उपस्थित केला जाऊनही महाराष्ट्र शासन त्यावर मौन बाळगूनच असते. टाळ्या घेणारी वाक्ये मुख्यमंत्र्यांना वापरावी लागतात. टाळ्या मिळाल्या की, ते धन्य होतात. विचारांना कधी काळी कृतीत तरी आणावे लागते, याचे भान सत्ताधिकारी सोईस्करपणे विसरतच असतात. त्यांच्या लबाडपणाला जनतेने पुरते ओळखले आहे. जनसामान्यांची साहित्य संमेलने राजकारण्यांनी आपल्या मतलबापुरती वापरायला कधीच मागे-पुढे पाहिले नाही. खर्चाचा आकडा जुळवण्यात त्याची मदत होत असल्याने आयत्या बिळात नागोबा बनलेल्या राजकारण्यांना खरी-खोटी सुनावण्याचा आवही साहित्यिकांना आणता येत नाही. ऋद्धपूरकडे लक्ष वेधण्याचा सोलापूरच्या संमेलनाचा प्रयास हा मनापासूनचा आहे, हे ठरण्यास नागपूरच्या साहित्य संमेलनानेही त्यात भर घालणे आवश्यक आहे. संमेलनाध्यक्षाने याची तीव्र दखल घेणे आवश्यक आहे. मराठी साहित्याचे झीरो माईल असलेल्या ऋद्धपूरला भारताचे झीरो माईल असलेल्या नागपूरच्या संमेलनाकडून भरभरून अपेक्षा आहेत.

ऋद्धपूरजवळील अचलपूर येथील असलेले संमेलनाध्यक्ष श्री. अरुण साधू यांनी याची दखल घेणे जरुरीचे आहे. मराठीच्या गंगोत्रीला साहित्यिकांनी आवर्जून भेटावे व शासनाला तिची उपेक्षा दूर करण्यास तळमळीने सांगावे. मराठी साहित्यिकांनी हे केल्यास त्यांना साहित्याची प्रतिष्ठा राखल्याचे समाधान मिळेल आणि साहित्यिकांबाबतची नाराजीही समाजातून पुसली जाण्यास मग वेळ लागणार नाही.

('महानुभाव संदेश'मधून साभार)

***

४.

मराठी साहित्याच्या माहेरघराची उपेक्षा

श्री बन्सीधर राजूरकर

८० वे अखिल भारतीय मराठी साहित्य संमेलन वऱ्हाडात व तेही नागपूरला दि. २, ३, ४ फेब्रुवारीला संपन्न झाले. याबद्दल साहित्याची जाण असलेल्या या नगरीत अखिल भारतीय महानुभाव महामंडळातर्फे आम्ही सर्वांचे स्वागत केले.

आज वाणिज्य शाखेतील, विज्ञान शाखेतील व सर्वसामान्य माणूस हा मराठी साहित्यापासून फार दूर आहे. साहित्य म्हणजे नेमके काय, याचा त्यांना अर्थबोध होत नाही. साहित्य हे मनाला प्रफुल्लित ठेवते, जीवनात आनंद देते, मानवी मनावर संस्कार करते; साहित्यामुळे त्याला एक जीवनदृष्टी मिळते, पुढील आयुष्यातील वाटचाल तो करीत असतो, असा साहित्याचा अर्थ सर्वसामान्यपणे केला जातो. साहित्य संमेलनात साहित्याचा उत्सव व्हावा, ग्रंथांचा परिचय व्हावा आणि अभ्यासाला वाव मिळावा, हा हेतू असतो. मराठी साहित्य संमेलन नागपुरात संपन्न होणार आहे, यामुळे मराठी माणसाच्या आशा पल्लवित झाल्या होत्या.

परंतु, ८० व्या मराठी साहित्य संमेलनाची आकर्षक व चित्तवेधक २ फोल्ड असणारी सुंदर पत्रिका हातात पडल्यानंतर 'मराठी साहित्य संमेलन म्हणजे निव्वळ कवी संमेलन व परिसंवाद एवढ्यापुरताच मराठी साहित्याचा अर्थ शिल्लक आहे की काय?' असेच वाटायला लागले.

महानुभाव साहित्याचे मराठीला योगदान :

बाराव्या शतकात संस्कृत भाषेचे वर्चस्व होते आणि सर्व विद्वान पंडितांची व धार्मिक ग्रंथांची भाषा संस्कृतच होती. त्या काळी मराठी भाषेला हीन, खालच्या वर्गाची व तेल्या-तांबोळ्यांची भाषा म्हणून ओळखले जात होते. सर्वज्ञ श्री चक्रधरस्वामींचे संस्कृत भाषेवर प्रभुत्व असूनसुद्धा बहुजन समाजाची भाषा म्हणून मराठीचा कैवार घेऊन त्यांनी आपले संपूर्ण तत्त्वज्ञान सर्वसामान्यांना समजेल, रुचेल व पचेल अशा त्यांच्या बोलीभाषेत— म्हणजेच मराठीत सांगितले.

बाराव्या शतकात वेदविद्या परिपूर्ण असलेले तत्कालीन ब्राह्मण पंडित हे वैदिक धर्माचा त्याग करून सर्वज्ञ श्री चक्रधरस्वामींचे शिष्य बनले. यांत काही पंडित वेगवेगळ्या धर्मांचे होते. त्या संस्कृत विद्वान पंडितांनी स्वामींच्या वचनाचा संदर्भ लावून आपल्या पांडित्याने स्वोक्तीचा अर्थ न करता मराठी भाषेतून अर्थनिर्णयशास्त्र तयार केले. मराठी भाषेला शास्त्रीय ग्रंथनिर्मितीतून तर्कनिष्ठ व बुद्धिप्रधान करण्याचे कार्य याच काळात झाले. मराठी भाषेची व मराठी साहित्याची भरभराट होण्यास या पंथाचेच मोठे योगदान आहे. मराठीला समृद्ध करणारे व्यक्तिमत्त्वही हिमालयासारखे उत्तुंग होते आणि सागरासारखे अथांग होते. भाषेचे पंडिती वळण आणि लोकतत्त्वीय वळण महानुभाव पंथाने मराठीला मिळवून दिले. मराठी भाषा आणि साहित्य यांची जी परंपरा महानुभावांनी निर्माण केली, त्याला जगाच्या इतिहासात तोड नाही. म्हणूनच महानुभाव पंथाला मराठी वाङ्‌मयाची गंगोत्री म्हटले आहे. हा पंथ म्हणजे मराठी भाषेचे सौंदर्य वाढविणारा लयबद्ध व्याकरणाचा मूळ स्रोत आहे.

महाराष्ट्र व मराठीविषयीचा प्रचंड आदर :

सर्वज्ञ श्री चक्रधरस्वामींइतका महाराष्ट्र व मराठीविषयीचा प्रचंड आदर व अस्मिता कोणीही व्यक्त केली नाही. भारतात पूज्य असलेल्या श्रीमद्‌भगवद्‌गीतेचे तत्त्वज्ञान कालक्रमानुसार परिष्कृत करून महानुभाव विद्वानांनी ते मराठी जनतेला त्यांच्याच मातृभाषेतून उपदेशिले. आज गीतेवर मराठीत या पंथाने जवळजवळ ७५ टीका लिहिलेल्या आहेत. त्यामुळे ब्रह्मविद्येची कवाडे सर्वसामान्य माणसाकरिता उघडली गेलीत.

सर्वज्ञ श्री चक्रधरस्वामींनी मराठीला धर्मभाषा व देववाणीचे रूप दिले. त्यामुळे मराठीला पावित्र्य प्राप्त झाले. पुढे महानुभाव विद्वानांनी ५००० धर्मग्रंथ मराठीत निर्माण करून एक जागतिक विक्रम केला. संस्कृतप्रमाणे मराठीसुद्धा ग्रंथांची भाषा होऊ शकते आणि ती कोणताही विषय पेलण्यास समर्थ आहे, हे सिद्ध केले. हे सर्व धर्मग्रंथ कृष्णभक्ती, स्त्री-पुरुष समानता, नवविधाभक्ती व मराठी भाषेचा अभिमान या पंचांगांनी नटलेले आहेत.

महानुभाव विद्वानांनी नानाविध विषयांवर प्रचंड ग्रंथनिर्मिती करून ठेवली, त्यात त्यांनी मराठीतील सर्वच साहित्यप्रकार हाताळलेले आहे. गद्य, पद्य, भाष्य, महाभाष्य, व्याकरण, बंद, प्रमेय, महाकाव्ये, कोश, छंदशास्त्र, अलंकारशास्त्र तत्त्वज्ञान, गीताटीका, संदर्भग्रंथ, इतिहासग्रंथ, कथा-काव्य, साधनग्रंथ, अन्वयस्थळे, स्थलवर्णनपर ग्रंथ, मालिकाग्रंथ, हेतुस्थळी लापाणिक, प्रकरणवस, पंचवार्तिक, व्युत्पत्तिविचार, चरित्रग्रंथ इत्यादी विविध विषयांवर साहित्याच्या माध्यमातून ग्रंथरचना

करून मराठी भाषा स्थिरपद केली. एवढ्या मोठ्या प्रमाणावर ग्रंथसमूह निर्माण करून मराठी भाषेची सेवा मोठ्या आस्थेने व कळकळीने करून, तिचे सावलीसारखे जतन करून तिला प्रौढ, गंभीर, प्रगल्भ बनविले; तिचे वैभव वाढविले. त्यामुळे मराठी भाषेच्या अभिमान्यास महानुभावांविषयी आदर वाटायला पाहिजे. एवढेच नव्हे, तर मराठीला मानाचा मुजरा करून तिला राजसिंहासनावर स्थानापन्न करण्याचा मान या पंथाने मिळवून दिला. म्हणूनच आज ती महाराष्ट्राची राजभाषा, धर्मभाषा व प्रमाणभाषा म्हणून मोठ्या डौलाने वावरत आहे.

ज्याप्रमाणे बुद्धानुय यांची मागधी किंवा पाली, जैनांची अपभ्रंश, मुसलमानांची अरबी व इसायांची हिब्रू; त्याप्रमाणे महानुभावांची धर्मभाषा मराठी आहे. महाकवी नरेंद्राने रुक्मिणीस्वयंवरात मराठीची थोरवी गायिली आहे.

जिये भाषेचिये रसवृत्ती या भाषांचे कुपे किजेति विगुती ते मऱ्हाटी कवण जाणे निरूती : जे रसांचे जीवन

रसांचे जीवन असलेल्या मऱ्हाटी भाषेच्या रसवृत्तीमुळे सहा भाषांचे कूप झालेले आहेत; तसेच—

हे पुण्यपावन मराठी : आइकती आदरे कर्णपुटी, तेयासि कवण्ही न पडे कामाठी : संसाराची

या ओवीत मराठीला पुण्यवान हे विशेषण लावले आहे. तसेच, संतोषमुनी कृष्णदासांनी मराठीला सर्व भाषांची जननी म्हटले आहे.

मऱ्हाटी स्त्रीलिंग वाक्य
आणि संस्कृत तव नपुसक
म्हणोनि बाळकत्व आईक तयासीच साजे

मराठीला संस्कृतची आई ठरवलं म्हणजे पर्यायाने मराठी ही सर्व भाषांची जननी आहे.

ऐसी ते सर्व भाषांची जननी
उत्तमपवित्र मऱ्हाटी वानी

—इतका मराठीचा स्वाभिमान महानुभावांनी जपला आहे. अशा या मराठीच्या माहेरघराला मराठी साहित्य संमेलनापासून उपेक्षित ठेवले जाते, यापेक्षा दुर्दैव कोणते?

मराठीतील सर्व आद्य ग्रंथांचा मान महानुभाव पंथाकडे जातो. त्यात सर्वप्रथम आद्य ग्रंथाचा व आद्य चरित्रग्रंथाचा मान लीळाचरित्राकडे जातो; तर आद्य पद्य ग्रंथाचा मान महदंबेच्या धवळ्यांकडे असून, मराठीतील पहिले महाकाव्य म्हणजे नरेंद्रांचे

रुक्मिणीस्वयंवर आहे. प्रा. कांचनमाला हरमहकर म्हणतात— भक्तिकाव्याची एक प्रमुख शाखा म्हणजे स्तोत्रकाव्य. मराठीतील पहिले स्तोत्रकाव्य म्हणजे भास्करभट्ट बोरीकरांचे मूर्तिवर्णन स्तोत्र आहे. मराठीतील पहिल्या आख्यानकाव्याचा मानसुद्धा धवळ्यांकडे जातो. मराठीतील गीते, पदे, भूपाळ्या महानुभावांनी निर्माण केल्या असून प्राचीन गीतांत केशिराजांचे अवस्थातून गीत सर्वांत जुने आहे. मराठीतील आद्य श्लोकरचना महानुभाव विद्वान पंडित आनेराज व्यासांची आहे. त्यांची ३३ श्लोकांची सुभाषिताक्षरी व भास्करभट्टांची ३ अष्टके ही आद्य स्तोत्रे आहेत. मराठी भाषेतील आनेराज व्यासांचा पहिला व्याकरण ग्रंथ पंचवार्तिक म्हणून प्रसिद्ध आहे. तसेच मराठीतील पहिले कथाकार म्हणून डॉ. यशवंत मनोहरांनी सर्वज्ञ श्री चक्रधर भगवंतांचा उल्लेख केला आहे. आद्य टीपग्रंथांचा मानसुद्धा याच पंथाकडे जातो. डॉ. डोळके म्हणतात— रुक्मिणीस्वयंवरात सृष्टिसौंदर्यांची उद्याने आहेत, वसंत ऋतूचा विलास आहे, रस-भावांची कारंजी आहेत आणि हे सर्व श्रीकृष्णाविषयीच्या भक्तिभावनेतून अभिव्यक्त झाले आहे. भक्तिभावनेची गंगा, कलात्मकतेची यमुना आणि व्युत्पन्नतेची सरस्वती यांचा त्रिवेणी संगम म्हणजे नरेंद्रांचे रुक्मिणीस्वयंवर हे मराठीतील आद्य महाकाव्य आहे; या डोळक्यांचा मताला डॉ. अ. ना. देशपांडे यांनीसुद्धा दुजोरा दिला आहे. डोळके एकदा म्हणाले की, ज्ञानेश्वरीतील काव्यापेक्षा केशिराजांच्या मूर्तिप्रकाशातील काव्य श्रेष्ठ दर्जाचे आहे. हा त्यांचा बोलका अभिप्राय सर्व साहित्य-संशोधकांना आव्हान करणारा आहे.

महाराष्ट्राजवळ एवढी प्रचंड साहित्यसंपत्ती असूनसुद्धा आपण दरिद्री आहोत, असे भासवत आहोत. महंत बाभूळकरबाबांच्या शब्दांत सांगायचे म्हणजे— आपल्या अंगणात कामधेनू बांधलेली असून पाहुण्यांना बिनदुधाचा चहा पाजणारी श्रीमंत घरातील दरिद्री मराठी माणसे आपण आहोत, असे वाटायला लागते.

मराठी सारस्वतास समृद्ध करणाऱ्या या साहित्यसंस्कृतीची घ्यावी तेवढी दखल घेतली गेलेली नाही, हे दुर्दैव मराठी संस्कृतीचे की महानुभावांचे? दोष कुणाला द्यावा? अ. भा. मराठी साहित्य संमेलनाला, की महाराष्ट्र शासनाला? महाराष्ट्रातील नामवंत साहित्यिकांनी या साहित्याचा अभ्यास केलेला आहे. त्यांत सर्वश्री डॉ. य. खु. देशपांडे, वा. ना. देशपांडे, वि. ल. भावे, नेने भवाळकर, अ. ना. देशपांडे, व. दा. कुलकर्णी, सुरेश डोळके, म. रा. जोशी, यु. म. पठाण, शं. गो. तुळपुळे, वि. भि. कोलते, इतिहासाचार्य राजवाडे, ज. शा. देशपांडे, पुरुषोत्तम नागपुरे, कन्हैया कुंदप, व. स. जोशी, रा. बो. मेश्राम, रमेश आवलगावकर, अविनाश आवलगावकर अशा अनेक श्रेष्ठांचा समावेश आहे. आजही अनेक विद्यार्थी

या साहित्याचा अभ्यास करीत आहेत. आचार्य पदवीसाठी प्राचीन वाङ्मयाकडे अनेक विद्यार्थी येत आहेत.

महाराष्ट्रात संत-वाङ्मयाचा अभ्यास करायचा असेल, तर सर्वप्रथम प्राचीन मराठीचा अभ्यास करावा लागतो. हा अभ्यास महानुभाव वाङ्मय अभ्यासल्याशिवाय पूर्ण होऊच शकत नाही. म्हणून अभ्यासकांना प्रेरणा देण्याकरिता अशा अखिल भारतीय स्तरावरील साहित्य संमेलनातून प्रोत्साहन मिळायला पाहिजे; जेणेकरून मनुष्य घडेल, मढेल व पुढच्या पिढ्यांकरिता त्याचा उपयोग होऊन शासनाचा पैसा मराठी संस्कृती घडविण्याकरिता खर्च झाल्याचे चीज होईल. महाराष्ट्र शासनाला २५ लाख रुपये सार्थकी लागल्याचे पुण्य लाभेल.

महानुभाव मंडळाची कार्यकर्तेमंडळी अखिल भारतीय मराठी साहित्य महामंडळाच्या कार्यकर्त्यांना भेटली असता, त्यांना विनंती केली की— महानुभाव साहित्यावर एक चर्चासत्र आयोजित करावे; जेणेकरून येथील हजारो लोकांना या वाङ्मयाची कल्पना येईल. परंतु याकडे मात्र दुर्लक्ष केले गेले, ही आमची खंत आहे. यापुढील अ. भा. मराठी साहित्य संमेलनात मात्र माय माऊली मराठी साहित्याच्या माहेरघराची उपेक्षा होऊ नये, एवढीच अपेक्षा आम्ही करतो.

आजही या पंथात व्याकरणाचार्य, अनेक विद्वान पंडित, ज्ञानभक्ती-वैराग्य-संपन्न असे धर्मपुरुष आहेत की; ज्यांची व्याख्याने ऐकली असता, मानवी जीवनात परिवर्तन घडून येते. अशा आचार्यमंडळींना निमंत्रित करण्यात येत नाही, ही खंत आहे.

मराठी ग्रंथाच्या आरंभकाळातच महानुभाव पंथाने प्रतिभापूर्णतेने श्रेष्ठ दर्जाचे वाङ्मय निर्माण केले; यापेक्षा मराठी भाषेची आणखी सेवा अपेक्षित नाही. अशा प्रकारे विविध साहित्यप्रकारांनी मराठीचे दालन उघडले व सारस्वताचे भांडार निर्माण केले. महानुभवांची धार्मिक, वाङ्मयीन, सामाजिक आणि सांस्कृतिक कामगिरी उत्कृष्ट असूनसुद्धा पाहिजे त्या प्रमाणात याकडे अ. भा. मराठी साहित्य महामंडळाचे लक्ष गेल्याचे दिसत नाही, हे दुर्दैवच म्हणावे लागेल.

('महानुभाव संदेश'मधून साभार)

***

५.

‘कुमरू जियाले, तेव्हाचे मराठी जियाली’

श्री उमेश आकरे

भाद्रपद शुद्ध द्वितीया या तिथीला सर्वज्ञांनी हरिपाळाचे मृत पुर स्वीकारले. सर्वत्र एकत्र कल्लोळ झाला— ‘कुमरू जियाले, कुमरू जियाले!’ या घटनेचा व मराठीचा सर्वज्ञांनी घेतलेल्या कैवाराचा विचार करता असे वाटते की, सर्वज्ञांनी जणू मराठीचे मृत कलेवरच संजीवित केले.

मराठी भाषेचा पाया ज्यांनी रचला, त्या महानुभावांचे पुण्यस्मरण करण्यास कुणाला सवड मिळत नाही, असे नाही; तर मराठीच्या पायाचे श्रेय आपल्याकडून हिरावून घेतले जाऊ नये म्हणून शासन, प्रशासन, प्रशासन अधिकारी, प्रसिद्धिपुरुषांनी आजवर महानुभावांना डावलण्याचे उद्यम केलेत, हे महानुभावांना उमजून चुकले आहे. जाहिरातीच्या युगात नसलेले बळ, पुरुषी पराक्रम वाट्टेल तेवढा फुगवून सांगितला तरी तो खपतोच खपतो. जनतेत वारंवार जे बिंबवले जाते, तेच पक्के होते. खऱ्याचे खोटे होते आणि खोट्याचे खरे पण होते. ज्ञानभास्कर स्तोत्र लिहिणारे महानुभाव... भिक्षेचा, विजनाचा व नित्यक्रम न चुकवता ग्रंथ लिहून जातात. त्यांच्याबाबत स्मृतिस्थळातील स्मृती मनात गहिवर निर्माण करून जाते. अशाच भावनेतून महानुभावांनी अपार साहित्यनिर्मिती केली. महानुभावांनी भक्तिप्रधानतेतून साहित्य निर्मिले. महानुभाव साहित्यातील प्रत्येक कृतीमध्ये नि:सीम भक्तिभाव आहे. निव्वळ भिक्षेच्या अन्नावर जगून आजवर कोणत्या सांप्रदायिकांनी इतकी प्रचंड क्षमतेची साहित्यसेवा केली असेल, तर कुणीही सांगावे. आजचे असो की कालचे असो; ज्या कुण्या साहित्यिकांनी आजवर साहित्यसेवा केली, ती एवढ्या समर्पणतेची खचितच आढळून येत नाही. भक्तीची लेखणी करून साकारलेली ही साहित्यसेवा म्हणूनच तिच्या निर्मात्यांनी बाजारात प्रसिद्धीला कधी मांडली नाही. तिला बाजारभावाने तोलले नाही. एवढ्या प्रचंड प्रतिभेचे साहित्य निर्मूनही महानुभावांना कधी गर्व-अहंकाराचा वारा शिवला नाही. खरेच, त्या हजारो प्रतिभावंत महानुभावांना अखिल

विश्वाने वंदावे, असेच त्यांचे कर्तृत्व आहे. हे समजून उथळ साहित्यिकांचे उसने अवसान तरी गळून पडावे? परंतु, जाहिरातीच्या युगात डुप्लिकेटला भाव मिळाला नाही, तरच नवल! डुप्लिकेटला वाखाणणारेही डुप्लिकेटच. त्यांना स्वत्व उरलेच नाही. त्यांचे स्वाभिमानशून्य वागणे नवलाचे ठरणारच कसे? 'ज्यांनी योग्यता नसताना पदे-प्रतिष्ठा बळकावल्या, त्यांच्याकडून स्वाभिमानाची अपेक्षा तरी कुणी, कशी करावी?' असो. महानुभाव साहित्याचा भरभक्कम पाया कुणाच्या देखाव्यांनी आणि आरोळ्यांनी डगमगणारा नाही. त्याचा श्री चक्रधर भगवंताप्रति समर्पणाचा आधार कुणी संपवतो म्हटले, तरी संपणारा नाही. आमच्या पूर्वजांची ही अपूर्व सामर्थ्यशाली पुण्याई तेवढ्याच स्वाभिमानाने आता जगाला सांगावीच लागेल. मराठीच्या लहान-सहान झऱ्यांचा आम्हालाही तितकाच अभिमान असावा; परंतु म्हणून कुणी मराठीचा सागर गिळणारा अगस्ती होऊ पाहत असेल, तर त्यालाही ललकारण्याचे सामर्थ्य आजही महानुभावांत खचितच आहे. हेतुपुरस्सर डावलू म्हटले, तरी यापुढे महानुभावांना डावलणे अशक्य व्हावे, इथवर महानुभावांनी स्वाभिमान धारण करावा. पूर्वजांच्या समर्पणाला इतरांच्या पायी पालापाचोळा होऊ देऊ नये. त्यांच्या समर्पणाचा, भक्तीचा कुणी प्रत्यक्षाप्रत्यक्ष उपमर्द करू नये, म्हणून स्वाभिमानाचे दिग्दर्शन व्हायलाच पाहिजे. महानुभावांची नम्रता ही त्यांची लाचारी ठरवली जाऊ नये, हेसुद्धा उभ्या जगाला दाखवून द्यायलाच हवे. ज्या सर्वज्ञांनी मराठीचे बारसे केले, त्यांचा अवतारदिन म्हणूनच स्वाभिमानाने जागतिक मराठीदिन म्हणून सर्वत्र साजरा करण्याचे आवाहन महानुभावांनी केले आहे. सर्वज्ञांचा अवतारदिन हा आमच्यासाठी पर्वकाळ; तो उत्सव आता सर्वज्ञांच्या मराठीप्रेमाचा ज्वलंत साक्षात्कार म्हणून ओळखला जाईल. महानुभावांनी आपली ओळख आता संपूर्ण जगाला द्यायला हवी. मराठीचा कैवार घेऊन सर्वज्ञांनी जे आपल्या मराठी मनावर अनंत उपकार केले, त्यांचे उतराई होण्याचा प्रयत्न मराठी माणसाकडून आजवर झालेला नाही; तो आता तरी व्हायला हवा.

('महानुभाव संदेश'मधून साभार)

***

६.

ऋद्धपूरला जगाच्या नकाशावर न्याल तर...

श्री उमेश आकरे

माणूस हा श्रद्धावान असतो. कुणाची श्रद्धा दैवावर असते, तर कुणाची स्वतःच्या कर्तृत्वावर. एकूण, त्याची श्रद्धा कुठे तरी केंद्रित होते. अशी श्रद्धाकेंद्रे मग त्याच्या जीवनाचाच एक अविभाज्य भाग होऊन जातात. आस्तिकांच्या अशा श्रद्धाकेंद्रांत तीर्थक्षेत्रांचा समावेश होतो. भारतीय संस्कृतीत तर तीर्थक्षेत्रांचा महिमा परंपरेने सांगितला जातो. व्यवहारातही अशी आस्थेची केंद्रे म्हणून 'स्मारकांच्या' रूपाने गोंजारली जातात. महानुभाव संप्रदायामध्ये पंचकृष्णचरणांकित स्थाने अत्यंत पवित्र मानली जातात. प्रत्येकच धर्माची, पंथाची एक काशी असते; तशी ती महानुभावांचीही 'ऋद्धपूर' ही आहे. प्रत्येकच धर्माच्या तीर्थक्षेत्री शासन, प्रशासन व लोकसहभागातून तेथील विधी योग्यरीत्या पार पाडण्यास विविधांगी व मौलिक सुविधा पुरविल्या जातात. त्या-त्या धर्म-पंथ-संप्रदायाकडून तशा मागण्या वेळोवेळी केल्या जातात. शासन-प्रशासनाकडून त्या पुरविल्या जातात. देहू-आळंदीसाठी ६८१ कोटी, तर शेगावसाठी ३६५ कोटी अर्थसंकल्पी तरतूद नुकतीच करण्यात आली. कोकणातील परशुराम मंदिरासाठी १० कोटींची तरतूद केली गेली. महाराष्ट्रातल्या लहान-सहान सर्व-धर्म-संप्रदायांच्या तीर्थक्षेत्रांसाठी शासनाकडे भरधोस निधीची उपलब्धता आहे. ती फक्त तुटपुंजी राशी कोटी-दोन कोटींच्या घरातील असेल— जी नेहमीच खर्च न होता परत जाते— ऋद्धपूरला आजवर एक-दोनदा मिळाली, एवढेच. महानुभावांच्या तोंडाला पाने पुसण्यास शासन, प्रशासन, लोकप्रतिनिधी नेहमीच तत्पर असल्याचे आजवरचे चित्र आहे. महाराष्ट्राला कुठलीही वाङ्मयीन उपलब्धी न देणाऱ्यांच्या पदरात शासन मुक्त हस्ते दान उधळत असताना; ज्यांनी महाराष्ट्राच्या इतिहासात वाङ्मयीन वैभवाच्या पखाली रिचवल्या, त्यांना द्यायला शासनाकडे काहीच नाही!

अखिल भारतीय महानुभाव महामंडळ– नागपूरने दहा वर्षांपूर्वी ऋद्धपूरच्या सर्वांगीण विकासासाठी पंचविसेक मागण्या केल्या, स्थानिक ऋद्धपूरवासीयांनी आंदोलने

केली; तेव्हा कुठे शासनाने डोळे किलकिले केलेत. महानुभावांच्या तीर्थस्थानाला फक्त साडेचार कोटीच शासनाला द्यावेसे वाटले. ह्याच महाराष्ट्रात नांदेडला १८०० कोटी रुपये देण्याला फार दिवस झाले नाहीत. महानुभावांना काही देण्याचा प्रश्नच शासनाला संस्थेच्या राजकारणात पडत नाही. महाराष्ट्राला वैचारिक भूमिकेमुळे पुरोगामी म्हटले जाते. हीच काय ओळख त्याची की, त्याने गुणात्मकतेला झुगारून संस्थात्मक राजकारण करून महाराष्ट्राच्या संस्कृतीला नामशेष होऊ द्यायचे? महानुभावांनाही शासनाकडे हात पसरणे योग्य वाटत नाही. कित्येकांना ती लाचारी वाटते. सर्वसामान्य जनतेचा पैसा गुणात्मक दृष्ट्या शासनाला वापरण्यास सांगणे, हे लाचारीचे कसे ठरवले जाते? ऋद्धपूर ही महाराष्ट्राची साहित्यिक व सांस्कृतिक राजधानी नाही काय? तिथे महाराष्ट्राच्या लोकभाषेची अतुलनीय सेवा झाली नाही काय? तिची उपेक्षा होत असताना शासनाचे तिकडे लक्ष वेधणे, हे लाचारीचे लक्षण ठरवले जावे काय? एवढे श्रेष्ठ साहित्य, तत्त्वज्ञान असूनही उपेक्षेचे जगणे नशिबी आल्याचे दु:ख उगाळणाऱ्यांना पंथाला व त्याच्या तीर्थस्थानांना याच उपेक्षित ठेवायचे असल्यास शासनाला काही सांगणेच नको! सार्वजनिक व सामाजिक प्रतिष्ठेसाठी अशा मागण्या केल्या जाव्यात की नकोत? दोन्ही विचारांचा समन्वय साधून ऋद्धपूरचे नाव जगाच्या नकाशावर उजळून दाखवण्यास महानुभावांनी पुढाकार घ्यावा. येथूनच महानुभावांची ओळख जगाला झाली ना? मग ऋद्धपूरची ओळखच आता महानुभावांना जगभर नव्याने प्रतिष्ठित करणारी ठरावी, या हेतूने ज्याला जे-जे शक्य ते सर्व केले जावे, हेच आमचे म्हणणे आहे.

('महानुभाव संदेश'वरून साभार)

***

७.

नीतिमूल्यांना पायदळी तुडवून केला जाणारा व्यवहार हा भ्रष्टाचार आहे

श्री नंदकिशोर डहाणे

एक कवी म्हणतो— 'हा देश स्तन्य प्याला गीताख्य अमृताचे...!'

गीताख्य अमृताचे स्तन्य प्यायलेल्या देशात आज समाजसेवक श्री. अण्णा हजारे, योगगुरू श्री. बाबा रामदेव यांसारखे किती तरी जण भ्रष्टाचारविरोधी आंदोलनाचा बिगुल वाजवत आहेत. ज्या सरकारने भ्रष्टाचारावर नियंत्रण ठेवावे, त्याला आळा घालावा; त्याच सरकारचा भ्रष्टाचार उघड करण्यासाठी आज आंदोलने उभी राहत आहेत, ती दडपली-चिरडलीही जात आहेत. भ्रष्टाचार आणि भ्रष्टाचारविरोधी आंदोलने या दोन्हींमध्ये भरडली जात आहे ती सर्वसामान्य जनता; जिचा भ्रष्टाचार किंवा भ्रष्टाचारविरोधी आंदोलनाचे फळ याच्याशी प्रत्यक्षात काहीच संबंध नसतो. तरीही कधी भ्रष्टाचाराच्या फटक्याने, तर कधी पोलिसी दंडुक्यांनी लुळी-पांगळी होते ती जनताच. भ्रष्टाचार हा निंदनीयच आहे. त्याचे कोणी समर्थन करू शकत नाही. भ्रष्टाचाराविरुद्ध आवाज उठायलाच हवा. त्याचा विरोध झालाच पाहिजे. मात्र, त्या अगोदर एका गोष्टीचा विचार होणे गरजेचे आहे. ती म्हणजे, कर्मफलाची अपेक्षा न करता कर्म करायला सांगणाऱ्या गीतेचे वारसपुत्र ज्या देशात राहतात; त्याच देशात आचाराचे आदर्श लोप पावून, भ्रष्टाचाराचा स्वैराचार का बोकाळला? त्याचे कारण काय आहे? याबाबत विचार करणेही गरजेचे आहे.

आज धर्माला-सत्त्वाला आकळणारे— लोपवून टाकणारे कलियुग आहे. या कलियुगामध्ये प्रत्यक्ष विषयपदार्थातच रममाण होणारे विषयराम लोक आहेत. ते विषयपदार्थ विनासायास-विनाकष्ट आपल्याला प्राप्त व्हावेत, यासाठी तस्करत्व म्हणजेच चोरी— हा सर्वांत सोपा व जवळचा मार्ग आहे. त्यामुळे कलियुगात तस्करत्व हा धर्म (दोष) ज्याचे जीवी-अंतरी नाही, असा एखादाच आहे. तोही ज्याच्या ठिकाणी अजूनही धर्म असून, 'मी जर हे चौर्यकर्म केले, तर मला पाप होईल व त्या पापामुळे मला नरक भोगावे लागतील,' अशी भीती ज्याच्या ठिकाणी आहे,

असा एखादाच या भ्रष्टाचाराचे मूळ असलेल्या तस्करत्व भावापासून सुटलेला आहे; अन्यथा सर्वसाधारणपणे हा भाव या कलियुगात बहुतांच्याच ठिकाणी आहे. म्हणून अध्यात्माची जननी असलेल्या या भारत देशातदेखील भ्रष्टाचार हाच आजचा शिष्टाचार झालेला आहे. ज्याला संधी प्राप्त होते, तो हा कलियुगातील भ्रष्टाचाररूपी शिष्टाचार आचरतो आहे. वास्तविक हे जरी कलियुग असले, तरी या भ्रष्टाचाराला मात्र धर्मशास्त्रांनी मान्यता दिलेली नाही. उलट, एक हिंसा केल्यानेच पाप होते आणि त्या पापामुळेच नरक प्राप्त होतात असे नाही; तर तस्करत्वानेही पापच होते व त्या पापामुळेही महाभयंकर असे नरक प्राप्त होतात, असे सांगितले आहे. म्हणून या कलियुगातही माणसाने माणसाशी माणसासारखाच व्यवहार करावा, यासाठी धर्माने मानवाला काही मूल्ये सांगितली आहेत. त्यांतील काही नीतिमूल्ये आहेत. किमान या नीतिमूल्यांची जोपासना करीत केला जाणारा व्यवहार हा आचार आहे; तर या नीतिमूल्यांना पायदळी तुडवून केला जाणारा व्यवहार हा भ्रष्टाचार आहे. या भ्रष्टाचाररूपी पापापासून मानवाला वाचविण्यासाठी सर्वज्ञ श्री चक्रधर भगवंतांनी सुमारे ८०० वर्षांपूर्वी एक नीतिमूल्य मानवाला दिले. स्वामी सांगतात— परद्रव्याचेनी नांव म्हणजेच परक्याचा– दुसऱ्याचा पडला कवडा. म्हणजे अगदी साना (लहान) पदार्थसुद्धा त्याच्या परवानगीशिवाय घेऊ नये. आणि या सूत्रामध्ये परद्रव्य ते कोणते आणि आपले ते कोणते; कोणते द्रव्य आपण घ्यावे, कोणते द्रव्य आपण घेऊ नये— हे सांगितले आहे. 'देवे दिधले ते आपुले येर ते पर.' म्हणजेच, आपल्या कर्म अर्जकत्वानुसार जे आपल्याला मिळते, तेच आपले आहे. येरलबाडीने, चोरीने जरी आपण मिळवले असले; तरी ते पर आहे; ते द्रव्य आपण घेऊ नये. पैसाच घेऊ नये असे नाही; तर लोकांनी उपेक्षा करून टाकून दिलेला, वाया जात असलेला हीन, साना पदार्थसुद्धा घेऊ नये. कारण जर आज तो साना-हीन पदार्थ आपण घेतला, तर आपली अभिलाषा वाढेल आणि मग असेच पदार्थ मिळवण्याची व न मिळाल्यास चोरण्याची इच्छा उत्पन्न होईल. म्हणून साना पदार्थसुद्धा चोरून घेऊ नये, हे सांगणारी एक बोलकी लीळा 'लीळाचरित्रा'मध्ये आलेली आहे.

एकदा बाईसाने देमाईसाला अद्रक धुऊन आणायला सांगितले. देमाईसा गेली. अद्रक धुतले. त्याचा कोंडा निघाला. तो वाया जाईल, म्हणून देमाईसेने तो आपल्या पदरात पाणी-भातासी खायला होईल, म्हणून बांधून घेतला. परत आली. गोसाव्याजवळ बसली. गोसावी तिला विचारतात— तुझ्या पदरात काय बांधलेले आहे? म्हणून तिने मागील सांगितले की, आल्याचा कोंडा वाया जात होता म्हणून

तो बांधून घेतला. स्वामी विचारतात— बाईसाला विचारले? ती म्हणते— नाही जी, कोंड्याचे काय विचारायचे? त्यावर स्वामी म्हणतात— वरी वाया जाओ, परी अनुज्ञे वांचुन काही घेऊ नये. जा, बाईसाला पुसा. यावरून अगदी साना पदार्थसुद्धा— कुणाचा असेल त्याच्या आज्ञेशिवाय घेऊ नये. हे नीतिमूल्य जर आम्ही स्वीकारले असते, तर आज आम्हाला आमच्या देशात भ्रष्टाचाराच्या ज्वाळा नव्हे, तर पुन्हा सोन्याचा धूर दिसला असता.

दुसरे— आजकाल भ्रष्टाचाराच्या खोऱ्याने आलेल्या अमाप संपत्तीतून काही दान देऊन, त्या दानाने भ्रष्टाचाराची पापे धुऊन निघतात, असा गोड गैरसमज करून दिल्यामुळे किंवा करून घेतल्यामुळे हा काळा पैसा, हा भ्रष्टाचार देवरहाटीमध्येसुद्धा धुमाकूळ घालतो आहे. गैरमार्गाने, चौर्यकर्माने आलेला पदार्थ परमेश्वराला मान्य नाही, हे सांगणारी एक लीळा मात्र आम्ही विसरतो आहोत. वेसाईचे चुलते घोगरगावचे. तिने त्यांच्या घरी सरवळीये वळून दिले. त्यांतील काही गुपचूप बाजूला काढून ठेवले. मग गोसाव्यांच्या दर्शना आली. सरवळीये गोसाव्यांच्या दर्शना केले. मग स्वामी म्हणतात— बाई, हे सरवळीये चोरीचे. तुम्ही त्यांना पुसून घेतले नाही. त्यावर ती म्हणते— जी, आजपासून घेणार नाही. या लीळेवरून जर काही बोध घेतला, तर संपूर्ण समाजात आणि परमार्गातसुद्धा पुन्हा शांतता प्रस्थापित होण्याला फार काळ लागणार नाही.

('महानुभाव संदेश'वरून साभार)

***

८.
स कालेनेह महता योगोनष्टः परन्तप
श्री नंदकिशोर डहाणे

परमेश्वर युगा-युगामध्ये अवतार घेऊन जीवास ईश्वरी ज्ञान देतात; पण पुढे परमेश्वर अवताराच्या असन्निधानामध्ये जीवाच्या परंपरेने हे गुह्य ईश्वरी ज्ञान पुढे चालत राहते. त्या यथार्थ ईश्वरी ज्ञानामध्ये जीवाच्या स्वार्थामुळे किंवा अज्ञानामुळे मिश्रण व्हायला लागते; भेसळ व्हायला लागते. ईश्वरी ज्ञानाचे गुह्य शब्द तर तेच राहतात, पण अर्थ मात्र हळूहळू बदलायला लागतात. पुढे फार मोठा काळ गेल्यावर ही भेसळ एवढे विकृत रूप धारण करते की, मूळ अर्थाचा बदललेल्या अर्थाशी काही संबंधच शिल्लक राहत नाही. त्याचा मूळ अर्थ लोप पावतो. बदललेला अर्थच लोकांना सत्य वाटायला लागतो; पण सत्य मात्र नष्ट झालेलं असतं. म्हणून तर श्रीकृष्णमहाराज गीतेमध्ये चौथ्या अध्यायाच्या पहिल्याच श्लोकात सांगतात, "हे अर्जुना— हा योग, निष्काम कर्म आचरण्याचे ज्ञान मी फार पूर्वी विवस्वानाला, विवस्वानाने मनूला, मनूने ईक्ष्वाकूला सांगितले. परंपरेने राजर्षी लोकांनी तो जाणला. पण अर्जुना, फार मोठा काळ लोटल्यामुळे तो योग, ते ज्ञान लोप पावले; पण तू माझा प्रिय शिष्य असल्यामुळे तोच योग तुला पुन्हा सांगतो आहे."

एवम्, परमेश्वराने एका अवतारी सांगितलेल्या ज्ञानात जेव्हा भेसळ होते, त्याचा मूळ अर्थ लोप पावतो; तेव्हा परमेश्वराला तो लोप पावलेला अर्थ अधिकारी जीवांना सांगण्यासाठी पुन्हा अवतार घ्यावा लागतो. तोच लोप पावलेला अर्थ नव्याने सांगावा लागतो. जीवाच्या परंपरेने भेसळ होऊन आलेल्या अर्थाचा त्याग करायला सांगावा लागतो.

कलियुगातील परमेश्वर अवतार स्वामी श्री चक्रधरमहाराजांनी कलियुगामध्ये हेच कार्य केले आहे. एकदा एळीहून मार्गाने जात असताना श्री म्हाइंभट हे सर्वज्ञ श्री चक्रधर भगवंतांना विचारतात, "जी, जी– तुम्ही सांगितलेल्या तत्त्वज्ञानावर ज्याला चालायचं आहे, तुम्ही सांगितलेला धर्म ज्याला धरायचा आहे; त्याने कोणत्या

सामग्रीचा अभ्यास करावा?'' त्यावर स्वामी म्हणतात, ''जीवाजवळ जर सामग्री असली, तर ते ईश्वराच्या उपयोगात जाईल; पण तरीसुद्धा पोरा, जीवाला कोणतीच सामग्री होऊ नये. कारण पोरा, जीवासाठी सामग्री हा गडदरा आहे.'' श्री म्हाइंभट त्यावर श्री स्वामींना विचारतात, ''परमेश्वर शास्त्री व्युत्पत्ती होण्यालागी काय करावे?'' स्वामी उत्तर देतात, ''सकळ सामग्रीचा त्याग करून आम्ही सांगितलेल्या ब्रह्मविद्याशास्त्रामध्येच व्युत्पत्ती-व्युत्पन्ना व्हावे.'' या स्वामींच्या सूत्राचा अर्थ सांगताना आमचे शास्त्रकार आपणच शंका उत्पन्न करतात की, गोसाव्यांनी सकळ सामग्रीचा त्यात सांगितला तो केला; पण एथींचेच म्हणजे ईश्वराचेच जे दुसरे अवतार जसे श्री दत्तात्रेय प्रभू, श्रीकृष्ण चक्रवर्ती यांनी सांगितलेले जे शास्त्र— श्री दत्तात्रेय प्रभूंनी सांगितलेले उपनिषद, श्रीकृष्ण चक्रवर्तींनी सांगितलेली गीता— या शास्त्रांच्या आधारे या शास्त्राचे उपलवन श्री गोसाव्यांनी सांगितलेल्या ब्रह्मविद्याशास्त्राला देऊन त्याच्या आधारे एखाद्या निर्णयाची, अर्थाची पूर्तता आपल्याला करता येईल का? तर म्हणतात— नाही. तर, का नाही? कारण आमचे स्वामी म्हणतात, ''सकळ सामुग्रीया परीत्यजुन'' म्हणून! पण तेही तर परमेश्वरच आहे? तरी पण नाही. कारण त्यांनी जे शास्त्र सांगितले, ते शास्त्र सत्य आहे; पण ते शास्त्र फार काळ ऋषीश्वर लोकांच्या हाती असल्यामुळे व हे लोक वैदिक असल्यामुळे या लोकांनी वेदांच्या मताचे सारवण, वेदांच्या मतांची भेसळ या ईश्वरी शास्त्राच्या अर्थात केलेली आहे. त्यामुळे मूळ अर्थ लोप पावला आहे. शब्द तेच आहेत; पण मूळ अर्थ आहे की, मूळ अर्थ लोप पावून जीवाच्या स्वार्थापोटी रूढ केलेला अर्थ आहे, याचा विचार काही ठिकाणी आल्याशिवाय राहत नाही.

चार्तुवर्ण्यं मया सृष्टं :

जसे गीतेमध्ये चौथ्या अध्यायाच्या तेराव्या श्लोकात श्रीकृष्णमहाराज म्हणतात की, 'चातुर्वर्ण्यं मया सृष्टं'। गुण-कर्मानुसार हे चारही वर्ण मीच निर्माण केले आहेत आणि परंपरेने चार वर्ण म्हणजे ब्राह्मण, क्षत्रिय, वैश्य व शूद्र असाच अर्थ आपण आजपर्यंत समजत समजत आलो, ऐकत आलो, वाचत आलो आहोत. पण वर्ण या शब्दाचा मूळ अर्थ असाच खरेच असेल का? आणि तसाच जर असेल तर— जीवाच्या कर्माने तो क्षुद्र झाला असेल, त्याला परमेश्वराने क्षुद्र केले असेल तर— जीवाने केलेल्या कर्माचे फल परमेश्वराने त्याला दिले, असा त्याचा सरळ अर्थ होईल. पण गीतेच्या पाचव्या अध्यायातील चौदाव्या श्लोकात श्रीकृष्णमहाराज स्पष्ट सांगतात की— ''मी कोणाला कर्म करायची बुद्धी देत नाही, कोणाकडून कर्म करून घेत नाही आणि कोणाला केलेल्या कर्माचे फलही देत नाही.'' मग या श्लोकाचा अर्थ

कसा समजायचा?

वर्णव्यवस्था हे बंधन झाले, बांधणे झाले. नांदेडला तर आमचे स्वामी सांगतात की, "आम्ही बंधनातून सोडू; पण बांधणार नाही." मग ब्रह्मवाणी असत्य समजायची का?

('महानुभाव संदेश'वरून साभार)

***

१.

‘अशीच आमची आई असती...’

भास्करराव बाणकर

गुरुर्ब्रह्मा गुरुर्विष्णू गुरुर्देवो महेश्वरा:
गुरु: साक्षात परब्रह्म तस्मै श्रीगुरुवे नम: ।।

गुरूला ब्रह्मदेवाची उपमा काव्यकार देतो, गुरूला विष्णूची उपमा देतो, महेश्वराची उपमा देतो. ब्रह्मा-विष्णू-महेश हे त्रिगुणात्मक शक्ती आहेत म्हणून की काय, काव्यकाराचे समाधान होत नाही; त्यामुळे काव्यकार गुरूला परब्रह्माची उपमा देतो.

भारतीय संस्कृतीमध्ये गुरूला अनन्यसाधारण महत्त्व आहे. पूर्वीच्या काळापासून गुरू करण्याची प्रथा भारतीय संस्कृतीमध्ये आहे. पूर्वी राजे-महाराजांना गुरू असायचे. इतकेच नव्हे, तर प्रत्यक्ष परमेश्वर पृथ्वीवर अवतार धारण करून आले, तर त्यांनीदेखील गुरू करण्याच्या प्रथेला महत्त्व दिले. श्रीकृष्णमहाराजांनी सांदीपनीऋषींना गुरू मानले. रामाने वसिठऋषींना गुरू मानले. त्या वेळेस दैत्यांचे राज्य असायचे. या दैत्यांनादेखील गुरू असायचे. दैत्यांच्या गुरूचे नाव शुक्राचार्य असे होते. इतकेच नव्हे, तर देवतागणांनादेखील गुरू होते. देवतांच्या गुरूचे नाव बृहस्पती असे होते. असे गुरूचे महत्त्व जीवनामध्ये अनन्यसाधारण आहे. म्हणून भगवान श्री चक्रधरस्वामी म्हणतात— “गुरूरनिगंतव्य।” गुरूशिवाय गती नाही. गुरूशिवाय जीवाला ईश्वरप्राप्ती होऊ शकत नाही. गुरू हे माणसाला ईश्वरप्राप्तीपर्यंत नेतात. म्हणून कबीरदास म्हणतात–

“गुरू गोविंद दोनो खडे काके लागु पाय
बलीहारी गुरू आपने गोविंद दियो बताय”

श्रीकृष्णमहाराज आपल्यासमोर उभे राहिले आणि गुरूदेखील उभे राहिले, तर अगोदर कोणाला वंदन करावे? कबीरदास म्हणतात, अगोदर वंदन करावे गुरूला; कारण गुरूने आपल्याला परमेश्वराची ओळख करून दिली. असे गुरूचे

महत्त्व आहे. म्हणून कबीरदास म्हणतात की, ''यह तन बिसकी बेलरी गुरू अमृतकी खान । शिस दिये जो गुरू मिले तो भी सस्ता जान ।'' ते म्हणतात— आपले शरीर पंचमहाभूतांचे, शिर त्रिगुणात्मक आहे; परंतु गुरू मात्र अमृतची खाण आहे. म्हणून आपले शिर कापून देण्याच्या बदल्यात जरी गुरू मिळाले, तरी ते स्वस्तात मिळाले आहेत, असे समजावे. कारण खरा गुरू— खरा सद्‌गुरू— त्याचे मोल करता येत नाही. ते अमोल किमतीचे असतात.

बळी नावाचा दैत्यांचा राजा होता. तो अतिशय दानशूर म्हणून प्रसिद्ध होता. दारावर आलेल्या याचकाला तो कधीही विन्मुख जाऊ देत नसे. एकदा वामन नावाचा ब्राह्मण त्याच्याकडे दान मागण्यासाठी आला. वामन कोण आहे, तो कसा आहे, त्याच्यामध्ये किती शक्ती आहे, याबाबतीत राजा अनभिज्ञ होता. परंतु, राजाचे गुरू शुक्राचार्य हे ज्ञानी होते. त्यांना इंद्रायणी विद्या अवगत होती. त्यांना वामन कोण आहे, कशाकरिता आला आहे याचे ज्ञान होते. म्हणून त्या शुक्राचार्यांनी राजाला सतर्क केले व सांगितले, ''हा ब्राह्मण काही साधारण ब्राह्मण नाही. हा तुला संपविण्यासाठी आला आहे. तू याला भीक घालू नकोस.'' परंतु राजाने गुरूचे ऐकले नाही आणि त्या ब्राह्मणाला तीन पावलांएवढी जागा दान दिली. संकल्प सोडताना झारीच्या पुंगळीमध्ये गुरू शुक्राचार्य जाऊन बसले. संकल्पाचे पाणी खाली पडेना; तेव्हा राजाने काडी घेऊन पुंगळीमध्ये घातली, त्यामुळे गुरूचा डोळा फुटला. स्वत:चा डोळा फुटला तरी चालेल; परंतु शिष्याचे अकल्याण होऊ नये, हा उदात्त हेतू त्या गुरूचा होता. म्हणून अशा गुरूला सद्‌गुरू म्हणतात.

माणसाच्या जीवनामध्ये पहिला गुरू आपली आई आहे. आई बालकाला घडविते, मढविते, सुसंस्कार करते, मोठे करते. परंतु खेदाची गोष्ट आहे की, सर्वच आया ह्या सद्‌गुरू नसतात आणि सर्वच गुरू हे सद्‌गुरू नसतात. आपल्याला जबाबदार आई, कर्तव्यदक्ष आई, धर्माचरण करणारी आई ही नशिबानेच मिळते. तसेच गुरूदेखील सर्वच सद्‌गुरू नसतात; सद्‌गुरू दैवानेच लाभतात. म्हणून कबीरदास म्हणतात,

''गुरू कीजे जाणीके, पाणी पीजे छानीके
बिना विचारे गुरू करे, तो पडे चौऱ्यांसी खाजी''

हा विचार करून गुरू करायला पाहिजे; नसता आपल्याला चौऱ्यांशी येरझार चुकत नाहीत.

जिजामातेमुळे शिवाजीराजे मोठे झाले व कुंतीमातेमुळे पांडव मोठे होते.

एकदा शिवबा नाचगाणे पाहायला गेले, हे जिजाऊंना समजले. राणी जिजाऊ

उशिरापर्यंत जाग्याच राहिल्या. जेव्हा शिवबा आले, तेव्हा त्या म्हणाल्या, ''शिवबा, उद्या जर मी पायात घुंगरे बांधून उभी राहिले, तर बघशील?'' शिवबा काय बोलणार? ते म्हणाले, ''आईसाहेब, मला माफ करा. अशी गलती पुन्हा होणार नाही.'' अशा प्रकारे राजाचे कान जिजाऊमातेने वेळीच धरले व सदुपदेश दिला. हा सदुपदेश सद्‌गुरूचा होता. शिवबाच्या हृदयामध्ये तो घर करून बसला. जेव्हा शिवबा मोठे झाले, राजे झाले, छत्रपती झाले; तेव्हा त्यांच्यापुढे सरदाराची एक सून आणून उभी करण्यात आली. तेव्हा राजे म्हणाले,

''अशीच आमची आई असती सुंदर रूपवती
आम्हीही सुंदर झालो असतो'' वदले छत्रपती !

त्या स्त्रीमध्ये राजाला जिजाऊ दिसल्या, सद्‌गुरू दिसला. खऱ्या सद्‌गुरूने केलेला उपदेश माणूस केव्हाही विसरू शकत नाही. म्हणून आईने मुलाला, सद्‌गुरूने शिष्याला चुकीबद्दल वेळीच शिक्षा पण करायला हवी व सदुपदेशही द्यायला हवा.

आज परिस्थिती काहीशी उलटी झाली आहे. गुरू शिष्यांना उपदेश देतात. काय उपदेश दिला, हे शिष्याच्या गळी बरोबर उतरत नाही. गुरू शिष्यांना सप्त व्यसनांचा त्याग करायला सांगतात; परंतु सप्त व्यसने कोणती आहेत, याचे ज्ञान शिष्यांना देत नाहीत. केवळ पाच नामे सांगतात व निघून जातात. पुन्हा केव्हाच शिष्याकडे जात नाहीत आणि तो कसा वर्तन करतो याच्याकडे पाहत नाहीत. त्याला नामे पाठ झालीत का, याची शहानिशा करत नाहीत. ते धर्माचरण करतात की नाहीत, याची शहानिशा करत नाहीत. शिष्यवर्ग अज्ञानीचा अज्ञानीच राहतो. त्याची चौऱ्यांशी योनींची फेरी चुकत नाही आणि याला काहीसे जबाबदार गुरूच आहेत.

आज आपण जर पाहिले, तर गुरुवर्य सर्व आश्रमस्थ झालेले आहेत. शिष्यांचे काय चालले आहे, हे बघायला तयार नाहीत. आज आपण जर पाहिले, तर उपदेशी लोकांची मुले अनेक व्यसनांमध्ये अडकली आहेत. हे साधू-संतांना, गुरुजनांना माहीत असून त्याच्याकडे गुरुजन दुर्लक्ष करताना दिसतात, कारण खेड्याकडे जाणे हे जरा अडगळीचे वाटते. नवनाथ ग्रंथामध्ये मत्स्येंद्रनाथ नावाचे नाथपंथीय योगी होते. ते फिरत-फिरत स्त्रीराज्यामध्ये जातात व सुखासीन होऊन तिथेच रमतात, अशी कथा आहे. त्यांचा गोरक्ष नावाचा शिष्य असतो. आपल्या गुरूविषयी त्यांना चिंता वाटते. त्यामुळे ते गुरूचा माग काढत-काढत स्त्रीराज्यामध्ये जातात. स्त्रीराज्यात पुरुषांना यायला बंदी असते. त्यामुळे गोरक्षनाथ स्त्रीरूप घेऊन तिथे प्रवेश मिळवितात. ते अत्यंत चांगले तबलापटू असतात. तिथे त्यांना नाचगाणे चालण्या वेळेस तबला वाजविण्याचे काम मिळते. ते त्या तबल्यातून 'चलो मच्छिंदर गोरख आया' असे

उद्‌गार काढतात आणि नंतर मच्छिंद (मत्स्येंद्र) त्यांना ओळखतात. गोरखनाथ त्यांना विनंती करून तिथून काढतात. ईश्वरकृपेने आमच्यावर तशी वेळ येऊ नये आणि आम्हाला आमच्या गुरुजनांना अशी विनंती करायची वेळ येऊ नये— ''चलो मच्छिंदर गोरख आया!''

***

१०.

कास

भास्करराव बाणकर

आत्यंतिक मोक्षप्राप्ती हे जीवाचे साध्य आहे आणि म्हणून जीवाने मोक्षप्राप्ती करून घेण्यासाठी आपली धडपड ठेवली पाहिजे. आपले मन व बुद्धी त्या ध्येयाकडे लावली पाहिजे. म्हणून श्रीकृष्णमहाराज गीतेत म्हणतात–

मन्मना भव मद्‌भक्तो मद्याजी मां नमस्कुरू
मामेवैस्यसियुक्त्वैवमात्मानं मत्परायण:

तू माझ्यात मन लाव, माझाच भक्त हो, मलाच नमस्कार कर; म्हणजे तुला माझी प्राप्ती होईल. म्हणून–

'यत्करोषि यदश्नासि यज्जुहोषि ददास्ति यत्
यत्तपस्यसि कौन्तेय तत्कुरूष्व मदर्पणम ।'

हे कौन्तेया– तू जे कर्म करतोस, जे खातोस, हवन करतोस, जे दान देतोस, जे तप करतोस; ते सर्व मला अर्पण कर. त्यामुळे तुझे,

''शुभाशुभ फलैरेवं मोक्षसे कर्मबंधनै:''
संन्यास योग युक्तात्मा विमुक्तो मामुपैष्यसि ।''

अर्जुना— तू सर्व प्रकारच्या कर्मबंधनरूप शुभाशुभ कर्मफलांतून मुक्त होशील व तुला माझी प्राप्ती होईल. तुला आत्यंतिक मोक्ष मिळेल. हा आत्यंतिक मोक्ष मिळविण्यासाठी जीवाने सतत प्रयत्न करावा. या नश्वर संसारासाठी आपले जीवन खर्ची न घालता परमेश्वरासाठी आपले जीवन जीवाने वेचले पाहिजे आणि आपली ऊर्ध्वगती करून घेतली पाहिजे. त्यासाठी आपला अट्टहास असला पाहिजे. काही संस्कारी जीव त्याप्रमाणे वागतात. असाच एक संस्कारी जीव पैठणमध्ये श्री. सारंग पंडित व उमाईसा या ब्राह्मण दाम्पत्याच्या उदरी जन्मला. त्या जीवाचे नाव होते धानाईसा. धानाईसा व सर्वज्ञांची भेट वारंवार होत असे. कारण सारंग पंडित सर्वज्ञांना नेहमी उपाहारालागी विनवत असत आणि सर्वज्ञ त्यांची विनंती स्वीकारून त्यांच्या

घरी जात असत.

एकदा सारंग पंडिताने स्वामींना उपाहारालागी विनविले. सर्वज्ञ त्याच्या घरी गेले, तेव्हा सर्वज्ञांना एका पेटीत धानाईसाला कपडा पांघरून झाकून ठेवल्याचे दिसले. सर्वज्ञ घरी येणार, हे कळल्यानंतर उमाईसाला धानाईसाची लाज वाटली. कारण उमाईसा या श्री. सारंग पंडिताची दुसरी पत्नी. लहान वयातच लग्न झाले व लहान वयातच अपत्य झाले. उमाईसांना त्या मुलीची काळजी कशी घ्यावी, हेदेखील ज्ञान नव्हते. म्हणून उमाईसा लाजल्या आणि ती मुलगी सर्वज्ञांना दिसू नये म्हणून त्यांनी तिला झाकून ठेवले. परंतु, सर्वज्ञांपासून जीव काय लपवू शकतो? सर्वज्ञांना शेवटी धानाईसा हात-पाय हलवताना दिसते व सर्वज्ञ उमाईसाला म्हणतात, ''बाई, त्या लेकराला बाहेर काढा. कडीयची घेया याचीया अमृतकळा शोखति.'' असे सर्वज्ञांनी म्हटल्यानंतर उमाईसाने तिला कडेवर घेतले व स्तनपान करविले.

आता धाई थोडी मोठी झाली. श्री. सारंग पंडितांनी सर्वज्ञांना उपाहारलागी विनविले. सर्वज्ञ त्यांच्या आवारात गेले. चौरंगावर बसले. श्री. सारंग पंडिताने सर्वज्ञांच्या अंगाला चंदनाची उटी लावली. कपाळावर कस्तुरीचा लेप लावला. हे सर्व धानाईसाने पाहिले. सर्वज्ञांची सर्वांगसुंदर श्रीमूर्तीची लावण्ययुक्त चांपेगौर कांती पाहून धानाईसाला वाटले की, हळदीचे उटणे लावल्यामुळे सर्वज्ञ सुंदर, गौरववर्णाचे दिसत आहेत; म्हणून ती बालसुलभ हट्ट धरून म्हणाली, ''चांगदेव राउळांना ज्या हळदीचे उटणे लावले, त्याच हळदीचे उटणे माझ्या अंगाला लावा, मग मीही तशीच सुंदर होईन.'' तिने हट्टच धरला व रडू लागली. सर्वज्ञांनी तिला जवळ बोलविले, मांडीवर बसविले व सर्वज्ञ तिला चिऊ-काऊची गोष्ट सांगू लागले. सर्वज्ञ म्हणाले, ''कावळ्यांचे घर शेणाचे. साळीचे घर मेणाचे. पाऊस आला. कावळ्याचे घर वाहून गेले. साळीचे घर तसेच राहिले. साळी कावळ्याला चिडवू लागली— कावळ्या, कावळ्या— कानू की डोळा...'' धानाईसा गोष्ट ऐकण्यात तल्लीन झाली व धरलेला हट्ट विसरून गेली.

धानाईसा आता बरीच मोठी झाली होती. सारंग पंडितांच्या आवारात सर्वज्ञ गेले, तेव्हा धानाईसा कवड्या खेळत होती. सर्वज्ञ तिला म्हणाले, ''धाई, या, आपण कवड्या खेळू.'' मग सर्वज्ञ कवड्यांवर कवड्या मांडायचे; ती पण कवड्यांवर कवड्या मांडायची. नंतर सर्वज्ञ म्हणत 'या' आणि सर्वज्ञांच्या कवड्या चालत. तीसुद्धा आपल्या कवड्यांना 'या' म्हणायची; परंतु तिच्या कवड्या चालत नसत. मग म्हणायची, सर्वज्ञांनी चालत्या कवड्या आपण घेतल्या, बसक्या मला दिल्या. मग ती सर्वज्ञांच्या कवड्या आपण घ्यायची नि आपल्या सर्वज्ञांना द्यायची; पण त्याही

चालायच्या नाहीत. जीवाच्या कवड्या— काय चालणार हो!

धानाईसा वयात आली. सर्वज्ञ सारंग पंडितांकडे जेवायला गेले. सर्वज्ञ येणार म्हणून धानाईसा साज-शृंगार करू लागली. नटू-थटू लागली. जेव्हा पंडिताच्या घरी सर्वज्ञ गेले, तेव्हा धानाईसा नटून-थटून, कास घालून सर्वज्ञांजवळ आली. सर्वज्ञ म्हणीतले, "धाई, श्रुंगारू कोणाकारणे केला?" तेव्हा ती म्हणाली, "ना चांगदेव राउळा गोसावीया कारणे केला." तव घरीची अवघी हासती.

धानाईसाला धर्माची, परमेश्वरप्राप्तीची आत्यंतिक आवड होती. ती अगदी लहानपणापासून धानाईसा— म्हणजे गत जन्मीचा योगीच होता की काय, अशी वाटे. कारण श्रीकृष्णमहाराज म्हणतात, "शूचिनां श्रीमतांगेहे योगभ्रष्टोभि जायते।" जेव्हा सारंग पंडित वारले, तेव्हा उमाईसा व धानाईसा थेट लिंब्याला भट्टोबासांकडे गेल्या आणि त्यांनी अनुसरण घेतले. आसतीपरीचे आचरण केले व पुन्हा संबंधाला योग्य झाल्या, त्या वेळेस भट्ट म्हणाले, "धानाई, तुवा कास साच केली."

अगदी लहानपणापासूनच धानाईसाने परमेश्वरप्राप्तीची कास धरली, कंबर बांधली व आपले ध्येय गाठले. धानाईसाच्या पावलावर पाऊल ठेवून, तिचा आदर्श आपल्या डोळ्यांसमोर ठेवून आपणदेखील परमेश्वरप्राप्तीसाठी कास धरली पाहिजे, कंबर आवळली पाहिजे व 'याची देही याचि डोळा' आपण परमेश्वरप्राप्तीच्या सुखाचा सोहळा अनुभवला पाहिजे आणि भट्टाच्या मनाप्रमाणे आपण आपली कास साच करून दाखविली पाहिजे; यातच खरा पुरुषार्थ आहे.

***

११.

दान

भास्करराव बाणकर

भारतीय संस्कृतीत दानाला अत्यंत महत्त्व आहे आणि त्यामुळे पुराणकाळामध्ये अनेक दानशूर राजे होऊन गेले. त्यांची नावे आजही आपण विसरलेलो नाहीत. कर्ण हा महाभारतकाळात दानशूर म्हणून प्रसिद्ध होता. हरिश्चंद्राने तर विश्वामित्राला झोपेत राज्य दान दिले. दैत्याचा राजा बळीने तर स्वतःच्या गुरूच्या डोळ्याची पर्वा न करता दानशूर या नावाला कलंक लागू दिला नाही.

दान दोन प्रकारची आहेत. एक अन्नदान व दुसरे द्रव्यदान. शास्त्रविधीप्रमाणे द्रव्यदानाला तेवढे महत्त्व नाही; परंतु अन्नदानाचे महत्त्व वेद-पुराणात वर्णिलेले आहे. ज्या वेळेस कर्ण रणांगणावर पडला, त्याला तहान लागली, भूक लागली; त्या वेळेस त्याने श्रीकृष्णमहाराजांकडे पाहिले. श्रीकृष्णमहाराज त्याला म्हणाले, "अरे भल्या माणसा, तू आयुष्यात अन्नदान केलेस नाहीस, तर तुला अशा वेळेस अन्न कोठून मिळणार? पाणी कोठून मिळणार? परंतु, एक आहे— तुझ्या एका बोटामध्ये अमृत आहे, ते बोट तू तोंडात धर." कारण एक याचक अन्न मागण्यासाठी आला असताना कर्णाने त्याला अन्न दिले नाही; परंतु दुरून बोटाने विदुराचे घर दाखविले, त्या बोटात अमृत उत्पन्न झाले, एवढे अन्नदानाचे महत्त्व आहे... स्वामी आपल्याला उपदेश देताना म्हणाले, "निर्हेतूक भूतभजन ज्ञानाप्रति साधन निर्हेतूक मायापूर भजन प्रेमाप्रति साधन." कोणत्याही जीवाच्या ठिकाणी जीवाला अन्नदान घडले, तर त्या जीवाला ज्ञान होते आणि परमेश्वर अवताराच्या ठिकाणी अन्नदान घडले, तर त्या जीवाला प्रेम होते. एक शेवडा परदृश्या अवताराच्या ठिकाणी भजन घडले, तर एक कळिकेचे प्रेम होते. आच्छादानीच्या अवरदृश अवताराच्या ठिकाणी भजन घडले, तर तीन कळिकेचे प्रेम होते आणि उभयदृश अवताराच्या ठिकाणी जर भजन घडले, तर चार कळिकेचे प्रेम होते. प्रेम म्हणजे ईश्वराचा अंतर्याग आहे. म्हणून परमेश्वर म्हणतात, "परमेश्वर ज्ञानीयासी पाठीसी घालीती व प्रेमीयासी पोटासी घालीती."

ज्ञान व प्रेम हे ईश्वरप्राप्तीचे दोन मार्ग आहेत. ज्ञान झाल्यानंतर मनुष्य उद्धरेल, असे नाही; परंतु प्रेमाचा भक्त निश्चितच उद्धरला जातो. म्हणून माणसाने अन्नदान करून प्रेमोपाय जोडून घेण्याचा प्रयत्न केला पाहिजे. स्वामी म्हणतात, "अन्नदान ते उत्तम." 'त्यांनी द्रव्यदान ते उत्तम' असे कोठेही म्हटले नाही. स्वामींना एका भक्ताने त्या वेळेस पाच हजार रुपये किमतीचा जोगवटा अर्पण केला, तो त्यांनी सहजरीत्या दुसऱ्याला देऊन टाकला. लोणार येथे राजाने स्वामींना सोन्याच्या मोहरांची थैली अर्पण केली. स्वामींनी त्या सोन्याकडे एकदा पाहिले, एकदा मातीकडे पाहिले; माती आणि सोने आम्हाला समान असल्याचे सांगितले. परंतु राहेर येथे त्यांना सैन्यातील सैनिकाचा धक्का लागला आणि त्यांच्या हातातले भिक्षान्न खाली पडले. ते अन्न मात्र त्यांनी उचलून घेऊन खाल्ले आणि द्रव्यदानापेक्षा अन्नदानाचे महत्त्व आपल्याला पटवून दिले.

स्वामींजवळ खेई गोई नावाच्या स्त्रिया अनुसरल्या. त्या स्वामींना म्हणाल्या, "आमचेकडे गडगंज संपत्ती आहे. आपल्या उपयोगेसाठी काही आणावयायची काय?" तेव्हा स्वामींनी त्याचे निराकरण केले व द्रव्यदान कनिष्ठ असल्याचे त्यांना पटवून दिले. स्वामींनी जीवाच्या उद्धारासाठी अठ्ठेचाळीस वर्षे एकाकी भ्रमण केले. त्या भ्रमणामध्ये स्वामींनी कोणालाही द्रव्य मागितले नाही, परंतु भिक्षा मागीत लोकांचे भले केले. गीतेमध्ये श्रीकृष्णमहाराजांनी तीन प्रकारच्या दानांचे वर्णन केले— सात्त्विक, राजसी व तामसी. ते म्हणतात—

दातव्यमिती यद्दानं दीयतेऽनुपकारिणे ।
देश काले च पात्रे त तद्दानं सात्त्विक स्मृतम् ।।

देश-काल बघून ज्याच्यापासून काही उपकार झाला नाही, अशा पात्राला दान देणे योग्य आहे. त्या भावनेने दिले जाते, ते सात्त्विक दान.

यत्प्रत्युपकारार्थं फलमुद्दिश्यं वा पुन: ।
दीयते च परिक्लिष्टं तद्दानं राजसं स्मृतम् ।।

जे दान उपकाराच्या मोबदल्यात दिले जाते, फलाचा उद्देश धरून दिले जाते; ते दान राजस म्हटले जाते. आणि—

अदेशकाले यद्दानम् पात्रेभ्यश्च दीयते ।
असत्कृतमवज्ञातं तद्दानं समुदाहृतम् ।।

जे दान देश-कालाचा विचार न करता अपात्रांना सत्कार न करता दिले जाते, ते दान तामस होय.

गीतेमध्ये श्रीकृष्णमहाराज म्हणतात— राजस व तामस ही दोन्ही दाने

माणसाला अहितकारक आहेत. सात्त्विक दान हितकारक जरी असेल, तरी त्या दानाने परमेश्वराचे प्रेम संपादन करता येत नाही. परमेश्वराचे प्रेम फक्त अन्नदानानेच मिळू शकते; म्हणूनच द्रव्यदानापेक्षा अन्नदान अत्यंत श्रेष्ठ आहे.

***

१२.

सर्वज्ञांचा अवतारदिन सर्वत्र साजरा व्हावा

श्री उमेश आकरे

उपक्रमशीलता माणसात चैतन्य फुलविते, हे खरे आहे. तद्वत्‌च त्याची सामाजिकता समाजाला कारक ठरते. अखिल भारतीय महानुभाव महामंडळ— म्हणजेच पूर्वीचे महानुभाव मंडळ, नागपूर— ह्या संस्थेच्या उपक्रमशीलतेबाबत मंडळाला आलेले हे अनुभव आहेत. काळ प्रवाही आहे, तसेच विषयही प्रवाही असतात. धर्माशी निगडित विषय एकामागून एक येत गेले. मंडळ प्रत्येक वेळी त्याच्याशी दोन हात करून पुढे जात गेले. मंडळाचे उपक्रम हे नेहमीच सामाजिक समस्या व सामाजिक गरज बघून आखले गेलेत. ह्या मंडळाप्रमाणेच इतरही व्यक्ती वा संस्था महानुभाव समाजात प्रतिष्ठित आहेत. त्यांचेही विषय उदात्त आहेत. मंडळाने सन ८९ पासून लढलेला लीळाचरित्राचा लढा ऐतिहासिकच मानावा लागतो. समाजावर वेळोवेळी होणारी चिखलफेक निपटून काढण्यात मंडळाचा पुढाकार निर्विवादपणे राहत आला आहे. साहित्यिकांनी केलेले हल्ले परतवण्याची शर्थ मंडळाने बऱ्याच वेळा केली. पंथविरोधी विकृत मानसिकतेमुळे असल्या षड्‌यंत्राचा बीमोड करण्यात मंडळाच्या पाठीशी समाज वेळोवेळी भक्कमपणे उभा राहत आला. तो लढा मग ल. शि. चौधरी लिखित पुस्तकाविरुद्ध असो, बाबूराव वाघ लिखित पुस्तकाविरुद्ध असो, 'पंढरी संदेश' साप्ताहिकाविरुद्ध असो किंवा रजनीशांची तुलना सर्वज्ञ श्री चक्रधर भगवंतांशी करणाऱ्या प्रबंधाबाबत असो; समाज त्याच नेटाने मंडळाच्या मागे उभा राहत आला. मंडळाने ऋद्धपूरसाठी चालवलेला प्रयत्न आता खऱ्या अर्थाने जनतेच्या मनात रुजला आहे. कुठल्याही उपक्रमाची सातत्यता त्यात सेवारत असणाऱ्या नि:स्पृह मंडळींवर अवलंबून असते, त्यात असलेल्या जनतेच्या सहभागामुळे असते, त्याला समाजाचा पाठिंबा असल्यामुळे असते. ऋद्धपुरात त्याचा अनुभव मंडळाला येत आहे. स्वच्छ, सुंदर ऋद्धपूरचे स्वप्न साकारायला अविरत-अखंड प्रयत्नांची व त्याला दैवी साह्याची आवश्यकता आहे. ह्याहून फार महत्त्वाचे

ते हे की, श्री गोविंद प्रभूंच्या पवित्र ऋद्धपुरात वास्तव्याला असणाऱ्या प्रत्येकाच्या हृदयात हा विचार जिवाभावाने चेतविण्याची गरज आहे. 'गाव करी ते राव न करी' म्हणतात ते उगाच नव्हे. मातंगविहिरीबाबतही समाजाने मंडळाला पत्रमोहिमेत सहभागी होऊन उत्स्फूर्त साथ दिली. मंडळाचे ऋद्धपूरचे अभियान निरंतर चालूच आहे. गंगापूर येथील स्थानाचा विषयही मंडळाने रेटून धरलेला आहे. समस्येचा बाऊ न करता ती सोडवायचा प्रामाणिक प्रयत्न करणाऱ्या मंडळाच्या पाठीशी दैव साह्याला उभे राहील, म्हणून आजतागायत गेली ६७ वर्षे मंडळ धर्मकार्यात अग्रेसर आहे.

अलीकडील घटनांचा मागोवा घेताना मंडळाची देदीप्यमान ६-७ दशकांची धर्मसेवा सांगायला जागा अपुरी पडावी अशा दर्जाची आहे. ह्या मंडळाने स्वाभिमानाशी कुठलीही तडजोड केली नाही, हा या संस्थेचा विशेष आहे. कितीही संकटे आले तरी त्यांतून मंडळ सुखरूप बाहेर पडते व धर्मसेवेचे व्रत पुनश्च अखंड तेवत ठेवते. ही प्रशंसा नव्हे, तर वास्तव आहे याची जाणीव महानुभावांतील बहुतेकांना आहेच. मंडळाची समाजाभिमुख वाटचाल, त्याची उपक्रमशीलता व त्याची सचोटी, देवावरील अखंड-अतूट श्रद्धा ह्याचमुळे मंडळाकडून धर्मकार्य घडते आहे. इथवरच्या प्रवासात ज्यांनी मंडळाला तन-मन-धनाने साथ दिली, ते खरेच प्रशंसनीय आहेत. आता आपल्या पूर्वजांच्या अतुलनीय धर्मसेवेची सर्व लहान-थोरांना जाणीव करून देण्याचा उपक्रम राबवण्याचा मंडळाचा मानस आहे. जो-तो उठतो व पूर्वजांना दूषणे देतो, तोतया म्हणतो. आपल्या समाजाची अवनती व्हावी म्हणून कुणीही काहीही करू इच्छित नाही. त्यातल्या त्यात आमचे पूर्वज हे नुसतेच पोकळ विचारवंत नव्हते, तर ते पुरेपूर आचारवंत होते. त्यांची दूरदृष्टी अजूनही आपल्या लक्षात येत नसेल, तर आपण आपल्यावरच अन्याय केल्यासारखे होईल. आपल्या पूर्वजांनी प्रतिकूल परिस्थितीत धर्म कसा राखला, हे नामधारक वासनिकांच्या लक्षात आणून देणे नितांत गरजेचे आहे. त्यांचा आदर्श बाळगूनच आमच्याकडून धर्मसेवा घडू शकेल. त्या आदर्शांना वाट्टेल तसे बोलले जाते, तेव्हा हृदयाची शकले-शकले होतात. आज त्यांच्यामुळे आम्हाला धर्म कळू शकला, आमच्यापर्यंत पोहोचू शकला; ते आम्हाला थोर निमित्त असूनही त्यांचे पुण्यस्मरण तर सोडाच, वरून त्यांच्यावर आजच्या आचारहीनांकडून तोंडसुख घेतले जाते, हे दुर्दैवी आहे. पूर्वजांना उठसूट तोतया ठरवणाऱ्यांनी व त्यांना आंधळेपणाने साथ देणाऱ्यांनी आपली पायरी ओळखावी, आत्मपरीक्षण करावे. पूर्वसुरींच्या पुण्यस्मरणाचा जागर आता सर्वत्र निनादू द्या. त्यांच्या कृतज्ञपूर्वक आठवणीने आपलाही जन्म सुफल सफल होईल, ह्यात जरा देखील शंका नाही.

पुन्हा एक बाब उपक्रम सदरात मोडते, म्हणून येथे नोंदवावीशी वाटते. ती

ही की— सर्वज्ञ श्री चक्रधर भगवंतांचा अवतारदिन दर वर्षी व्रताप्रमाणे गावोगावी, खेडोपाडी हर्षोल्हासात साजरा केला जावा. गावात उपदेशींची केवळ १० घरे जरी असली तरी त्यांनी तो एक दिवस सामूहिकपणे देवपूजा, प्रसादवंदन, प्रीतिभोज ठेवून साजरा करावा. श्रीकृष्ण जयंती वा श्री दत्त जयंतीचा उत्सव उत्साहाने साजरा केला जातोय. विद्यमान असलेल्या सर्वज्ञ श्री चक्रधर भगवंतांच्या अवतारदिनाचा आनंदसोहळा प्राधान्याने साजरा व्हावा. त्याला कुठल्याही मोठ्या प्रपंचाची गरज नाही. मनापासून खूणगाठ बांधून आपल्या पंथीय बांधवांना परमप्रीतीच्या धाग्याने बांधण्यास यापरते सुंदर निमित्त अजून कुठले भेटणार! अखिल भारतीय महानुभाव महामंडळ हा विचार सर्व समाजात पेरण्यास पुढाकार घेतेय, कारण सर्वज्ञांचा अवतारदिन साजरा करण्याची परंपराच मुळात मंडळाच्या माध्यमातून सुरू झालेली आहे. यापलीकडे त्यांच्या सूचनेत असलाच, तर दैवी संकेत असावा. दोन महिन्यांनंतर सर्वज्ञांचा अवतारदिन येतोय; तो आपल्या गावात-शहरात साजरा करायचाच, हा विचार आता सर्व पंथीयांचा होवो. मंडळाला यातून कुठल्याही श्रेयात नव्हे, तर आपल्या कर्तव्याला समाज उभा राहल्याचे पाहण्यात स्वारस्य असावे. सर्वज्ञांचा अवतारदिन आता 'पर्वणी' होऊन आनंदाची बरसात करायला अधीर झाला असणार. सर्वज्ञांच्या अवतारदिनाच्या उत्सवाचे स्वप्न डोळ्यांत आहे, ते पूर्ण करायला देव समर्थ आहे. तूर्तास सर्वज्ञ श्री चक्रधर भगवान की जाय!

('महानुभाव संदेश' वरून साभार)

***

१३.

वासनिक - भिक्षुकांचेही व्हावे कळसारोहण

- प. से. भास्करराव बाणकर

अव्यक्त परमेश्वर सृष्टीमध्ये अवतरोनी जीव उद्धराया समर्थ, का त्याचे साधन समर्थ? त्याच्या साधनाचे चार पक्ष— स्थान, प्रासाद, भिक्षुक, वासनिक— हे अतिगहनाचे गहन, असे आपल्या पूर्वजांनी सांगितले. स्थान, प्रासाद, भिक्षुक, वासनिक ही चतुर्विध साधने आपल्याला वंदनीय आहेत. आपण दररोज आरती झाल्यानंतर 'चतुर्विध साधन की जय' असा जयजयकार करत असतो. परंतु चतुर्विध साधने कोणती आहेत, यावर विचार करताना कुणी दिसत नाही. कित्येक वासनिकांना चतुर्विध साधन कोणती आहेत, हे माहीत नाही. चतुर्विध साधनांची सेवा करण्याची आज्ञा आपल्याला स्वामींनी दिली आहे; परंतु आपण स्थानाला, प्रसादाला, भिक्षुकाला जेवढा आदर देत असतो तेवढा आदर आपण वासनिकाला देताना दिसत नाही. वासनिकदेखील वासनिकाला आदर देताना दिसत नाही. वासनिकाचा भिक्षुकांवर जेवढा विश्वास आहे, तेवढा वासनिकाचा वासनिकांवर नाही, हे अनुभवाचे सत्य आहे. वास्तविक पाहता; स्थान, प्रासाद, भिक्षुक, वासनिक ही आपल्याला परमेश्वरापर्यंत नेणारी साधने आहेत. आपल्याला आचार धर्मामध्ये सात पदार्थांची अप्राप्ती भावावी, असे सांगितले आहे. स्थान, प्रासाद, भिक्षुक, वासनिक, ईश्वर, शास्त्र व प्रेम हेच ते सात पदार्थ आहेत. मला स्थान नेहमी नमस् करण्यासाठी भेटावे. मला प्रासाद वंदन करण्यासाठी मिळावा. माझी भिक्षुकाशी भेट व्हावी. माझी वासनिकाशी भेट व्हावी. मला ईश्वर भेटावा. मला शास्त्र अवगत व्हावे. मला ईश्वराचे प्रेम मिळावे. अशी अप्राप्ती निरंतर मनी धरावी.

चार साधनांपैकी पहिले साधन आहे स्थान. भगवान श्री चक्रधरस्वामी जिथे उठले, बसले, परिश्रम सारला; ती स्थाने आपल्याला वंदनीय आहेत. श्री चक्रधरस्वामींच्या संबंधाने पवित्र झालेली अशी साडेसोळाशे तीर्थस्थाने आहेत. काही श्री गोविंद प्रभुमहाराजांच्या संबंधाने पवित्र झालेली स्थाने आहेत, तर काही

श्री दत्तात्रेयमहाराजांच्या पवित्र पदस्पर्शाने पावन झालेली स्थाने आहेत. काही मांडलिक मंदिरे आहेत, तर काही मठ आहेत. पाच स्थाने तर आपल्याला प्रसादवत् आहेत. ती म्हणजे— पिवळतळौली, क्षेत्रखाज, गुढा, डोमेग्रामचा ओटा आणि छिन्नस्थळी. या सर्व स्थानांची जपणूक तर आपण इंद्रभटापासून आतापर्यंत केलेली आहे. प्रासादाच्या बांधण्या पूर्ण झाल्या आहेत. त्याची प्रासादबांधणी अक्सर पूर्ण झाली आहे.

थोडक्यात, सर्व प्रासादांची जपणूक झाली; परंतु भिक्षुक व वासनिक यांच्या उत्कर्षाकडे आपल्या पंथीयाने, अध्वर्यू लोकांनी लक्ष दिले नाही. त्यांची ऊर्ध्वगती कशी होईल, याकडे लक्ष दिले नाही. त्यांनी केलेल्या चुका, त्यांनी केलेले गैरवर्तन नजरेआड केले. आज त्या चुकांचा अतिरेक होत आहे. यावरून एक कथा आठवते. एक आई असते व तिचे लेकरू असते. लेकरू मोठे होते आणि ते हळूहळू चोऱ्या करायला लागते. ती आई त्या मुलाच्या चोऱ्या नजरेआड करते. वेळीच त्याला समजावून सांगत नाही, वेळीच त्याचे कान पिळत नाही. म्हणून त्या मुलाला चोरीची सवय लागते व त्याचे पर्यवसान त्याच्या धंद्यात होते. तो मुलगा मोठी चोरी करत असताना धरला जातो व त्याला फाशीची शिक्षा होते. फासावर लटकवण्याच्या अगोदर त्याला त्याची अंतिम इच्छा काय आहे, हे विचारले जाते. तो आईला भेटण्याची इच्छा प्रगट करतो. आईला भेटण्यासाठी बोलावतात. मुलाची व आईची भेट होते. त्या वेळेस तो मुलगा आईचे नाक दातांनी तोडतो. पुन्हा त्याच्यावर दुसरा गुन्हा लादला जातो व 'असे का केले?' असे त्यास विचारले जाते. तेव्हा तो म्हणतो, "आज मी फासावर लटकत आहे, याला जबाबदार आई आहे. आईने जर मला वेळीच शिक्षा केली असती व चोरी करण्यापासून परावृत्त केले असते, तर माझ्यावर ही वेळ आली नसती." मुलाचे जरी चुकले असले, तरी आई आपली जबाबदारी झटकून मोकळी होऊ शकत नाही.

त्याप्रमाणे आपल्या गुरुवर्यांनी, भिक्षुक-वासनिकांनी केलेल्या चुका वा केलेले गैरवर्तन आपण नजरेआड केले नाही, त्याला वेळीच बांध घातला नाही; म्हणून आज भिक्षुक व वासनिकांच्या वर्तनाचा अतिरेक होतो आहे. स्वामींनी सांगितले आहे, विकार-विकल्पशून्य होऊन राहा. परंतु बाई बाप तरी नव्हे... हे वचन पुढे करून समाजात विकार सर्रास बोकाळला आहे. सजात्या-वैजात्या एक राहू नये, असे सांगितले असतानादेखील भिक्षुकमंडळी या वचनाकडे दुर्लक्ष करताना दिसतात आणि अध्वर्यू त्यांच्याकडे निमूटपणे दुर्लक्ष करताना दिसतात. या गोष्टीला वेळीच आळा घातला नाही, तर त्याचे परिणाम पंथाला भोगावे लागतील; म्हणून याबाबत

याची दक्षता घेणे आवश्यक आहे. आपण आपल्या पूर्वजांकडे पाहिले; तर ते किती विद्वान होते व कसे विकार-विकल्पशून्य होते, हे आपल्याला दिसून येईल. एक छंदी प्रज्ञा असलेल्यांत हिराईसा, संपूर्ण लीळा संस्कृतात पद्यबद्ध करणारे श्री केशोबास, फक्त अमानित्व-अदंभित्व या पाच श्लोकांवर ग्रंथ लिहिणारे श्री विश्वनाथ बास, दररोज अटनविजन करूनदेखील पोथी सांगणारे श्री हजारे वाल्हेराज... असे विद्वान साधू-संत आपल्या पंथात होऊन गेले. परंतु आज जर पाहिले, तर शास्त्र वेगळेच राहिले; परंतु प्रासादबांधणीत तरबेज, देव घासण्यात तरबेज, मूर्ती बनवून विकण्यात तरबेज, आब्जन करण्यात तरबेज असे भिक्षुक आपल्याला दिसतात. अशा भिक्षुकांच्या माध्यमातून धर्म मोठा होत नसतो, तर विद्वान भिक्षुकांमुळे पंथाचा विकास होतो. हे तत्त्व आपण जाणायला पाहिजे आणि त्यानुसार पुढील भिक्षुक कसे विद्वान होतील, याकडे लक्ष दिले पाहिजे. ज्या धर्मातील-पंथातील भिक्षुक विद्वान, त्या धर्माचा उत्कर्ष होत असतो. नाही तर चांगल्या पंथाचा नष्ट पंथ व्हायला वेळ लागत नाही, याची जाण आचार्यजनांनी ठेवायला पाहिजे आणि त्यानुसार भिक्षुकांचे कळसारोहण व्हायला पाहिजे, असे माझे प्रामाणिक व कळकळीचे मत आहे.

चौथा वर्ग वासनिकांचा आहे. वासनिक हे पंथाचे आधारस्तंभ आहेत, ते पंथाचे अन्नदाते आहेत. अर्थात, पंथाला आधार देणारे टेकू आहेत. अन्नधान्य पुरविण्याचे काम वासनिकांचे आहे व ज्ञान देण्याचे काम अधिकारणाचे आहे. आजपर्यंत मोठमोठे विद्वान संत-महंत होऊन गेले, त्यांचे जनक वासनिक आहेत; परंतु आपण जर वासनिकांकडे पाहिले, तर वासनिकांची धार्मिक स्थिती आज अत्यंत खालावलेली आहे. त्यांना धड पाच नामेदेखील उच्चारता येत नाहीत. त्यांना धर्माचे ज्ञान नाही. औंढ्याला गेलेला साधक औंढ्याला राहून औंढा गाव आहे की नागनाथ देव आहे, नागनाथ गाव आहे की औंढा देव आहे, हेदेखील त्याला माहीत नसते. अशी परिस्थिती आज वासनिकांची झाली आहे. त्यांच्या हातात असलेल्या खोगीरातून घोडे निघून गेले; परंतु त्यांना सांगता येईना की, नेमके काय घडले?

धर्माला आधार देण्याचे काम वासनिकांचे आहे व वासनिकांना ज्ञान देण्याचे काम साधू-संतांचे आहे. वासनिक आपले काम निमूटपणे करतो आहे, पण भिक्षुकांनी ज्ञान देण्याचे खाते काही प्रमाणात बंद करून टाकले आहे. जवळजवळ सर्व साधू-संत आश्रमस्थ झाले आहेत. त्या आश्रमामध्ये अद्यावत सुखसोई आहेत. त्या सुखसोई सोडून भिक्षुक खेड्याकडे जायला तयार नाहीत. वासनिकांचे कळसारोहण करायला तयार नाहीत. वासनिक कसे वागतात, त्यांची मुले कशी व्यसनाधीन झाली आहेत, याकडे संत-महंताचे लक्ष नाही. जड मंदिराचे कळसारोहण करण्यात सर्व

मंडळी दंग आहेत; परंतु खेदाने सांगावेसे वाटते की, असे कितीही कळस चढविले व वासनिक धर्मापासून दूर गेले, तर आपल्या मंदिराला काहीही अर्थ राहणार नाही— याची कृपया नोंद घ्या, ही तुम्हाला कळकळीची विनंती. जडाचे कळसारोहण करण्यापेक्षा चेतनाचे कळसारोहण करा, ही विनंती.

***

१४.

तस्य कर्तारमपि मां विद्धयकर्तारमव्ययम्

श्री नंदकिशोन डहाणे

आजच्या विज्ञानयुगामध्ये तत्त्वज्ञानरूपी सागर— जी गीता— त्या गीतेतील ज्ञानतुषार असलेला 'चातुर्वर्ण्यं मया सृष्टं-गुणकर्म विभागश:' हा श्लोक कित्येकांना शूद्रांवर अन्याय करणारा वाटतो; तर काहींना त्या श्लोकाचा आज प्रचलित असलेला चार वर्ण म्हणजे ब्राह्मण, क्षत्रिय, वैश्य आणि शूद्र हा अर्थ संदिग्ध वाटतो. कारण ईश्वराने जर चार वर्ण निर्माण केले; तर ईश्वरानेच जीवांना बंधनात घातले, असा सरळ-सरळ अर्थ होतो आहे. परमेश्वराला तर नित्यमुक्त असे म्हटले आहे आणि नित्यमुक्त ह्या शब्दाचा अर्थ म्हणजे— ज्याच्या मागे बंधन लागले नाही, आता नाही, भविष्यात कधी लागणार नाही— असा. आपण मुक्त म्हणून नित्यमुक्त हे काही सांगावे लागते; तर आपण मुक्त असून आणिकांते मुक्त करणारा, बंधनातून सोडविणारा आहे— म्हणून नित्यमुक्त असा अर्थ केलेला आहे. असा आणिकांते सोडविणारा परमेश्वर जीवांना बंधनात कसा काय टाकू शकतो? आणि गीतेमध्ये तर 'चातुर्वर्ण्यं मया सृष्टं' असे म्हटले आहे. मग त्याचा अर्थ काय? म्हणून आज काहींना हा श्लोक संदिग्ध वाटत नसला, तरी त्या श्लोकाच्या प्रचलित अर्थाबाबत मात्र संदिग्धता वाटायला लागली आहे.

ज्या वाक्याबाबत, श्लोकाबाबत, सूत्राबाबत व त्याच्या प्रचलित अर्थाबाबत संदिग्धता वाटते; त्याचा अर्थ हा त्याच्या प्रकरणवशावरून करावा, असा आध्यात्मिक संकेत आहे. तशी साधनदात्याची आज्ञा आहे. म्हणून या श्लोकाच्या अर्थाच्या संदर्भात प्रकरणवशाचा विचार करणेही क्रमप्राप्त ठरते. अर्थ तो प्रकरणवशे:। तर, प्रकरण दोन प्रकारचे— १) जे वाक्य, जो श्लोक, जे सूत्र कुणी, कुणाला, कोठे, कशावरून, कोण्या परिस्थितीत, कोण्या प्रसंगी सांगितले आहे; त्या प्रसंगाला त्याचे प्रकरण असे म्हणतात. २) दुसरे प्रकरण म्हणजे— एकाच अर्थाची दहा-वीस वाक्ये, श्लोक, सूत्रे एका ठिकाणी सांगणे किंवा ग्रंथामध्ये त्यांची तशी मांडणी करणे.

त्या दहा-वीस वाक्यांच्या, श्लोकांच्या समूहालासुद्धा प्रकरण असे म्हटले जाते. या दोन्ही प्रकरणांचा विचार करू गेल्यासही चातुर्वर्ण्यं म्हणजे ब्राह्मण, क्षत्रिय, वैश्य आणि शूद्र हा अर्थ सिद्ध होतो काय?

आता पहिल्या प्रकरणाचा विचार जर केला, प्रकरणवश जर पाहायला गेलो; तर वर्णसंकराच्या भीतीने अर्जुनदेव युद्ध करण्यास नकार देतात. 'एका लोकाचे काय, तिन्ही लोकांचे राज्य जरी मला प्राप्त होत असेल; तरीसुद्धा मी युद्ध करणार नाही,' असे स्पष्ट सांगतात. या ठिकाणी अर्जुनदेवांना ब्राह्मण, क्षत्रिय, वैश्य, शूद्र हीच वर्णव्यवस्था अभिप्रेत होती, हे सूर्यप्रकाशाएवढे स्पष्ट दिसते. पण श्रीकृष्णमहाराजांनाही अर्जुनदेवांना अभिप्रेत असलेली वर्णव्यवस्था— म्हणजेच ब्राह्मण, क्षत्रिय, वैश्य, शूद्र अभिप्रेत आहे, असे मात्र प्रकरणवश पाहू गेल्यास म्हणता येत नाही. कारण परमेश्वरानेच जर ब्राह्मण, क्षत्रिय, वैश्य, शूद्र हे चार वर्ण केले आहेत; तर या चार वर्णांचा हाच अर्थ जर श्रीकृष्णमहाराजांनाही अभिप्रेत आहे, तर आपणच निर्माण केलेले वर्ण व त्या वर्णांचे रक्षण करण्यासाठी अर्जुनदेव क्षत्रिय असूनही युद्धास नकार देत आहेत, हे पाहून श्रीकृष्णमहाराजांनी अर्जुनदेवाची पाठ थोपटायला पाहिजे होती— त्यांना शाबासकी द्यायला पाहिजे होती. कारण परमेश्वर जे काही करतात, ते जीवाच्या भल्यासाठीच करतात आणि परमेश्वराने जे केले त्याचे रक्षण करणे, हा जीवाचा धर्म आहे; त्याची मोडतोड करणे हा अधर्म आहे. अर्जुनदेव तर अधर्म चुकवून धर्मच करू पाहत होते. मग श्रीकृष्ण भगवंतांनी त्यांना शाबासकी न देता "क्लैब्यं मा स्म गमः पार्थ" —म्हणजे अरे, हे हिजड्यासारखे काय करतो आहेस, असं का म्हणाले? अर्जुनाला नपुंसक का म्हटले? आणि अर्जुनदेवाला अभिप्रेत असलेली वर्णव्यवस्था जर श्रीकृष्णमहाराजांनाही अभिप्रेत आहे; तर मग अर्जुनाला जी वर्णसकरांची भीती वाटत होती, त्या वर्णसंकराच्या भीतीचे निरसन करण्यासाठी वर्ण काय आहे, ते कुणी निर्माण केले, कसे निर्माण केले— इत्यादी वर्णव्यवस्थेचे व वर्णसंकराचे सर्व ज्ञान श्रीकृष्ण भगवंतांनी अर्जुनदेवाला तिथेच सांगायला पाहिजे होते. तसे न करून उलट श्रीकृष्णमहाराज अर्जुनाला प्रथम नित्यानित्य वस्तूंचा विवेक सांगून, या आत्म्याचं अमरत्व सांगतात; ते का? नित्यानित्य वस्तूविवेकाचा व आत्म्याच्या अमरत्वाचा वर्णव्यवस्थेशी काय संबंध? काही असे तर नाही की, या नित्यानित्य वस्तूंचा व चार वर्णांचा जवळचा काही संबंध श्रीकृष्ण भगवंतांना सांगायचा आहे? अर्जुनदेवाला अभिप्रेत असलेले वर्ण ब्राह्मण, क्षत्रिय, वैश्य आणि शूद्र हे श्रीकृष्णदेवांना अभिप्रेतच नाहीत! श्रीकृष्णदेवांना तर वर्ण म्हणजे काही वेगळेच सांगायचे आहे. कारण पुढे व्यभिचारापासून झालेल्या संततीमुळे वर्णसंकर

होत नसून; मी जर कर्म केले नाही, तर वर्णसंकर होईल, असे म्हणतात. प्रकरणवशी खंडज्ञान असलेल्या जीवाला— म्हणजे अर्जुनाला चातुर्वर्ण्य म्हणजे ब्राह्मण, क्षत्रिय, वैश्य आणि शूद्र हेच चार वर्ण अभिप्रेत असल्याचे दिसत असले तरी; अखंड ज्ञानस्वरूप श्रीकृष्ण भगवंतांनाही तेच अभिप्रेत आहे, असे स्पष्टपणे म्हणता येत नाही. म्हणून पहिल्या प्रकरणवशाने हा अर्थ स्पष्ट होत नाही.

आता दुसऱ्या प्रकरणाचा विचार करून म्हटले, तर 'चातुर्वर्ण्यं मया सृष्टं' हा श्लोक गीतेच्या चौथ्या अध्यायात १३ वा आलेला आहे. "हा ईश्वरीय योग फार पूर्वी मी विवस्वानाला सांगितला असून परंपरेने तो राजर्षी लोकांनी जाणला. पण त्याला फार मोठा काळ उलटून गेल्यामुळे तो योग लोप पावला. तोच लोप पावलेला योग तू माझा प्रिय शिष्य असल्यामुळे मी तुला पुन्हा सांगतो आहे," असे प्रथम तीन श्लोकांमध्ये श्रीकृष्णदेवांनी सांगितले आहे. म्हणजेच, ईश्वरीय ज्ञानाची परंपरा सांगितली आहे. पुढे चौथ्या श्लोकात अर्जुनाची शंका आहे की, विवस्वान हा फार पूर्वीचा आहे आणि तुमचा जन्म तर अलीकडचा आहे; मग हे ज्ञान तुम्ही विवस्वानाला कसे सांगितलेत? पुढे पाचव्या श्लोकामध्ये अर्जुनाच्या शंकेचे उत्तर श्रीकृष्णदेवांनी दिले आहे की— "अर्जुना, तुझेही खूप जन्म झालेले आहेत आणि माझेही खूप जन्म झालेले आहेत; पण त्या जन्मांना तू जाणत नाही, मी जाणतो." पुढे सहाव्या श्लोकात— मी जन्मरहित, विकाररहित असूनही सर्व प्राणिमात्रांचा मालक असूनही आपल्या मूळ स्वभावाचा आश्रय धरून म्हणजेच जीवाचा उद्धार करावा— हा परमेश्वराचा मूळ स्वभाव— त्या स्वभावामुळेच आपल्या मायेकरवी म्हणजे मायेचा देह धारण करून अवतार घेतो, असे सांगितले आहे. मग अवतार कधी घेतो व अवतार घेऊन काय करतो, हे सांगण्यासाठी पुढे सातव्या व आठव्या श्लोकांत, "जेव्हा जेव्हा धर्म लोप पावतो, अधर्माचा उठाव होतो; तेव्हा तेव्हा धर्मस्थापनेसाठी व साधूंचे रक्षण करून दुष्कृत्याचा नाश करण्यासाठी अवतार घेतो", असे सांगितले आहे. पुढे "मी जरी अवतार घेतो, तरी मला सर्वच परमेश्वर म्हणून जाणतात असे नाही, कारण माझा जन्म आणि कर्म दोन्ही दिव्य अलौकिक असल्यामुळे ते सर्व जाणत नाहीत. पण जे मला यथार्थपणे जाणतात, ते जन्म-मृत्यूच्या चक्रात पुन्हा पडत नाहीत", असे १०व्या श्लोकात सांगितले आहे. "ज्यांनी मला यथार्थपणे जाणले; ते राग, भय, क्रोध त्यागून मला शरण येतात व ज्ञानतपाने माझ्या मोक्षाला प्राप्त होतात", असे सांगितले. पुढे ११ व्या श्लोकात "जो मला भजतो, तो माझ्याच मार्गाचे अनुवर्तन करतो," असे सांगितले. पण सर्वच जीव मात्र भजत नाहीत, कारण कर्माची सिद्धी त्वरित इच्छिणारे जीव हे देवतांची उपासना करतात;

कारण त्यांची सिद्धी लवकर प्राप्त होते. अशा प्रकारे या अध्यायाचे येथपर्यंतचे निरूपण आहे आणि यामध्ये परमेश्वर कसा आहे, त्या परमेश्वराला भजणारे कसे आहेत– सर्व जीव त्यांना का भजत नाहीत, देवता कशा आहेत, जीव कसे आहेत, परमेश्वरभक्ती सोडून देवतांचीच भक्ती जीव का करतात— असे हे प्रकरण चालू असताना अचानक ब्राह्मण, क्षत्रिय, वैश्य आणि शूद्र सांगण्याचे प्रयोजन काय? चालू प्रकरणात जे निरूपण होत आहे, त्यामध्ये 'चातुर्वर्ण्यं मया सृष्टं'चा अर्थ ब्राह्मण, क्षत्रिय, वैश्य आणि शूद्र असा सयुक्तिक खरेच वाटतो का?

('महानुभाव संदेश'वरून साभार)

***

१५.

विचार-मंथन : एक चिंतन

कै. प्रा. श्री. दि. वि. बीडकरशास्त्री - फैजपूर

'विचारमंथन' हे शीर्षकच मोठं चिंतनीय आहे, पाहा! आता तुम्ही म्हणाल, 'यात चिंतनीय असं काय आहे बुवा?' प्रश्न बरोबर आहे. कोणताही प्रश्न अनुत्तरित नसतो, हे जितके खरे आहे; तितकेच सर्वच प्रश्नांना उत्तरे नसतात, हेही खरे नाही का? समजा— तुम्हाला विचारले, 'कावळा काळाच का?', 'बगळा पांढराच का?', 'एक अन् एक दोनच का?' यांचं आहे का उत्तर तुमच्याजवळ? नाही ना? खरे म्हणजे, माणसाला निसर्गतःच खोड असते. असं म्हणतात की, घोड्यात ७२ खोड्या असतात आणि माणसात ७३ खोड्या असतात. आता माणसाच्या ७२ खोड्या या घोड्यासारख्या असल्या, तरी ७३ वी खोड नक्कीच चांगली असणार; म्हणून तर तो घोड्यावर स्वार होतो ना! असो. तेव्हा शीर्षक चिंतनीय कसं आहे, याचं उत्तर पुढील विवेचनावरून लक्षात यायला हरकत नसावी.

'विचारमंथन' हा सामासिक शब्द आहे. यामध्ये जे दोन शब्द आहेत, ते तटस्थ आहेत. संस्कृत शब्दांसंबंधी दोन प्रकारच्या विचारधारा आहेत. काही आचार्य संस्कृतचे जेही शब्द आहेत, ते सर्व धातुज म्हणजे धातूपासून बनलेले आहेत, असे मानतात; तर काही आचार्य धातुज व परंपरागत मानतात. धातुसाधित शब्दांना कृदंत म्हणतात. विचार व मंथन हे दोनही शब्द कृदंत आहेत. वि उपसर्गपूर्वक 'चर' धातूला 'घत्र' प्रत्यय लागून विचार हा शब्द बनलेला आहे. याचप्रमाणे 'प्र', 'आ', 'दुर्', 'अप', 'अति' हे उपसर्ग 'चर्' धातूला लावले तर क्रमशः प्रचार, आचार, दुराचार, अपचार, अत्याचार असे निरनिराळे अर्थ होतात आणि उपसर्गाचे दडपण काढून टाकले तर न सुद्धा 'चार' राहतो. चार या शब्दाचा संस्कृतमध्ये अर्थ आहे संदेशवाहक. संस्कृत नाटकात प्रायः या अर्थाने चार या शब्दाचा प्रयोग केला जातो. परंतु हा धातूचा मूलार्थ नसून 'रूढार्थ' आहे. 'चर्' धातूचे अर्थ आहेत, जाणे व खाणे आणि 'मंथन'चे अर्थ आहेत, घुसळणे वगैरे. तेव्हा या बव्हर्थक धातूंचा एकेका

अर्थाच्या दृष्टीने विचार केला— तर जे खाल्ले असेल, त्याची घुसळण करणे; परंतु खाल्ल्याची घुसळण करणे कसे शक्य आहे? अर्थदृष्ट्या दोन शब्दांचा अन्वय लागत नाही, म्हणून 'चर्' धातूचा खाणे असा वाच्यार्थ न घेता 'अवगत असणे' आणि 'मंथन'चा 'आवर्तन करणे' असा लक्ष्यार्थ घ्यायला हवा. व्यवहारातही कधी कधी लक्ष्यार्थाने लाक्षणिक शब्दांचा प्रयोग केला जातो. जसे की— 'बिनडोक', 'लावण्य' वगैरे. तसेच लीळाचरित्रासारख्या प्राचीन मराठी ग्रंथातदेखील लक्ष्यार्थाने शब्दप्रयोग केल्याचे आढळून येते. एका प्रसंगी अन्य वार्ता करीत असलेल्या भक्तांना उद्देशून स्वामी म्हणतात— 'पशु जेचि खाति तेचि रोवती'; म्हणजे जनावरे जे खातात, त्याचेच रवंथ करतात आणि तुम्ही मात्र एक खाता– अर्थात अभ्यासता– आणि दुसरे चर्वण करता. यावरून विचार या शब्दाचा काय अर्थ अभिप्रेत असावा, हे आपल्या लक्षात येईल. त्या दृष्टीने मंथन होणं किती आवश्यक आहे, याचे प्रत्यंतर आपणास खालील प्रसंगावरून येईल.

स्वामींचे वास्तव्य बेलापुरास असताना भटोबास व महदाइसा यांनी विचारले— "जी: जी: गोसावी निरूपिले जे शास्त्र ते काइसेन चिंतवे?" यावर स्वामी म्हणतात, "परस्परे मंथन कीजे"; परंतु अशा मंथनाने काय होते याचे उत्तरही स्वामी देतात— "मग नूतन होए"— म्हणजे हे अवगत केले आहे, ते उजळून निघते किंवा अपूर्व अर्थाची निष्पत्ती होते.

आजकाल लोकव्यवहारामध्ये साधी बोलचाल असो की एखाद्या विषयावरची खलबतं असोत, यांना चर्चा म्हणण्याचा प्रघात पडता आहे; पण खरे म्हणजे, त्यांना चर्चा म्हणणे सयुक्तिक घडत नाही. याविषयी शास्त्रांमध्ये तीन प्रकारचे वर्गीकरण केलेले आहे. ते असे— १) जिज्ञासा, २) चर्चा, ३) मंथन. 'नेणिवे पुसिजे ती जिज्ञासा'. म्हणजे नम्रवृत्तीने जाणण्याची इच्छा असणे, ती जिज्ञासा. यामध्ये जिज्ञासक हा अल्पज्ञ असतो, तर दुसरा विशेषज्ञ असतो. मात्र चर्चा आणि मंथनामध्ये दोघेही विशेषज्ञच असतात. दोघांची विद्वत्ता समान असते. सिद्धांत अर्थासंबंधी दोघा ज्ञात्यांचा जो सुसंवाद असतो, तिला चर्चा म्हणतात आणि मंथनापूर्वी प्रत्यक्ष होत असे. त्यामुळे जिज्ञासेत अज्ञान-निवृत्ती होत असे, चर्चेतून यथार्थ अर्थ समजत असे आणि मंथनाने नवनीताप्रमाणे अपूर्व अर्थ निष्पन्न होत असे किंवा नवनीताला (लोण्याला) मलिनता आली तर विशिष्ट प्रक्रियेने ती घालविली जाते, तशी अर्थाबद्दलची संदिग्धता नष्ट होते. आताच्या या नवयुगात हे मंथन लेखणीद्वारे केले जाते; परंतु या लेखनाद्वारे केलेल्या बहुतेक मंथनातून नि:संदिग्ध असा नवा अर्थ निष्पन्न तर होत नाहीच, उलट संशोधनांच्या ऊर्मीतून केलेल्या अशा लिखाणाने बुद्धिभेद मात्र जरूर होतो आणि

सर्वसामान्यांमध्ये संभ्रम पैदा होतो. या संदर्भात अनेक मान्यवरांनी महानुभाव साहित्यासंबंधी केलेल्या सबाध मंथनांची अनेक उदाहरणे देता येतील; परंतु विस्तारभयास्तव त्या सर्वांचा निर्देश न करता, नुकताच वाचण्यात आलेला 'महानुभाव वाङ्मयातील शोधस्थळे' या एकाच ग्रंथाचा उल्लेख करतो. सदरहू ग्रंथ डॉ. अण्णासाहेब अडसोड यांनी लिहिला असून, तो जानेवारी १९९३ मध्ये व्हीनस प्रकाशनाने प्रकाशित केला आहे. या ग्रंथात एकूण १० लेख आहेत. पैकी 'महानुभाव साधू-संतांची वेषभूषा' यातील काही विधाने विचारणीय असून त्याहीपेक्षा 'लीळाचरित्र-संशोधन' हा लेख विशेष चिंतनीय आहे. एप्रिल-मे-जून ९४ च्या अंकात हा लेख आलेला आहे. शेकडो वर्षांत महानुभाव किंवा महानुभावात मातब्बर संशोधकांकडून जे संशोधन झाले नाही, असे अद्‌भुत संशोधन केल्याबद्दल या लेखाच्या संदर्भात डॉ. साहेब खरोखरच अभिनंदनीय आहेत. प्रस्तुत लेखातील विधानांवरून-प्रमेयांवरून त्यांची कल्पनाशक्ती, तर्कशक्ती किती बेजोड आहे याची जाणीव होते. स्वामींच्या प्रयाणासंबंधात ते म्हणतात— असा सर्वज्ञ श्री चक्रधरस्वामींनी सर्व भक्तांना श्री प्रभूंना ओगविल्यानंतर महाराष्ट्राला कायमचा रामराम ठोकला.

तर, लीळाचरित्राच्या मूळ प्रतीबाबतीत ते लिहितात–

"श्रीनागदेवाचार्यानंतर दुसरे आचार्य बाइदेवबास. त्यानंतर परशरामबासांचा त्यावर अधिकार होता. मात्र कवीश्वर थोर विद्वान म्हणून त्यांचाच नंबर लागला. ते शल्य परशरामबासांच्या मनात होतेच. मुख्य पोथ्या जर आपण ठेवल्या, तर पुढचे आचार्यपद मिळवायला आपणास व्यत्यय कुणीही आणणार नाही. याच हेतूंनी कवीश्वरांचा डोळा चुकवून पोथी स्वत:जवळ ठेवून घेतली आणि ग्रंथ हरविल्याची विज्ञानी ठोकून दिली."

अशा प्रकारे लीळाचरित्राच्या मूळ प्रतीबद्दल मनोगत अभिव्यक्त करून खालीलप्रमाणे दुसरेही मत ते नोंदवितात—

"आमचे मत वर प्रतिपादितच आहे की, कवीश्वरांनी माहूरचे संस्थान देवदेवेश्वर जोग्यांकडून जिंकल्यामुळे जळफळून सह्याद्रीच्या (माहूरच्या) कोकात (कोकणात नव्हे) महानुभावांना गाठून ज्या शास्त्राच्या भरवशावर जयपत्र मिळविले, ते शास्त्र हस्तगत करण्याचा यशस्वी प्रयत्न जोग्यांनी केला. म्हणूनच अन्वयकार त्याला चोर म्हणतात. विश्वसनीय गोटातून समजते की, माहूर शिखरसंस्थानजवळ असलेली एक पोथी ही विशिष्ट वेळीच विशिष्ट अधिकारी व्यक्तीच वाचतो. ही सांप्रदायिकांनाच ऐकायची परवानगी आहे. पोथी ऐकण्याची व वाचण्याची अत्यंत गुप्तता असते. ती दुसरी-तिसरी पोथी नसून लीळाचरित्राची म्हाइंभट लिखित मूळ

प्रतच असावी.''

तसेच निंभोरकरांच्या मताशी सहमत होऊन त्यासंबंधित ते लिहितात— डॉ. श्री. चंद्रकांत निंभारकरांचे मत दुसरेच आहे. तेही पटण्याजोगे आहे. खालसेयाची धाडी वगैरे काहीच नसून कवीश्वरासोबतचे परशरामबास किंवा अन्य महात्म्यातील कुणा एकाने अथवा अनेकांच्या कटाने ती पोथी हस्तगत केली असावी. ती कशाकरता, तर इतर गुरुकुळापेक्षा आपण विशेष विद्वान आहोत व गुरुकुळातील अनमोल ठेवा मजजवळ आहे हा महंतपणा दाखविण्याकरिता. नाही तर धाडीनंतर सर्व गुरुकुळ गवतातील पोथी धुंडाळण्याकरिता पराकाष्ठा करीत होते. त्याचप्रमाणे 'आन' तिन्हीरूपे चरित्रे म्हाइंभटाची केली. परि ते लीळा-संबंध... खालसाचिया धाडीसी नाहीचि जाले: असा सिद्धांत हरिव्यास व धाकुटे सोंगोव्यास याच्या अन्वयस्थळाचा आणि त्याचबरोबर कृष्णमुनींचाही हवाला देऊन 'खालसाचिया धाडीसी नाहीचि जाले' यावर पुढीलप्रमाणे भाष्य करतात—

''याचा सरळ अर्थ असा की, खालसाचिया धाडीमध्ये लीळाचरित्र नाहीसे झालेच नाही. या ठिकाणी जर नाहीसे जाले असा शब्दप्रयोग असता तर त्याचा अर्थ नष्ट झाले, नाहीसे झाले असा झाला असता.'' 'खालसा' शब्दासंबंधी ते म्हणतात–

''...'खालसा' शब्दाचाही अर्थ चुकीचा केलेला आहे. चोर, डाकू, यवन, धर्मभ्रष्ट, तुरक इ. जाणकारांनी आपापल्या बुद्धीप्रमाणे वापरलेला आहे. वास्तविक 'खालसा' म्हणजे धर्मपंडित, धर्ममार्तंड, धर्माधार, धर्माकरिता बलिदान करणे असा होतो. (म्हणून) 'खालसा' शब्द परशरामबासांना कवीश्वरांनी अत्यादरपूर्वक वापरला. त्याचा वर्म-स्पर्श होऊ नये म्हणून.'' असे विधान करतात. तसेच संन्यस्त आयांच्या वस्त्राच्या रंगासंबंधी आपले मत व्यक्त करताना डॉ. म्हणतात–

''मात्र बायांचे जे काळेशार कपडे आज त्या वापरताना दिसतात, हे परिवर्तन अलीकडील आहे. प. म. श्री. प्रभाकरशास्त्री यक्षदेवबाबांच्या समोरचे. रात्रीच्या वेळी पुरुष व स्त्रिया यांमधील फरक चटकन ओळखायला यावा, म्हणून स्त्रियांची गर्द काळी वस्त्रे करण्यात आली.''

या ठिकाणी लेखन जरा लांबले आहे याची मला जाणीव आहे; परंतु 'शोध-स्थळ' लेखकाची वैचारिक, भाषिक आणि तार्किक पद्धती वाचकांच्या लक्षात यावी यासाठी पूर्वोक्त उद्धरणे दिली आहेत. डॉ. अडसोडांच्या एकूण विचारावरून खालील मुद्दे स्पष्ट होतात.

१) स्वामींनी महाराष्ट्राला रामराम ठोकला.

२) श्री कवीश्वराचार्यांच्या विद्वेषामुळे स्वत:च्या प्रतिष्ठेच्या हव्यासापोटी कट

करून, कवीश्वरांचा डोळा चुकवून लीळाचरित्राची मूळ प्रत हडप करणे— यातच निंभोरकरांच्या मताचा अंतर्भाव होतो.

३) माहूर शिखर संस्थानाजवळ असलेली पोथी म्हाइंभटलिखित मूळ चरित्राची प्रत असणे.

४) खालसा शब्द चोर, डाकू, यवन वगैरे वाचक नसणे.

५) खालसा शब्द कवीश्वरांनी परशरामबासांना आदरार्थी वापरणे.

६) पंथीय संन्यस्त स्त्रियांच्या कपड्यांना काळेशार करण्याची प्रथा प.म.श्री. प्रभाकरशास्त्री ऊर्फ कै. श्री. यक्षदेवबाबांच्या काळापासून पडणे.

७) रात्रीच्या वेळी पुरुष व स्त्रिया यांतील फरक चट्कन ओळखता यावा, म्हणून संन्यस्त स्त्रियांची वस्त्रे गर्द काळी करणे.

आता याचा क्रमशः विचार करू.

१) प्रत्येक संप्रदायाची विशिष्ट अशी परिभाषा असते. त्या दृष्टीतून सांप्रदायिकाने संप्रदायासंबंधी वा त्याच्या प्रवर्तकासंबंधी पारिभाषिक शब्दांचा प्रयोग करणे क्रमप्राप्त असते. आधुनिक भाषेचा गैरवापर करून मर्यादातिक्रम हे त्या सांप्रदायिकास साजेसे नसते, हे डॉ. अडसोडांना कुणी सांगण्याची गरज नाही. तथापि, स्वामींच्या बाबतीत 'राम राम' ठोकणे या वाक्प्रचाराचा प्रयोग करून आम्ही कसे भाषाप्रभू आहोत, हे दाखवून देण्याचा तर त्यांचा उद्देश नसावा?

२) ज्यांची धर्मवार्ता ऐकून पारिमांडल्याचार्य श्री आनेराज व्यासांनी 'परशरामचे बोलणे गगना गवस नीगा' असा अभिप्राय दिला आणि कैवल्यवासानंतर श्री विनायकबासांनी, सौजन्याचा गुणराणीः प्रीति नियत मानसीः चित्त संतत परेशीः श्रीचरणी असे धावा, मध्ये वर्णन केले, त्या श्री परशरामबासांनी; डॉ. अडसोड किंवा निंभोरकर म्हणतात त्याप्रमाणे— कवीश्वरांना मिळालेल्या आचार्यपदाच्या शल्यामुळे गद्दारी करून लीळाचरित्राची मूळ प्रत हडपणे शक्य आहे काय? इतक्या थर्ड क्लास प्रवृत्तीचे ते असू शकतील काय? डॉ. अडसोड हे वैद्यकीय पेशात कदाचित अचूक ट्रीटमेंट करत असतील; पण या ठिकाणी त्यांचे निदान सपशेल चुकले आहे, हे कुणाही सुज्ञ विचारवंताच्या लक्षात येईल. परशरामव्यास हे बाईदेवबासांचे शिष्य असले, तरी ब्रह्मविद्येचा संपूर्ण अभ्यास त्यांनी कवीश्वरांकडून केला होता. असे हे गुरू-शिष्याचे नाते असताना परशराम व्यासांकडून असा प्रकार घडणे सुतराम शक्य नाही. आमचे धर्मबंधू डॉ. द्वयांनी वर्तमानकाळातील गुरू-शिष्यांच्या अपवादात्मक परिस्थितीवरून तत्कालीन गुरू-शिष्यांच्या वर्तणुकीचे अनुमान केले असावेसे वाटते; पण आताच्या सारखी त्या वेळेची स्थिती नव्हती. विद्यार्थ्याची त्याच्या प्रकृतीनुसार

१२ वर्षे, ९ वर्षे, ६ वर्षे आणि कमीत कमी ३ वर्षे तरी परीक्षा पाहूनच त्याला संपूर्ण शास्त्र सांगत असत. तीन वर्षेही परीक्षा न पाहता शास्त्र सांगितले, तर तो शास्त्रप्रवक्ता अधम कोटीचा मानला जाई. श्री कवीश्वराचार्यांनीदेखील परीक्षा पाहूनच शास्त्र सांगितले असणार, यात संशय नाही आणि म्हणून मूळ प्रतीच्या संबंधाने डॉ. द्वयांनी जे विचार मांडले, त्याला कुणीही जाणकार हेत्वारोप म्हटल्याशिवाय राहणार नाही.

३) बरे, डॉ. महाशय या विचारांवर ठाम आहेत, असेही दिसत नाही. माहूर शिखर संस्थानाजवळ असलेल्या एका पोथीचे वाचन व श्रवण गुप्त रूपाने विशिष्ट वेळी, विशिष्ट व्यक्तीच करते— असे विश्वसनीय गोटातून त्यांना कळले. त्यावरून ती दुसरी-तिसरी पोथी नसून लीळाचरित्राची म्हाइंभटलिखित मूळ प्रतच आहे, असे दुसरेही मत ते प्रस्थापित करतात. ही पोथी जोग्यांनी हस्तगत करण्याचे कारण काय? तर म्हणे, या शास्त्राच्या (पोथीच्या) भरवशावर कवीश्वरांनी जयपत्र मिळविले, म्हणून जोग्यांनी महानुभावांना माहूरच्या कोकात गाठून आपला प्रयत्न यशस्वी केला.

वास्तविक पाहता, जोग्यांना हे शास्त्र हस्तगत करण्याची काहीच गरज नाही. ज्यातून यांचा वादविवाद चालू होता, ते शास्त्र जोग्यांना अवगत होते; म्हणूनच त्यांनी त्या शास्त्रातून वादविवाद चालवला होता. मात्र कवीश्वराचार्य त्या शास्त्रात पारंगत नव्हते, म्हणून ते शास्त्र-निष्णात असलेल्या राघवपंडितांनी मध्यस्थी केली व प्रतिप्रश्न करून जोग्यांना पराभूत केले. ब्रह्मविद्येतून हा वाद असता, तर राघवपंडितांनी मध्यस्थी करायची आवश्यकताच भासली नसती. दुसरी गोष्ट अशी की, हे जोगी स्वामींचे अनुयायी नाहीत; ते अन्य सांप्रदायिक आहेत. त्यामुळे त्यांना पोथी वाचण्याचे काही महत्त्व नाही, की गुप्तता राखण्याचे प्रयोजन नाही. प्रत्यक्ष पडताळा न घेता केवळ विश्वासावर विसंबून निष्कर्ष काढणे अनुचित असते. येथे प्रश्न असा उपस्थित होतो की— डॉ. महोदयांनी मूळ प्रतीच्या बाबतीत जी दोन मते दिली आहेत, त्यांमधून त्यांना कोणते ग्राह्य आहे, असे वाचकांनी समजावे? की, दोन्ही मते म्हणजे वाऱ्यावरच्या वरातीच...?

डॉ. साहेब आपल्या मताच्या पुष्ट्यर्थ सिदान्ते हरिबास व धाकुटे सोंगोबास यांच्या अन्वयस्थळाचा उतारा देऊन म्हणतात– 'खालसाचिया धाडीसी नाहीचि जाले' याचा सरळ अर्थ असा की, खालसाचिया धाडीमध्ये लीळाचरित्र नाहीसे झालेच नाही. हे कशावरून? तर, 'नाहिसे जाले' असा शब्दप्रयोग नाही म्हणून! डॉ. महोदयांचा भाषिक अभ्यास खरोखरच कौतुकास्पद आहे, अशी जाणीव होत नाही काय? त्यांना प्राचीन व अर्वाचीन मराठी भाषेतील फरक माहीत नसेल, असे म्हणता येईल का? सोंगोबासांच्या अन्वयस्थळाबरोबर ज्या कृष्णमुनींच्या उल्लेख

करतात; त्या कृष्णमुनींचा पुरावा आपल्या मताच्या विरोधात जातो याचे त्यांना भान नसणे, हे आश्चर्यजनक नाही का? कृष्णमुनी स्पष्ट करतात– "म्हाइंभटोबासी लीळावंद केला: तो धाडीमाजी गेला. सकळही."

४) पूर्वाचार्यांना अभिप्रेत असलेला 'खालसा' शब्दाचा अर्थ चुकीचा मानून पंथीयेतरांच्या अर्थाला प्रामाण्य देणे कितपत योग्य आहे? वेगवेगळ्या संदर्भात शब्दाचे वेगवेगळे अर्थ होतात, हे कुणी नाकारू शकेल काय? काही ठरावीक शब्दांचे सांप्रदायिक व संप्रदायेतर अर्थ निरनिराळे होतात याची कल्पना डॉक्टरांना नसेल, असे म्हणणे योग्य ठरेल का?

५) 'खालसा' शब्द कवीश्वरांनी परशरामबासांना आदरार्थी वापरला, याला प्रमाण नसताना वापरला म्हणणे शोभनीय आहे काय?

६) पंथीय संन्यस्त स्त्रियांच्या कपड्यांना काळेशार करण्याची रूढी कै. प्रभाकरशास्त्रींची ऊर्फ प.म.पू. श्री. यक्षदेवबाबांच्या काळापासून पडली, असे डॉ. म्हणतात. परंतु त्यांच्याआधी किती तरी काळापासून कपडे काळे करण्याची पद्धत आहे. याविषयी कालनिर्देश निश्चित करता आला नाही तरी एवढे मात्र खरे की, ही प्रथा त्यांच्या काळापासून नक्कीच नाही.

७) शिवाय काळेशार वस्त्र करण्याबाबतची डॉ. नी स्वत:च्या मानसशास्त्रातून जी कारणमीमांसा केली, तीही अनाठायीच आहे; एवढेच येथे नमूद करतो. डॉ. म्हणतात तसे मानले अन् विभिन्न दृष्टिकोनातून कुणी त्याचा अन्वयार्थ लावला, तर काय गहजब होईल याची त्यांना तरी कल्पना आहे काय? उगाच लिहिता येते म्हणून काहीही लिहिणे आणि मनात आले तसे ठोकून देणे, ही यथेच्छ चेष्टा नाही का?

सन्मान्य वाचकहो, आणखी बरंच काही लिहिण्यासारखं आहे; पण आपण कंटाळला असाल, म्हणून लिखाणाला आवर घालतो. या ठिकाणी जो लेखनप्रपंच केला गेला, जे चिंतन केले गेले; त्याची पार्श्वभूमी आपल्या लक्षात आली असेलच. स्थळभाष्यकार श्री गुर्जर शिवव्यास म्हणतात– "अन्यथा ज्ञान ते न पुसता फेडावे" ही या चिंतनामागची भूमिका आहे. अर्थात, याचा उपयोग होईलच, असा विश्वास आजच्या या विज्ञानयुगात बाळगणे कठीण आहे; पण निदान अमक्या-तमक्याच्या लिखाणावर कुणी तरी आक्षेप घेतला याची तरी वाचकांना कल्पना येईल.

पंथीयेतर साहित्यसंशोधकांच्या हातात पंथीय वाङ्मय गेल्यापासून ते आतापर्यंत ज्या कुणा साहित्यिकाकडून अन्यथा ज्ञानमूलक लेखन झाले, त्यावर आक्षेप घेतले गेले असते तर त्यांचे विचार दृढमूल झाले नसते आणि कुणी दुसऱ्याने त्यांच्या विचारांचा अनुवादही केला नसता; पण दुर्दैवाने हे झाले नाही, ही पंथाची शोकांतिका

आहे. आजही पंथात विद्वानांची कमी नाही, मातब्बर असे विद्वान आहेत; पण 'कव्हणा कव्हणी व्यसन' अशी स्थिती आहे. या सर्वांनी चंग बांधला, तर कुणाचीही अन्यथा ज्ञानमूलक लिखाण करण्याची मजाल नाही. केवळ व्यासपीठावरून भाषणबाजी करून लेखनबद्ध झालेले विपरीत विचार मोडीत निघणार नाहीत. तेव्हा भावी काळाची गरज ओळखून आजच ''कराल तरि होईल की गा'' या स्वामींच्या सूत्राचे सूचन करून चतुर्विध साधनांस विनम्र दंडवत करतो आणि 'धाके न ओढा झुळझुळ वाहे, माझी तशी ही गुणगुण आहे'' या विनायकांच्या शब्दांत स्थायिभाव अभिव्यक्त करून प्रस्तुत चिंतनास विराम देतो.

***

१६. महानुभाव साहित्याची कैफियत

प्रा. पुरुषोत्तम नागपुरे

उपाख्य म. श्री. पुरुषोत्तदादा कारंजेकर, अमरावती

उद्याचा दिवस हा महत् दिवस आहे. महानुभाव साहित्याच्या अज्ञात दालनाचे खऱ्या अर्थाने अनावरण होत आहे. या प्रसंगी आपणासमोर या साहित्यविश्वाच्या वतीने एक कैफियत मांडण्यासाठी मी लिहीत आहे. ही कैफियत कुण्या व्यक्तीविरुद्ध किंवा व्यक्तिसमूहाविरुद्ध नाही; ही नियतीच्या क्रूर खेळाविषयीची आपबिती आहे.

मराठी वाङ्मयाला अभिजात भाषेचा दर्जा देण्यास सक्षम ठरावा, असा समृद्ध साहित्यविस्तार गेल्या सातशे वर्षांत करून ठेवणाऱ्या महानुभाव साहित्यविश्वाची पुरती ओळखही मराठी भाषेच्या अभिमानी साहित्यप्रेमी जनांना होऊ नये, ही आमची खरीखुरी चिंतेची बाब आहे. ती ओळख करून देण्यासाठी अ. भा. महानुभाव साहित्य महामंडळ सतत पंचवीस वर्षे धडपडत आहे; परंतु त्या धडपडीस पुरते यश पदरी पडत नसल्याचाच आजवरचा अनुभव आहे.

मराठी वाङ्मयास विविध अलंकारांनी सजविण्यात आलेले होते. त्यात कवी नरेंद्रांसारख्यांचे परतत्त्वाचा स्पर्श असलेले शृंगारकाव्य रुक्मिणीस्वयंवर आहे; तर भारतीय प्रादेशिक भाषेत कोणत्याही भाषेतील तत्त्वज्ञानाला स्वतंत्र परिभाषा देणारे प्रचंड तितकीच समृद्ध तात्त्विक भाष्ये-महाभाष्ये यांचे ग्रंथ महानुभावांनी निर्माण केलेले आहेत. स्वत: सर्वज्ञ श्री चक्रधरस्वामींनी तत्त्वज्ञानाला स्वतंत्र परिभाषा निर्माण करून ठेवलेली आहे. ती संस्कृतेतर इतर कोणत्याही देशी भाषेत अजूनपर्यंत निर्माण होऊ शकलेली नाही, हे एकच वास्तव आपल्या मराठी भाषेला अभिजात भाषा म्हणून घोषित करण्यास समर्थ आहे. या दृष्टीने आजच्या थोर-थोर साहित्यप्रेमी जनांनी प्रयत्न केले, तर या आपल्या मायबोलीस अभिजात भाषेचा दर्जा मिळायला वेळ लागणार नाही.

या महानुभाव वाङ्मयात अस्सल मराठी भाषेचा उत्कृष्ट नमुना असलेले 'लीळाचरित्रा'सारखे देशीकार लेणे आहे. ते निर्माण करून ठेवणारा महान वाङ्मय-

शिल्पी 'महिंद्र भट्ट' हा मराठी वाङ्मयविश्वातील थोरला गद्यकवी मानावा लागेल, एवढा त्यांच्या भाषेत वाङ्मयीन कलाविष्कार आहे. तसेच ते मराठी संस्कृतीचे जिवंत दर्शन घडविणारे साहित्यशिल्प आहे. त्यातून सामान्यजनांच्या भाव-भावनांचे दर्शन घडते, तसेच परतत्त्वाचा गंधही प्रत्ययास येतो. या वाङ्मयीन देशीकार लेण्याची सध्या बरीच परवड सुरू आहे. ती संपून ते वाङ्मयलेणे महाराष्ट्राच्याच नव्हे, तर संपूर्ण भारतातील घरोघरी-वाडोवाडी जायला हवे आहे, ही या मंडळाची खरी तळमळ आहे.

अखिल भारतवर्षात धर्मतत्त्वाच्या निर्णयांचा घोळ गेल्या सहस्रकात सतत सुरू आहे. त्यासाठी थोर-थोर आचार्यगण गेल्या सहस्रकात चर्चा करीत आलेले आहेत. ही चर्चा आद्य श्री शंकराचार्यांपासून रामानुज, मध्व, श्री वल्लभ, निंबार्क आदी आचार्यांनी केलेली आहे. त्या चर्चेचा आधार मात्र प्रस्तानत्रयीचाच आहे. प्रस्तानत्रयीतही 'भगवद्गीता' हीच सर्व चर्चेचा मुख्य आधार आहे. गीतेचा सर्वसामान्य पाठ आपापल्या मताच्या पुष्टीकरिता वापरून विविध स्वरूपांचे अर्थ एकाच ग्रंथावरून प्रतिष्ठित करण्याचा प्रयत्न आजवर झालेला आहे. त्या अर्थाच्या वैविध्यात मूळ गीतार्थ गतार्थ होतो की काय, असे वाटू लागलेले आहे. म्हणून महाराष्ट्रकवी वामन पंडित म्हणतात–

परी अजी भगवंतजी । या कलियुगा माजी ॥
जो तो गीतार्थ योजी । मतानुसार ॥
कोण्या मिसे तरी कोणी ।
गीतार्थ अन्यथा वारखाणी ॥
मज नावडे ती थोरांचीही करणी ।
काय करू जी भगवंता ॥

अशीच अवस्था तटस्थ विचार करणाऱ्या अभ्यासकांची व्हावी, अशीच या गीता-अभ्यासकांच्या अर्थ-अर्थांतराची अवस्था गेल्या सहस्रकात होत आलेली आहे. त्यामुळे श्री शंकराचार्यां 'नवा निर्वतवाद' नाकारणारे रामानुजाचार्य, मध्वाचार्य आणि वल्लभाचार्यांच्या गीतेच्या तात्त्विक अर्थांतराची विभिन्नता संपवून गीतोक्त तत्त्वचिंतनाचा प्रकाश जगभर पसरविता आला; तर त्यातून जगातील समस्त मानवजातीचे आध्यात्मिक उन्नयन होणे शक्य होऊ शकेल, असे वाटते. त्यासाठी भगवान श्री चक्रधरस्वामींचे तत्त्वज्ञान जगासमोर यावे, त्यातून गीतार्थाचे दर्शन घडावे, हा एक महान ध्येयवाद या महामंडळासमोर आहे. असे घडले तर आचार्य मध्वसदृश, परंतु त्यातील शंकास्थळांचा निरास करणारे तत्त्वज्ञान जगासमोर येईल. त्या दिशेने प्रयत्न करण्याचा

महामंडळाचा प्रयत्न आजच्या या विशाल महानुभाव साहित्य संमेलनाच्या यशानंतर गतिमान होईल, अशी आशा आहे. मराठी साहित्याची गंगोत्री लीळाचरित्राच्या निर्मितीमुळे श्री क्षेत्र ऋद्धपूर येथील वाजेश्वरी या तीर्थस्थानापासून उगम पावली, यात कुणालाही शंका असणार नाही. याच पावन साहित्यतीर्थावर आद्यकवयित्री महदंबेने महान काव्य प्रसवले. गद्यकाव्याचा उत्कृष्ट नमुना असलेला 'गद्यराज' हा ग्रंथ पंडित हयग्रीवाचार्यांनी निर्माण केला. तो लंडन विद्यापीठाचे मराठी अभ्यासक डॉ. रिसाईड यांनी लंडन विश्वविद्यालयाचे प्रकाशन म्हणून प्रसिद्ध केला; परंतु डॉ. रिसाईड यांचे देहावसान झाल्यावर लंडन विद्यापीठात आज मराठी अभ्यासाचा वारसा चालविण्याचा कुणीही प्रयत्न केलेला नाही. तो प्रयत्न पुनश्च गतिमान व्हावा, ही या महामंडळाची मागणी आहे.

आज महाराष्ट्रातील अनेक विद्यापीठांतून वाङ्मय आणि तत्त्वज्ञानावर बरेच संशोधनकार्य सुरू आहे. त्यास मदत करण्यासाठी महामंडळ प्रयत्नशील राहणार आहे. त्यासाठी श्री क्षेत्र ऋद्धपूर येथे संशोधन केंद्र आम्ही चालवत आहोत; परंतु शासनाने त्यास संशोधन ग्रंथालय म्हणून मान्यता दिलेली असली तरी, त्यास आवर्ती खर्चासाठी केवळ पंचवीसशे रुपये वार्षिक अनुदान मंजूर केलेले आहे. ही या संशोधनाच्या प्रयत्नाची घोर थट्टा आहे.

या समृद्ध साहित्याच्या हजारो हस्तलिखित पोथ्या आमच्या संग्रहात आहेत. त्या पोथ्यांतील मराठीभाषक काव्य व गद्य, साहित्योपकारक साधनसाहित्य, तात्त्विक ग्रंथांचे संरक्षण-संशोधन आणि प्रकाशन व्हावे म्हणून आमचे प्रयत्न आहेत. त्यासाठी कुणाही सक्षम राजपुरुषांचा आधार आजवर लाभला नाही. आजचे प्रमुख पाहुणे हे महाराष्ट्राचे जाणते राजे आहेत. त्यांनी आमच्या या प्रयत्नास आवश्यक निधी उपलब्ध करून देण्यासाठी शासनदरबारी आमची शिफारस करावी, ही अपेक्षा आहे.

याशिवाय विद्यापीठस्तरावर कोणत्याही विद्यापीठाने श्री चक्रधरस्वामींच्या तत्त्वज्ञानाचा अभ्यास आपल्या 'सिलॅबस'मध्ये अंतर्भूत केलेला नव्हता; तो सर्वप्रथम अमरावती येथील श्री संत गाडगेबाबा विद्यापीठात डॉ. संतोष ठाकरे (व्यवस्थापन समितीचे सदस्य) यांच्या प्रयत्नाने अंतर्भूत करण्यात आलेला आहे. त्याचबरोबर तेथे प्रथम कुलगुरू डॉ. के. जी. देशमुख यांच्या सौजन्याने महानुभाव साहित्य संशोधन केंद्राची स्थापना झालेली होती. त्यास यूजीसीकडून पाच लाख रुपयांचे अनुदानही मिळाले होते; परंतु त्या तुटपुंज्या अनुदानात ते कार्य सुरू होऊ शकले नाही. त्यानंतर आदरणीय बबनराव मेटकर यांच्या प्रयत्नाने तिथे महानुभाव अध्यासन नुकतेच स्थापन झालेले आहे. त्यासाठी केवळ पाच लाख रुपये राज्य शासनाने दिले आहेत.

त्यात अध्यासनप्रमुखाच्या वेतनाची, पोथ्यांचे संरक्षण-संशोधन आणि प्रकाशनाची कशी सोय व्हावी? या दृष्टीने त्या विद्यापीठालाही किमान १० कोटी रुपयांचे अनुदान शासनाने द्यावे, अशी विनंती आहे. या व अशा अनेक कार्यांना गती येण्यासाठी आम्ही करीत असलेल्या प्रयत्नास प्रतिसाद मिळावा, म्हणून आज मा. ना. शरदरावजी पवार यांच्यासमोर मदतीसाठी काही प्रस्ताव ठेवत आहोत.

प्रस्ताव १ - हे वर्ष श्री चक्रधरस्वामींच्या अवतार-स्वीकाराचे आठशेवे वर्ष आहे. त्यामुळे त्यानिमित्त त्यांची जन्मअष्टशताब्दी साजरी करण्यात यावी; ती शासन -स्तरावर साजरी करण्यात यावी. त्यांचा जन्म भडोच येथील राजघराण्यात झाला होता, त्या ठिकाणी जन्मअष्टशताब्दीचा प्रारंभ व्हावा. गुजरात राज्य सरकारने त्याचे आयोजन करावे.

त्यांचे अवतारी कार्य महाराष्ट्रात झाले, म्हणून त्याचा सांगता समारंभ महाराष्ट्रात श्री क्षेत्र ऋद्धपूर, पैठण, डोमेग्राम (नगर) येथे महाराष्ट्र शासनाने करावा. सर्वज्ञांचे अनुयायी काश्मीर, पंजाब, हरियाणा, दिल्ली, उत्तर प्रदेश, मध्य प्रदेश या क्षेत्रांत भरपूर आहेत. त्यामुळे केंद्र शासनाने दिल्ली येथे एक समारंभ आयोजित करावा; त्याद्वारे सर्वज्ञांच्या सामाजिक, धार्मिक आणि तात्त्विक विचारांची माहिती देशभर होऊ शकेल.

प्रस्ताव २- आज मूल्यशिक्षणाची गरज असल्याचे सर्वत्र बोलले जात आहे. त्या दिशेने प्रयत्न व्हायचा असेल, तर तो केवळ शाळा-कॉलेजपुरता मर्यादित ठेवता येणार नाही; तो व्यापक लोकशिक्षणातूनच यशस्वी होऊ शकेल. त्या दृष्टीने महाराष्ट्र शासनाने संत गाडगेबाबा स्वच्छता अभियान सुरू केलेले आहे. त्याच धर्तीवर तसाच एक प्रयत्न व्यसनमुक्ती अभियानाच्या दिशेने करण्याची नितांत गरज आहे. गाव आणि शहरातील तरुणाई व्यसनांच्या गर्तेत बुडत आहे. सर्वज्ञांचे अनुयायी स्वत: स्वामींनी सांगितलेल्या 'सप्तव्यसनांच्या त्यागांची' शिकवण कटाक्षाने पाळतात, म्हणून सर्वज्ञ श्री चक्रधरस्वामींच्या नावाने एक 'व्यसनमुक्ती अभियान' सुरू करण्यात यावे.

प्रस्ताव ३- महानुभावीय साहित्य विशारदांनी गेल्या सातशे वर्षांत प्रचंड साहित्यनिर्मिती करून एका वेगळ्या साहित्यसंस्कृतीला आकार दिला आहे. त्यांनी आजवर लहान-मोठे पाच-सहा हजार स्वतंत्र ग्रंथ निर्माण करून ठेवलेले आहेत. त्यांत विविधांगी गद्य वाङ्मयासोबतच विस्तृत गद्य वाङ्मय, तसेच साहित्योपकारक साधनसाहित्य निर्माण केले आहे. असे विविधांगी साहित्य निर्माण करणाऱ्या साहित्यिकांचा हा साहित्य संप्रदाय महाराष्ट्राचे सांस्कृतिक भूषण मानला जायला हवा आहे. त्यामुळे

या स्वतंत्र साहित्य संप्रदायास महाराष्ट्राच्या साहित्य संस्कृती मंडळात सन्मानाने सामावून घ्यायला हवे आहे; परंतु दुर्दैवाने म. रा. साहित्य संस्कृती मंडळाच्या रचनेतून या साहित्य संप्रदायास पूर्णपणे वगळण्यात येत असल्याचेच दिसून येते. या मंडळावर नेमल्या जाणाऱ्या पन्नास साहित्यिकांच्या नामावलीत महानुभाव साहित्याचा एकही प्रतिनिधी नियुक्त केला जात नाही, हा या म. रा. साहित्य संस्कृती मंडळाचा इतिहास आहे. ही उपेक्षा जाणीवपूर्वक होते आहे. ही स्थिती बदलून पन्नास सदस्यांत या साहित्य संप्रदायाचे किमान दहा तरी सदस्य असावेत, ही रास्त अपेक्षा आहे.

प्रस्ताव ४- महाराष्ट्र शासन दर वर्षी काही साहित्यिकांना वेगवेगळे पुरस्कार देऊन सन्मानित करीत असते. त्या पुरस्कारांच्या संख्येत बरीच वाढ होत असलेली दिसते; परंतु त्या सन्माननीय पुरस्कारांत एकाही महानुभावीय थोर साहित्यिकाचे नाव आलेले दिसून येत नाही. आद्य गद्यकार महिंद्रभट, आद्य कवयित्री महदंबा, थोर कविराज नरेंद्र व महान दार्शनिक साहित्यकार पंडित केशीराज आणि इतर अनेक थोरांमधून एकाही साहित्यिकाच्या नावाने एकही पुरस्कार आजवर देण्यात आलेला दिसत नाही. ही स्थिती बदलविण्यात येऊन प्राचीन साहित्य विशारदांच्या नावाने किमान पाच पुरस्कार देण्यात यावेत.

प्रस्ताव ५- शासनाच्या वतीने दर वर्षी राजा राममोहन रॉय फाउंडेशनच्या वतीने बरीच ग्रंथखरेदी होत असते; परंतु त्यात एकाही महानुभावीय ग्रंथाची खरेदी कधी होत नाही, हा अनुभव आहे. हे न होण्यामागचे कारण हे आहे की, ती ग्रंथनिवड करणाऱ्या मंडळात कुणी महानुभाव साहित्यिक वा प्रकाशक कधी नेमले जात नाहीत; त्यामुळे दर वर्षी निर्माण होणाऱ्या महानुभावीय ग्रंथांची खरेदी करण्याची शिफारस होत नाही, हे स्पष्ट आहे. म्हणून या निवड समितीवर महानुभावीय अभ्यासकांची निवड होणे गरजेचे आहे.

***

१७.
दानाचा पैसा व्याजाने देत, शास्त्राचा व्यापार ज्यांनी स्वतःचा धर्म ठरवला; त्यांनी आम्हाला धर्म सांगावा काय?

महेन्द्र साळी

एवढा मोठा जनसमुदाय जमलेला आणि उपस्थित असलेल्या एवढ्या मोठ्या जनसमुदायासमोर बोलणं... खरंच, थोडी भीती वाटतेय. भीती वाटत आहे, म्हणजे घाबरणे नव्हे. पण वाटते ती यासाठी— त्या मंचावर स्पष्ट सत्य बोललं की लागतं आणि कुठल्या तरी विकल्प नगरीच्या भावना दुखावल्या, खानदेश पूर्वातून आदेश निघायचे अन् खानदेश पश्चिमेतून हाकलण्याचे विडे उचलले जायचे— आणि मग सुरू व्हायची पुनश्च एक कहाणी! कारण सत्य बोलण्याने यांच्या एवढ्या भावना दुखावल्या जातात, जितक्या सीमेवरही भारत-पाकच्या दुखावल्या जात नाहीत. भारत सेन्सिटिव्ह आहे हो— ही माणसं! असो. कदाचित काश्मीर प्रश्नही आपल्यासाठी कमी संवेदनशील असेल. असो. हा एक अतिशयोक्तीचा भाग सोडून देऊ. खरं म्हणजे, मी वक्ता नाही; फर्डा तर नाहीच नाही. त्यामुळे या मंचावरून एवढ्या वासनिकांच्या समोर बोलतांना कळत-नकळत काही चूक झाल्यास आपण मोठ्या मनाने पोटात घ्याल, ही अपेक्षा. नाही तरी चुका दिसल्या तरी परंपरेने आपण त्या पोटातच घालत आला आहात. तसा मीही तुमच्यातलाच, तुमच्यातूनच येथे आलो आणि शेवटपर्यंत तुमच्यातच राहणार. माझं असं येणं, स्टेजवर उभं राहणं, बोलणं आणि विसरणं... आपापल्या संसारचक्रात गुरफटून जातं. सारं विसरणं, हे नित्याचेच झाले आहे; तरीही आमचे बोलणे— आज नाही तर उद्या काही परिवर्तन घडेल, या आशेनं व अपरिहार्यतेने. बदल एकदम घडत नाही. कारवा एकदम वाजत नाही. आज एक, उद्या दहा करता-करता कारवा बनणार, म्हणजे बनणारच; कारण ही स्फुलिंगं जी समोर बसून धगधगत आहेत, त्या स्फुलिंगांतूनच परिवर्तनाचं वावरण उठणार, हेही निश्चितच आहे. उठणार का?

माझं घर ह्याच पंथीय वाटेवरचं; पण मी या वाटेवर चालू लागलो— जो काही वर्षांपासून जेव्हा चालायला लागलो, तेव्हा हळूहळू एका गोष्टीची तीव्रतेने जाणीव

व्हायला लागली आणि तीव्रतेने जाणवायला लागले— ज्या शोभिवंतांना म्हणजेच श्री चक्रधरस्वामींना माय-बाप, सर्वस्व समजून त्यांच्याकडे जाण्यासाठी जो आमच्या मार्गदर्शक म्हणून आम्ही मानतो, समजतो; नव्हे, आहेच— असा दुसरा वर्ग म्हणजे भिक्षुक-महात्म्यांचा आणि एक वर्ग तुमचा-आमचा वासनिकांचा. ह्या आमच्या वर्गाला सोबत घेत, घडवत, मढवत परमेश्वरमार्गावर चालण्यासाठी साथ देणाऱ्या दुसऱ्या वर्गाकडे पाहताना एकच दिसले की, ह्या साऱ्या वाटा बंद करत तुमची असती परीही. तुम्ही हे करू नका, तुम्हाला हे पचणार नाही, मी सांगतो तेच करा, मला आवडत नाही, आमचाच पाठ खरा, त्याचा खोटा— असे म्हणत चक्रधरस्वामींच्या यशोक्त प्रतिमेला खुजे करत स्वामींच्या आधाराने स्वत:च्या प्रतिमा मोठ्या करत यशोक्ताच्या रंगभूमीवर स्वमताने पात्र फिरवत-फिरवत अनिष्ट मूल्यांचं उदत्तीकरण करण्याचं महत्‌कार्य ह्या काही दशकांत केल्याचं आढळतं आणि स्वत: गेले की नाही ते गोसाविजावली; परंतु आम्हाला उष:काल होता-होता काळ-रात्र झाली, असे म्हणावयास भाग पाडले जाते. नको त्या वाटेवर चला, आदेश माना, असे सांगितलं जातं. ह्या अनिष्ट कृत्याचं, क्रियेचं उदात्तीकरण थांबवायचं कुणी? त्याविरुद्ध बोलायचे कुणी? ह्या अनिष्ट प्रथा, रूढी ज्यांनी उलथवून टाकायच्या व थांबवायच्या; ते आमचे धर्मधुरीण, बुद्धिजीवी मार्गदर्शक कुणा तरी धनशक्ती आणि बलशक्तीच्या जोरावर साराच पंथ आपल्या दावणीला बांधू इच्छिणारे... अशांच्या दारी ९० अंशांच्या कोनात झुकून सारी तत्त्वं, स्वाभिमान, सत्त्व अरबी समुद्रात बुडवत कुर्निसात करून त्यांच्या दाराचे बटीक बनून राहिले आहेत; मग बोलायचं कुणी? उठायचं कुणी? अंधकाराचं जळमट फेडायचे कुणी? ते सारं तुम्हा-आम्हालाच परमेश्वराच्या आशीर्वादाने करावयाचे आहे. त्या वाटेवर अजूनही सत्य, स्वत्व, गोसावीयांचा स्वाभिमान जपणाऱ्या आचार्यप्रवरींच्या साथीने, त्यांच्या मार्गदर्शनाच्या वाटेवर; पण करायचंय तुम्हा-आम्हालाच आणि तसाच हा मंच जो झटतोय तुमच्या-आमच्यासाठी, अनिष्ट प्रथा झुगारून द्या सांगण्यासाठी— माझ्यासमोर जमलेल्या व उपस्थित असलेल्या वासनिक बंधू-भगिनीं-मातांना व वडिलधाऱ्यांना अभिवादन करतो; दंडवत प्रणाम करत माझे काही मनोगत मांडण्याचा प्रयत्न करतो.

सुरुवातीस या वासनिक मेळाव्याच्या सर्व संयोजकांचे आभार मानतो, ते एका वेगळ्याच कारणसाठी. ते म्हणजे, मी ह्या स्टेजवर बोलावं असे जेव्हा मला सांगण्यात आले, तेव्हा मी नाहीच म्हणालो. कारण स्टेजवर बोलणं मला एका दृष्टीने आवडत नाही. एक तर मी फार खास असा वक्ता नाही. आणि दुसरं कारण म्हणजे— काय बोलायचं? कोणत्या विषयावर? तेव्हा मला सांगण्यात आले, हे

मुक्त व्यासपीठ आहे. मुक्त म्हणजे सर्व विषयांच्या गाभ्याशी तुम्ही जाऊ शकता. नाही तर मुक्त म्हणजे स्वैर ऐसे नव्हे. तेव्हाच थोडंसं हायसं वाटलं. चला, सुटलो! नाही तर सध्या एक गोष्ट पंथात दिसते, अत्यंत सुबक पत्रिकेत अर्धचंद्रावर वा सरळ भागात वर व्यक्ती आणि खाली— विषय; यावर बोला तासभर आणि ऐका तुम्हीही! अशीच एक पत्रिका मध्यंतरी बघितली. सर्व दिग्गज आणि त्यांचे विषय थोडे कुतूहलाने चाळले, तेव्हा हसायला आलं— व्यक्ती आणि विषय पाहून. बोलू नये, पण बोलावंसं वाटतं. ज्यांना स्वत:चं अंतिम ध्येय माहीत नाही, ते आम्हाला अंतिम ध्येयाबद्दल सांगणार. ज्यांचं अंतिम ध्येय म्हणजे पंथ हा स्वत:ची प्रतिमा वाढवण्यासाठी वा वाढवत अनिष्ट कृत्याचं समर्थन करत कुणा तरी एका लक्ष्मीपतीच्या दारी लोटांगणे घालत त्यांच्या अनिष्ट कृत्यास धृतराष्ट्र होऊन समर्थन करते, ते कृत्य कशाही प्रकारे तडीस नेण्याचा मानस ठरवते; मग माझ्या गोसावियांची प्रतिभा खुजी झाली तरी चालेल... ते अंतिम ध्येय सांगणार? 'गर्भशांती, कालसर्पयोगाची शांती मीच करू जाणे' ऐसे म्हणत ग्रासाचा सर्वोच्च रेट स्वत:चा ठरवत, दानाचाही पैसा व्याजाने देत, शास्त्राचा व्यापार हाच स्वत:चा धर्म ठरवला; ते आम्हाला धर्म सांगतात? 'नाव सोनुबाई अन् हाती कथलाचा वाळा'! ह्यांची करणी एक अन् बोलणं एक. ह्यांना धर्म कळला नाही, असं म्हणण्याचं धाडस मी करणार नाही; पण उमगला का, असं तुम्हाला विचारू शकतो. अहो, एक आचार्य तर खानन्देश पूर्वमध्ये बोलले— 'म्हणे मी टीव्ही अद्याप बघितला नाही, कारण वगैरे वगैरे... मी शाळेत असताना म्हणजे सरांनी पिक्चर बघायला नेलं, मी नाही गेलो. शिक्षा भोगली पण नाही गेलो,' कारण टीव्ही...' मग राजेहो, त्याच टीव्हीवर एक चित्रफीत दिसावी, ती आम्ही पाहावी, ह्यासाठी का करतात अट्टहास? काय दडलंय त्यात? आणि त्यासाठी का होत आहेत दिल्लीच्या, गल्लीच्या वाऱ्या? हव्यात कशाला बाता...! म्हणूनच विषय दिला नाही, ते बरं झालं.

कारणं बरीच आहेत. मुक्तपणे बोलायचं म्हणजे हेतुपुरस्सर कुणाचे वाभाडे मला काढायचे नाही आहेत आणि तसा अर्थही नाही. त्यामुळे बोलताना (खरं) कुणाचे अंत:करण जळलं तर क्षमस्व... असा उद्वेग का वाटला? असं बोलावंसं का वाटलं? तर पुन्हा सांगावेसे वाटते त्यांच्याबद्दल. आम्ही जी मार्गक्रमणा करतो, ती कुणी तरी दर्शवलेल्या वाटेवरूनच, कुणी तरी सांगितलेल्या पथावरूनच.,. पण जसं मी सुरुवातीसच म्हणालो— इथे प्रतिमा मोठी तर प्रतिभा खुजी होत गेली, अनिष्ट मूल्यांचं उदात्तीकरण होत गेलं आणि होत आहे. हे झालं अगदी बेमालूमपणे, तुम्हास नकळत. तुमच्या असहायतेचा, अज्ञानाचा फायदा घेत... तुमच्या भावनांचा व्यापार

करीतच. कधी ह्या धर्मधुरीणांनी अनेक बागुलबुवांचा धाक दाखवत, अशा अनेक लक्ष्मणरेषा ओढून ठेवल्या आहेत. तुमच्या सीमारेषा ह्यांनीच ठरवल्या. ह्यांनीच तुम्हा-आम्हाला सांगितलं— तुम्ही हेच करा, एवढंच करा, असंच करा. बस, आम्हीही ठेवला त्यांच्यावर विश्वास आणि चालत राहिलो ह्यांनी सांगितलेल्या रस्त्याने. अज्ञान, अन्यथा ज्ञान, काही भ्रामक अविद्या, काही भ्रामक नपाळते, काही भ्रामक विद्या... एक-एक बिऱ्हाड ह्या डोक्यावर आम्ही ठेवत गेलो आणि डोळ्यांवर झापड लावल्यागत त्यांच्या घाण्याभोवती फिरत राहिलो. पण ही जोखडं आहेत, हे कुणी तरी सांगायला हवंच. आपणास कळायला हवं— जी गोष्ट मी करीत आहे, ती माझ्या गोसावियांना अभिप्रेत आहे का? मान्य आहे का? योग्य आहे का? प्रश्न आम्हाला का पडले नाहीत? का नाही प्रश्न आम्हाला पडला हे साच? देखिले ते साच, की ऐकिले ते साच? हे घडत गेलं ते आमच्याच अज्ञानाने. त्याला आम्हीच जबाबदार आहोत, हे मान्य करावेच लागते. सत्याला सामोरं जाण्याची का आमची तयारी होत नाही? ह्या मनुष्याच्या, तुमच्या-आमच्यातल्या बुद्धीला चालना का मिळत नाही? का आम्ही घाबरतो? सत्यापासून आम्ही का पळतो? कारण एकच— आमच्यातली सुस्तता. 'मला काय त्याचं?' ही प्रवृत्ती, सत्य जाणून घेण्याबद्दल अनास्था— हेच आहे असं म्हणावं लागतं. सारं कळतं पण वळत नाही, हेही सत्य स्वीकारावं लागतं. पण हरकत नाही; रात्रीनंतर उजेड असतोच, हळूहळू का होईना परिवर्तनाचे वारे वाहणारच आहेत.

आज तुम्ही ह्यासाठीच जमाल असाल, तर तुमचं स्वागतच आहे. माणसाच्या आयुष्यातले दोन दिवस महत्त्वाचे असतात. पहिला— त्याचा जन्म होतो तो दिवस आणि दुसरा म्हणजे— माझा जन्म कशासाठी झाला आहे, याची जाणीव होते तो दिवस. आणि आज जर आपण दुसऱ्या दिवसात प्रवेश करू इच्छित असाल, तर तुमचे स्वागतच आहे. सुरुवातीलाच मी म्हणालो की, इथे जमलेल्या आणि उपस्थित असलेल्या माझ्या वासनिक बंधू-भगिनींनो, प्रथम मी एक प्रश्न विचारू इच्छितो की— आपण आज इथे जमलो आहोत की उपस्थित आहोत? शब्द सोपा वा साधा किंवा सारखाच वाटतो, परंतु तो येथे सारखा नाही. आम्ही विचारतो— अमुक-अमुक आहोत, किती लोक होते? सांगितले जाते, लाख-दोन लाख होते. अमुक-अमुक मेळावा झाला, पोथी झाली; किती लोक होते? होते ३-४/१-२ हजार. पण खरं सांगायचे तर, यात्रेत फक्त उंच लोक होते. हौसे, गौवशे, नवशे आणि मेळाव्यात, पोथीतही त्याचप्रमाणे. काही घेण्यासाठी, काही कुतूहलाने, काही फक्त अस्तित्व दाखवण्यासाठी असतात. मग यात्रेत किती उपस्थित होते, मेळाव्यात किती

टक्के उपस्थित होते— प्रश्न पडत जातो. कारण आपण तिथे फक्त हजर असतो.

एक छोटी गोष्ट आहे. तुकाराममहाराज पंढरीत दिवसरात्र विठुनामाचे कीर्तन करायचे, नामजपाचा घोष करायचे. निरंतर विठू-विठू करतानाही त्यांना असे वाटे— माझे नामस्मरण, ध्यान होतच नाही. मग ते एखाद्या दिवशी जंगलात जाऊन विठ्ठलनामाचे नामस्मरण ध्यान करून असायचे. विठ्ठलाचे स्मरणात निरंतर असलेल्या तुकारामांना माझे ध्यान होत नाही, स्मरण होत नाही याची खंत वाटायची. आपण निरंतर प्रपंचात गुंतलेलो. तिकडे उत्सवात मग्न, पंक्ती खात-खात, उद्घाटन-शांत्या-ग्रास घेण्यात दिवस जातात; तरीही आम्ही स्वत:स अष्टौप्रहर स्मरणीय म्हणवून घेतो! जिथे आमच्या दृष्ट्या काहीच नाही, तेथे ऐसा उच्च प्रणवाश्रम आणि जिथे सर्वस्व आहे, पण खेदाने म्हणावे लागते, काहीच नसणारा आमचा प्रणवाश्रम— जे अयोग्य तेही पचवून घ्यावे लागते. आणि जे चूक तेही उमजून घ्यावे लागते. एके दिवशी असेच तुकाराममहाराज जंगलात नामस्मरणात गुंग. विठुरायाची मूर्ती समोर आभासली आहे. त्यांचा संवाद चालू आहे. आणि एक व्यक्ती अत्यंत व्याकूळ अवस्थेत भटकत आहे. त्याची म्हैस हरवली होती. सगळीकडे शोधून थकला; सापडली नाही. शोधत-शोधत जंगलाकडे आला. माध्यान्ह टळून गेली होती. हताश झाला आणि समोर तुकाराममहाराज दिसले. त्यांच्याकडे जातो. कशाचेही भान उरले नव्हते. त्यांना हाका मारतो. तो 'बुवा-बुवा' हलवून जागं करत विचारतो, माझी म्हैस पाहिली का? न रागावता तुकाराममहाराज विचारतात, काय झालं? ती व्यक्ती अवघा वृत्तांत सांगते. म्हणते, मला तीच आधार आहे हो. तुकाराममहाराज विचारतात, तुझं नाव काय? वय काय? तो म्हणतो, नाव गंगाराम. वय साधारण ४०-४५ असेल. तो विचारतो, आपण कोण? मी तुकाराम. लगेच तो म्हणतो, म्हणजे पंढरीचे ना? अहो, तुमच्याशी विठ्ठल बोलतात म्हणे? मग त्यांनाच विचारा की, माझी म्हैस कुठे म्हणून? ते म्हणतात, अरे गंगाराम, अरे एक म्हैस हरवली म्हणून एवढा व्याकूळ होत आहेस... अरे, आयुष्याची ४०-४५ वर्षे विठ्ठलनामाशिवाय घालवलीस, त्याचा कधी विचार केलास? कधी व्याकूळ झालास का? माझं काय होईल? ज्याच्याशिवाय सारं व्यर्थ आहे, त्याचा विचार कर. गंगाराम अंतर्मुख झाला आणि तुकारामांना शरण गेला. त्यांचा पट्टशिष्य झाला. कारण तो हजर नव्हता, तर उपस्थित होता.

त्यांच्याही आधी आम्हाला आमच्या— म्हणजेच आमच्या गोसावियांच्या— त्याहूनही उत्तुंग लीला आढळतात. भटोबासांना जेव्हा गोसावी चिपळी वाजवून म्हणतात— भटो चांग विचार नीके विचारा सांधतु पुरी पावतु. असे भटोबास

सारासार विचार करतात आणि अनुसरतात. भंडाऱ्यास गोसावी निलभटांचे ओसरीवर उभे राहून म्हणतात— भटो, मागील फांकी पहा आणि तेही गोसावियांकडे प्रतोनि पाहिले आणि हेच माझे हितक्ष म्हणौनी सवेची निघाले. असे अनेक दाखले आहेत. कारण ते उपस्थित होते आणि तिथेच स्वामींच्या जवळ असणारे दादो सारंग पंडित हे फक्त हजर होते. आपलं प्रकरण काय? आमच्या आयुष्याची वर्षानुवर्षे गेली; पण सूत्रपाठाचे पहिले प्रकरण काय? आचाराचं पहिलं वचन काय सांगते? विचारलं तर सांगितले जाते— गुरुमुखातून घेतल्याशिवाय वाचायचे नाही, असे सांगितले. अहो, मग इतक्या वर्षांचं काय? तेच चूक आहे, असं मी म्हणणार नाही; परंतु मुख्य गुरू कोण, त्याचा कधी आपण विचार केला आहे का? का नाही आपण शास्त्राचा विचार केला? आमचे मुख्य गुरू श्री चक्रधरस्वामीच आहेत, याबद्दल का नाही विचार झाला? कारण आम्ही कधी उपस्थित झालोच नाही; फक्त जमलो, हजर झालो, महाप्रसादाचा लाभ घेत घरी गेलो! म्हणून म्हणतो— जमू नका, हजर राहू नका; तर उपस्थित राहा. थेंबा-थेंबानं घ्या, तिळा-तिळाने घ्या, कणा-कणाने घ्या; त्याचा महासागर कधी बनेल, कळणारच नाही. म्हणूनच इथे उपस्थित असलेल्या ७० टक्के बांधवांना सांगताना ३० टक्के हजर जनांसी ७० टक्क्यांमध्ये या असे आवाहन करीत सांगावेसे वाटते— तुम्ही इथे आलात काही जाणून घेण्यासाठी, असत्याला बाजूला सारत सत्याची कास धरण्यासाठी. सर्व सांसारिक-प्रापंचिक व्यथा-कथा बाजूला सारून सामान्य जीवनाच्या वरच्या स्तरावर जाऊन सत्याला हृदयात कसे साठवावे वा सत्य साध्य काय, कसे, ते जाणून घेण्यासाठी. अंतिम सत्याच्या शोधासाठी आपण जर उपस्थित असू, तर तुमचं स्वागतच आहे. जगाच्या पलीकडचे जाणून घेण्यासाठी, सत्याचा शोध घेण्यासाठी, अंतिम सत्याची कास धरण्यासाठी तहानलेले लोक फार असतात. अंतिम सत्य हाती लागणं कठीण जरी असेल, तरी अशक्य मात्र कधीच नाही. गोसावियांनीही त्यांच्याकडे येण्यासाठी अशक्य निरूपण केलेच नाही; परंतु आम्हीच आमच्या पायांत काही लोखंड घातलेत आणि आम्हाला सारंच अशक्य वाटू लागले आहे. असो...

परंतु हे अंतिम सत्य काय? मी तेथे कसा आणि कशा प्रकारे पोहोचेन, हे जाणून घेणे महत्त्वाचे. मग त्यासाठी प्रयत्न आहे. अंतिम सत्य मिळेल नाही की मिळणार? ह्यापेक्षा मी प्रयत्न तर केला, जे-जे शक्य होते ते-ते केले. ती तहान तर अंत:स्थ तयार झाली. क्षुद्रानंदाच्या क्षणिक आनंदापाठी धावण्यापेक्षा — मी कोण? माझा स्वामी कोण? सूत्रपाठी काय सांगितले? लीलामध्ये काय दिसले? सत्य काय? अंतिम ध्येय काय?— त्याची आस धरणे, ती मिळवण्याची आकांक्षा धरणे, त्या

भावना तयार होणं, हे एक सर्वांत महत्त्वाचे. अंत:करणात जेव्हा ही आंदोलने सुरू होतात, तेव्हा एक कुठलं तरी बीज अंकुरण्यासाठी धडपडते आहे, हे लक्षात ठेवावे. पण नुसतं अंकुरणं महत्त्वाचं नाही; आता त्या अंकुरलेल्या बीजांकुराचं रक्षण करणे महत्त्वाचे असते. नाही तर शेळ्या-मेंढ्यांच्या खुराखाली वा तोंडी कधी पडेल, सांगता येत नाही. त्यांना आळे करत, पाणी-खत अवघे देत वाढवायाचे असते; नसता काही लावणीचे चोर तुमचा वाटा अलगद घेत, तुमची चौपायी धरून आत कधी टाकतील; कळणारही नाही! त्यासाठी आपल्या वटवृक्ष आपल्यालाच सांभाळायचा आहे. स्वत: अथवा योग्य मार्गदर्शकाच्या साह्याने. पण हे कधी घडेल? जेव्हा काही आलिंबन सोडत, काही कमी करत परमेश्वराच्या ज्ञानाच्या मार्गाने आम्ही चालण्याचा प्रयत्न करू, तेव्हा. पण आपण चालणार आहोत कधी? आलिंबन सोडणार आहोत कधी? वरच्या काळ्या, निळ्या, गुलाबी वस्त्रापेक्षा वस्त्रातील व्यक्तीच्या अंतरंगातील सत्यास कधी जाणणार आहोत? ज्यांच्याकडे सत्य आहे वा जे योग्य वाटाडे आहेत, तिथे कधी जाणार आहोत? आम्ही गोसावियांपेक्षा बाबांचे जास्त झालो आहोत, प्रतिभेपेक्षा प्रतिमेला कवटाळून आहोत. हे थांबणार कधी; तेव्हाच, जेव्हा आमच्यातच एक सत्य जाणून घेण्याची, सत्याकडे जाण्याची अपेक्षा-आशा तयार होईल, ही आकांक्षा तयार होईल.

एकदा गौतम बुद्ध आपले प्रवचन करून कुटीत आले. त्यांचा एक शिष्य म्हणतो— जी, जी! आपण सर्वांना मोक्षाचा मार्ग दाखविता, मोक्ष कसा मिळेल सांगता; पण प्रत्येकाला मोक्ष का मिळत नाही किंवा मिळताना दिसत का नाही? बुद्धाजी म्हणाले— मित्रा, प्रश्न गहन आहे. ह्याचे उत्तर मी तुला रात्री देईन. परंतु त्याआधी माझं एक काम कर. आता गावात जा आणि प्रत्येकाला विचार— बुद्धांनी सांगितले आहे, तुमची काय अपेक्षा आहे ते सांगा, मी ती लिहून घेतो. शिष्य आनंदाने गावात गेला. प्रत्येकाला विचारलं. प्रत्येकाने काही-काही अपेक्षा सांगितल्या. कुणी धन, कुणी दौलत, कुणी मुलगा वगैरे-वगैरे यादी घेऊन शिष्य बुद्धांकडे आला. रात्री बुद्ध विचारतात— काय, यादी आणली? शिष्य म्हणाला, तुम्ही सांगितलं तसे केले. तुमचे नाव सांगताच प्रत्येक जण अत्यानंदाने समोर आला आणि काय अपेक्षा आहेत त्या सांगितल्या. त्याची ही यादी. गौतम बुद्ध म्हणाले— मित्रा, या सर्व यादीत मोक्षाची अपेक्षा कुणाला आहे? शिष्य गोंधळला. कारण एकानेही ती अपेक्षा केली नव्हती. बुद्ध म्हणाले, मित्रापेक्षा प्रत्येकालाच भेटणार आहे, असे मी म्हणतो; परंतु मोक्षाची अपेक्षा मला आहे असे म्हणणारा मात्र दुर्मिळ असतो, हेच खरे आहे. अंतिम सत्य प्रत्येकासच सापडणार आहे; पण प्रत्येकाने त्याची अपेक्षा

करणे, त्यांच्यात तहान निर्माण होणे महत्त्वाचे असते. हितधन निर्माण होणे गरजेचे आहे. नाही तर त्यांनी आम्हास गृहीतच धरलं आहे. आम्ही काही सांगावे, यांनी ऐकावे, माना डोलवाव्यात; हे थांबायला हवे. आम्हाला जे गृहीत धरलं जातं, त्याचा त्यांनाच विचार करायला भाग पाडावे. हे तेव्हाच घडेल, जेव्हा आम्ही अज्ञानाचे जोखड उचलून फेकून देऊ, ज्ञानाची कास धरू. ना तरी म्हणतात— वासिनकाची असतीपरी काय? तर स्थान, प्रासाद, वासनिक, भिक्षुक हीच आहे. हे चार आम्हासही मान्य; पण यशोक्त नुसतं स्थानवंदन, प्रासादवंदन करून काय होणार आहे? वासनिकांनी एकत्र येऊन काय फक्त भजनं म्हणायची, काय पारायणे करायची? भिक्षुकांनी आमच्याकडे यायचे, काही फक्त घेऊनच जायचे? कधी त्यांनी योग्य मार्ग दाखवला का? ह्या प्रथा चुकीच्या आहेत, हे कधी सांगितलं का? त्यांच्याजवळच्या ज्ञानाचा मला काय फायदा झाला? माझे कोणते अज्ञान फिटले? ह्यांच्यातील भक्तीचा, वैराग्याचा गुण पाहून मला माझे वैराग्य वाटलं का? माझ्या मी भोगीत असलेल्या वैभवाची, भोगाची मला का नाही लाज वाटली? असं कधी वाटलं तर नाही. असती-परी योग्य आहे. ह्या असतीपरीवर चालण्यासाठी यथार्थ ज्ञानाची कास धरणे महत्त्वाचे आहे. कसे चालावे, कसे वागावे, कुठे झुकावे, कुठे दूर व्हावे— हे जाणून घेणे महत्त्वाचे आहे. नाही तर फक्त पाच अवतारांच्या जयंत्या करत, पदस्पर्श पावनदिन साजरा करत, पंचअवताराचे उपाहार करीत, बाबालोकांचा जयजयकार करत हे सारे क्षणच साजरे करत आयुष्य जाणार असेल; तर आमचे म्हणजे, 'जन्माला आला अन् ओझी वाहत मेला,' ऐसेचि होईल!

म्हणूनच सांगावेसे वाटते— यथार्थ ज्ञानाची कास धरा, सत्य जाणून घ्या, अंतिम सत्याकडे वाटचाल करण्यासाठी यथार्थ मार्गदर्शकाचा हात धरा, शास्त्र काढा-घोका-अभ्यासा. सर्वांची उकल, परावरावा उमर होणारच आहे. शास्त्र कुठूनही वा कोणाकडूनही काढा— आई, बाबा, दादा, मुली, ताई, अक्का— कुणाकडूनही जाणून घ्या. शवंटाल्या पशुचेनी दृष्टांचे आडी, दरडी, चरा— शवंटा करा, नको ते बाहेर टाका. शास्त्र कुठूनही काढा, पण पूतनामावशीकडे जाऊ नका. जीवनामृत दूध असलेल्या, मातृत्व-वात्सल्याच्या प्रतीक असलेल्या स्तनावर विष लावून फिरणाऱ्या पूतनामावशीस दूरच ठेवा. तुम्ही-आम्ही कृष्ण नाही आहोत. बळेच आपण करीत आहोत तो विधी की भाव? तेव्हाच कळेल– मी करीत आहे, ते योग्य आहे का? जर 'नाही' तर सोडावे लागते, जर 'हो' तर धरता येते. म्हणूनच सांगतो— स्वतंत्र व्हा. कारण स्वातंत्र्य हाच मोक्ष आहे आणि परतंत्र हा बंध आहे.

खूप बोलायचे होते. प्रत्येक काय, कोणत्याही विषयाला व्यवस्थित हात

लावता आला नाही. तरी पुढील वाक्यांची प्रत्येक वा काही गोष्टी हृदयात साठवत, निषेधात्मक गोष्टींचा निषेध करत— मग तेही जे हा पंथ विकायला निघाले आहेत, जे आधुनिक... म्हणून दगडाला देव समजून त्यांना डोक्यावर घेत नाचत आहेत, सत्य बोलणाऱ्याची मुस्कटदाबी करण्यासाठी आदेश देत आहेत, जे सुपारी घेऊन भुंकत आहेत, शिरूड ह्या गावातील लोकांना कुत्र्यांची उपमा देत आहेत... परंतु हे विसरतात की, धन्याच्या संपत्तीचे रक्षण कुत्राच करतो! मग धनी म्हणजे परमेश्वर, शास्त्र म्हणजे संपत्ती, कुत्रा म्हणजे तुम्ही-आम्ही आहोत; तर मग हे उपमा देणारे कोण? कारण आम्ही त्यांच्यावरच भुंकत आहोत— जे... आहेत; त्यांचा जाहीर निषेध करत मी माझे वक्तव्य संपवतो.

***

१८.

महानुभाव पंथाचा स्त्रीविषयक दृष्टिकोन

प्रा. संजय जगताप

बाराव्या शतकात महाराष्ट्रामध्ये एका समताधिष्ठित संप्रदायाचा उदय झाला; तो म्हणजे, महानुभाव पंथ होय. या संप्रदायाची सुरुवात मराठी साहित्याची प्रभा ठरलेली आहे. या पंथाचे संस्थापक सर्वज्ञ श्री चक्रधरस्वामी हे होते. यादवकाळात महाराष्ट्रात कर्मकांडे, व्रतवैकल्ये, अंधश्रद्धा इ. बाबींमुळे सामान्य माणूस भरडला गेला होता. समाजात हेमाडपंडितांच्या 'चर्तुवर्ग चिंतामणी' या ग्रंथामुळे सामान्यांचा सारा वेळ कर्मकांडांमध्ये जात होता; तरी त्यांना धर्म म्हणजे काय, याची जाणीव झाली नव्हती. मुळातच धर्माचे सर्व तत्त्वज्ञान हे संस्कृत भाषेत होते. सर्वसामान्यांना संस्कृत येत नसल्यामुळे त्यांना त्याचा काहीही उपयोग नव्हता. याच सुमाराला स्वत:चे तत्त्वज्ञान लोकभाषेतून सांगणारा, सर्व समाजाला समतेची शिकवण देणारा, महाराष्ट्राबद्दल प्रेमाचा ओलावा जपणारा संप्रदाय चक्रधरांनी निर्माण केला; तोच हा महानुभाव पंथ होय.

लीळाचरित्र

मराठीतील पहिला गद्य व चरित्रग्रंथ म्हणून मान मिळवणारा हा ग्रंथ ज्ञानेश्वरीच्याही अगोदर, म्हणजे शके १२०० च्या आसपास निर्माण झाला. या ग्रंथाची निर्मिती म्हाइंभटांनी केली. हा ग्रंथ म्हणजे, श्री चक्रधरस्वामींची दैनंदिनीच आहे. प्रसंगपरत्वे भक्तांना स्वामी उपदेश करीत. त्यामुळे या ग्रंथातूनच महानुभाव पंथाचे सूत्रपाठ, दृष्टांतपाठ इ. ग्रंथ निर्माण झाले. 'हा ग्रंथ म्हणजे अक्षरवाङ्मय आहे', असे गौरवोद्गार 'लीळाचरित्र— एक अभ्यास' या ग्रंथाचे लेखक व. दि. कुलकर्णी यांनी काढले आहेत.

श्री गोविंदप्रभू चरित्र

महानुभाव पंथाचे दुसरे अवतारी पुरुष श्री गोविंद प्रभूयांच्या संबंधीच्या लीळा या चरित्रग्रंथात आहेत. गोविंदप्रभू हे चक्रधरस्वामींचे गुरू होते. त्यांचे कायम वास्तव्य

ऋद्धपूरला होते. त्यामुळे या ग्रंथाला 'ऋद्धिपूरचरित्र' असेही म्हटले जाते. या ग्रंथात एकूण ३२३ लीळा संकलित आहेत. त्यात गोविंदप्रभूंच्या विविध गुणदर्शनाचे उल्लेख आढळतात. या ग्रंथाचे कर्तृत्वही म्हाइंभट्टांकडे जाते. या ग्रंथाची निर्मिती शके १२१०च्या आसपास गोविंदप्रभूंच्या महानिर्वाणानंतर झालेली असावी.

महदंबेचे धवळे

महदंबा किंवा महदाईसा हिचे हे काव्य आहे. मराठी साहित्यातील पहिली कवयित्री असा तिचा उल्लेख होतो. ही चक्रधरस्वामींची शिष्या होती. पण श्री चक्रधरस्वामींच्या उत्तरापंथेगमनानंतर ती ऋद्धपूरला येऊन श्री गोविंदप्रभूंकडे राहू लागली. श्री प्रभूंना लग्न करण्याची प्रवृत्ती निर्माण झाली, तेव्हा श्री प्रभूंच्या आज्ञेवरून महदंबा धवळे गाते. गोविंदप्रभू-चरित्रात याचा उल्लेख 'विव्हावो स्विकारू' (लीळा क्र. २२४, श्री.गो.च.) असा आहे. या लीळेमध्ये अतिशय बोलका संवाद आहे. महदंबा म्हणते, "काई गावो जी:"

"आवो मेली गाये गाये म्हणे"

"कृष्ण रुक्मिणी गाये म्हणे?"

मग महदंबेने धवळे गायले. येथेच श्री गोविंदप्रभूंच्या प्रेरणेमुळे मराठीतील पहिल्या स्त्री कवितेचा जन्म झाला. याचा पूर्वार्ध १२०९ मध्ये, तर उत्तरार्ध १२३०च्या आसपास रचला गेला. महदंबेच्या नावावर याव्यतिरिक्त 'मातृकी', 'रुक्मिणीस्वयंवर', 'गर्भकांड' व काही ओव्या आहेत.

श्री चक्रधरस्वामींच्या शिष्यपरिवारातील स्त्रिया-

१) बाईसा ऊर्फ नागांबिका— श्री चक्रधरस्वामी जेव्हा भ्रमण करताना पैठण येथे गेले, तिथे नागांबिकाची भेट झाली. तेव्हा बाईसाने स्वामींना बसायला पायपुसणे व भिक्षा दुधी करट्यामध्ये वाढली. तरीही स्वामींनी तिला प्रेमदान दिले. पुढे हीच बाईसा स्वामींच्या परिवारातील एक मुख्य सदस्य बनली. पुढे स्वामींच्या उत्तरापंथेगमनानंतर तिने देहत्याग केला.

२) महदंबा - ही नागदेवाचार्यांची चुलत बहीण व स्वामींची अत्यंत जिज्ञासक अशी शिष्या होती. स्वामी तिच्याबद्दल म्हणतात, "म्हातारी चर्चक: म्हातारी जिज्ञासक: - येथ काही पुसतारी असे:" या महदंबेच्या जिज्ञासक वृत्तीमुळेच संन्यास (लीळाचरित्र-४४१), कलीधर्म (३०९), दक्षिण कन्येचा दृष्टांत (४८९) पुढे आला आहे. महदंबा ही एक विदुषी होती. त्यामुळे स्वामींची ती लाडकी शिष्या होती.

३) साधे ऊर्फ एल्हाईसा - साधे ही स्वामींची एक भोळी-भाबडी शिष्या होती. ती स्वामींची पूजा हिंगणीच्या फुलांनी करते, तेव्हा स्वामी म्हणतात, "साधे हो!

देवा सुवर्ण फुला पूजताऐ:'' (ली.च. २८३) अशा प्रकारची प्रेरणा देतात.

इतर स्त्रिया— आऊसा, आबाईसा, उमाईसा, धानाईसा, देमती, शांताबाईसा आदी स्त्रिया स्वामींच्या परिवारात होत्या.

श्री चक्रधरस्वामी यांचा स्त्रीविषयक दृष्टिकोन

बाराव्या शतकात स्त्रियांना पुरुषांबरोबरीचा हक्क स्वामींनी दिला. त्यामुळे त्यांच्या शिष्यपरिवारात संन्यास घेतलेल्या अनेक स्त्रिया आढळून येतात. जातीयता, स्पृश्यास्पृश्यता, कर्मकांड, मूर्तिपूजा नाकारून सर्वांना मानवतावादी ठरणारा विचार चक्रधरांनी सांगितला. एकदा स्वामींचा भक्त सारंग पंडित स्त्रियांबद्दल अपशब्द वापरतो. तेव्हा स्वामी त्याला म्हणतात, ''तुमचा तो जीवो: आणि या काही जिवलिया: तुमते अमा देवो राखीता: आणि याते दुसरा देवो राखीता: ऐसे येथ काई नाही:'' (लीळाचरित्र, उत्तरार्ध : ८५) असे त्याला ठणकावून सांगतात. एक स्त्री उघड्यावर अंघोळ करते, तेव्हा स्वामी म्हणतात, ''बाई: लज्जा रूप धर्म तो स्त्रीयांशी रक्षण (२२६)'' जेव्हा स्वामींची शिष्या उमाईसा 'स्त्रियांच्या मासिक धर्माबद्दल विटाळ बाळगायचा का?' असा प्रश्न विचारते, तेव्हा स्वामी तिच्यापुढे— नाकाला श्लेष, कानात मळ, डोळ्याला चिपड, मल-मूत्र, जसे घाण बाहेर टाकतात— तसाच तो प्रकार आहे, त्यामुळे विटाळ पाळण्याची आवश्यकता नाही (लीळाचरित्र, उत्तरार्ध : ३४७), असे आधुनिक पुरोगामी विचार मांडतात. आजही भारतात स्त्रीला मासिक धर्मात दूर बसवण्याची प्रथा आहे. हे पाहता, चक्रधरांचे विचार किती पुरोगामी होते, याची साक्ष पटते.

धानाईसा या छोट्या मुलीचा हट्ट पाहून स्वामी तिला ''काऊळ्याचे घर शेणाचे। चिमणीचे मेणाचे'' ही गोष्ट सांगतात (लीळा, उ. : २३), बीणेबाईचा पुत्र श्रीकृष्ण होऊन तिला मातृसुखाचा आनंद देतात. एकदा महदंबा ओव्या गात असते, तेव्हा स्वामी तिला म्हणतात— अशा ओव्या तर बापाबद्दल व भावाबद्दल गायल्या जातात. तेव्हा तुम्ही जात आहात. त्यावर महदंबा म्हणते— जी: जी: गोसावीच बापू : गोसावीच भाऊ : गोसावीच साजणी गोत: ती स्वामींना बापाचा, भावाचा दर्जा देते. आईसा ही स्वामींची शिष्या तामसी होती. एकदा ती वस्त्र चापून-चोपून नेसली होती. तिला चांगले राहण्याची आवड होती. तुम्ही सामान्य वेश्येसारखे का राहता, म्हणून स्वामी तिला रागावले होते. साधकाने कसे राहावे यांचा स्वामी पाठ देत. त्यात बदल झालेला त्यांना आवडत नसे.

या उदार वृत्तीमुळे स्वामींवर तत्कालीन राजा रामदेवराय याचा धर्मगुरू हेमाड पंडित अपशब्द काढीत असे की, ते बायकांना नादी लावतात. पण यापाठीमागचे

कारण भिन्न आहे, हे त्यांच्या वर्तनावरून लक्षात येते.

श्री गोविंदप्रभूंचा स्त्रीविषयक दृष्टिकोन

श्री गोविंदप्रभू हे तर स्त्रियांचे माहेर होते. याचा प्रत्यय गोविंदप्रभू चरित्रातील लीळांवरून दिसून येतो. पाखाला बाळक पांघुरणे (लीळा, गो. च., ०७) या लीळेत एक स्त्री पाणी आणण्यासाठी बाहेर जाताना आपले मूल श्री प्रभूंकडे देते. पाणी आणते, तोपर्यंत त्याला सांभाळा. श्री प्रभू त्या मुलाला जोजवतात, त्यामुळे ते झोपी जाते. झोपी घालून त्यावर पखाल पांघरून निघून जातात. बाई जेव्हा पाण्यावरून येते, तर तिला आपले मूल दिसत नाही. ती शेजाऱ्या-पाजाऱ्यांना विचारते. पण कुणीच काही सांगत नाही. उलट तिला म्हणतात— राऊळ वेडे: राउळ पिसे: त्याच्याकडे का दिले? ती घाबरते. पखाली उघडून बघते, तर मूल निवांत झोपलेलं बघून राऊळ माय: राऊळ बाप: राऊळ करताति ते काई नव्हे: असे गोविंदप्रभूंबद्दल बोलते. दुसऱ्या एका लीळेत सावळीपूरच्या एका ब्राह्मणाच्या सुनेला आई, वडील कुणीही नसते. तिला तिची सासू सासुरवास करीत असे. नवरा बेदम मारत असे. एकदा नवऱ्याने मारल्याने ती रागाच्या भरात गोविंदप्रभूंकडे आली. श्री प्रभूंनी तिला आबाईसेकरवी न्हाऊ घातले. साडी-चोळी घेतली. तेव्हा राऊळ माझे माय-बाप आहेत, असे ती म्हणे. गोविंदप्रभूंच्या निर्वाणानंतर 'आज माझे माहेर गेले' म्हणून ती रडत होती. (गो. ली.क्र. १५६) असे श्री प्रभू ज्यांना कुणी नाही, त्यांचे वाली होते.

एका घरची सासू आपण स्वत: दूध पीत असे व सुनांना मात्र ताक वाढे. तेव्हा श्री प्रभू त्या सासूला ताक वाढीत व सुनांना आपल्या हाताने दूध वाढीत. (ली.गो.च-३८) काही स्त्रिया उघड्यावर नागव्याने अंघोळ करायच्या (लीळा गो. च. १८१), श्री प्रभू त्यांना फटकारीत. अशा अनेक लीळा सापडतात. साधे प्रसाद घेणे (६), पाहाले म्हणणे (१२१), आबाईसा वस्त्र घेववणे (१२९), उमाईसा शिक्षापण (१३२), दु:खाक्रांत लेकी येणे (३२३), पेंघी सुंदरी नारी म्हणणे (१५२) इ. स्त्रियांवर या लीळामधून प्रकाश टाकता येईल.

कुण्या स्त्रीला अंघोळीला पाणी विसण करून देतात (३९), सुअेर करविणे - एका स्त्रीचे बाळांतपणसुद्धा गोविंदप्रभू करतात. श्री प्रभूंच्या ठिकाणी स्त्री-पुरुष असा भेदभाव मुळीच नव्हता. कोळीघरचा लाडू ते स्वीकारतात. कुण्या स्त्रीला जेवाया घाल म्हणून मागणी करतात. कुणाच्याही घरी जातात. त्यांना कुणी रागवत नाही, का आले म्हणून म्हणत नाही. त्यांच्या व्यक्तिमत्त्वात सर्वांभूती समत्व, साधू व साधेपणा, विरक्तपणा दिसून येतो. श्री प्रभू हे दीन-दुबळ्यांचे आधार होते. स्त्रियांचे

ते माहेर होते. हे वरील लीळांच्या संदर्भावरून दिसून येते.

सारांश - ज्या काळात महाराष्ट्रात स्त्रियांना कुठलेही धार्मिक, सामाजिक, सांस्कृतिक व राजकीय अधिकार नव्हते; तेव्हा प्रथमत: सर्वज्ञ श्री चक्रधरस्वामींनी पुरुषाच्या बरोबरीने त्यांना हक्क दिले, हे कुणीही नाकारू शकत नाही. त्याचमुळे महदंबेला लेखन, भाषण व संभाषण साधले आहे. आपल्या तत्त्वज्ञानात सर्वांसाठी दारे खुली ठेवली. स्पृश्य-अस्पृश्यता, जातिभेद मानला नाही. स्त्रियांनाही संन्यासदीक्षा स्वामींनी दिली. ही गोष्ट वा बाब त्या काळात घडणे म्हणजे फार मोठे क्रांतिकारी पाऊल म्हणावे लागेल, ते पाऊल श्री चक्रधरांनी उचलले. स्त्रियांना मतप्रदर्शन करण्याची मुभा त्यांच्या परिवारात होती. स्वामी केवळ परिवारातील स्त्रियांनाच नव्हे, तर शांताबाईसासारख्या मासोपवासीनीलादेखील विचारलेल्या प्रश्नांची उत्तरे देतात. चांभाराच्या बाईने दिलेला विडा घेतात. मातंगाघरचे लाडू स्वीकारतात. हे त्यांनी कृतीतून दाखवून दिले. याची अशी अनेक उदाहरणे लीळाचरित्रात बघावयास मिळतात.

स्त्रियांना संन्यास दिल्यामुळे तत्कालीन समाजामध्ये व किंबहुना, आजही या पंथाकडे बघण्याचा दृष्टिकोन वेगळा आहे, हे नाकारता येत नाही. कारण पुरुषप्रधान संस्कृतीत स्त्रियांना कुठलेच अधिकार नसताना श्री चक्रधरांच्या संप्रदायात ते अधिकार देण्यात आल्याने या पंथाकडे बहुतांश लोकांनी पाठ फिरवली. त्याचबरोबर कठोर असा आचारधर्म असल्यामुळे सांसारिकांना तो पाळणे शक्य नव्हते. म्हणून या पंथाचे अनुयायी फार लोक झाले नाहीत. तरीही आजघडीला भारतभर जवळपास १० लाख एवढी या संप्रदायाची अनुयायीसंख्या आहे.

असे काही गुण-दोष असले तरी सर्वसामान्यांना आपला वाटणारा, स्त्रीजीवनाचा व समतेचा पुरस्कार करणारा, मराठी भाषा व महाराष्ट्राबद्दल प्रेम-आग्रह धरणारा संप्रदाय या महाराष्ट्रात श्री चक्रधरस्वामींनी स्थापन केला. त्यांचे हे कार्य लोकातीत व सुवर्णाक्षरांनी लिहावे, असेच थोर आहे, यात शंका नाही.

प्रा. संजय जगताप
मराठी विभागप्रमुख,
इंदिरा गांधी महाविद्यालय, सिडको, नांदेड

***

१९.

उकरला डोंगर, हाती आले खापर!

आ. म. गोविंदराज बीडकर-लातूर

श्रीमान सद्‌भक्त हरी स. डोंगरे यांना महंत गोविन्दराज बाबा बीडकर यांचा प्रसन्नपूर्वक शुभाशीर्वाद.

दि. २९ मार्च २०१० रोजीच्या 'व्यास नगरी' साप्ताहिकाच्या अंकात 'प्रश्न प्रतिष्ठेचा' शीर्षकाने प्रकाशित केलेला आपला लेख (प्रतिक्रिया) वाचून बरं वाटलं. आपण बरेच प्रश्न मला विचारले आहेत आणि त्यांना उत्तर देणं माझं कर्तव्य आहे. 'पंढरी संदेश'मधून वाघ, वक्ते आणि तुणातुण्याच्या बेताल लेखातील 'वाभाडे' पुस्तकातून 'ईंट का जबाब पत्थर' से देणारा मीच आहे. ठीक बारा महिन्यांनी ज्या आळंदीयात्रेत 'पंढरी संदेश' वितरित केला होता, त्याच आळंदीयात्रेत 'वाभाडे'चे वितरण करणारा मीच आहे. पंढरपूरच्या दर्शन मण्डपापासून ते बस स्टँडपर्यंत 'वाभाडे'चा प्रसाद प्रत्येक भाविकाच्या हातात देणारा, तो मीच आहे. ज्या 'पंढरी संदेश'मधून वाघ, वक्ते आणि तुणतुण्याचे पंथावर व स्वामीचरित्रावर चिखलफेक केली, खरपूस समाचार घेऊन त्यांच्यावर प्रश्नांचा भडिमार केला; त्या प्रश्नांची उत्तरे अजूनही त्यांच्याकडून मिळालेली नाहीत. श्रीमान डोंगरेसाहेब, आपण 'वाभाडे' पुस्तक वाचलं नसेल, तर जरूर वाचा. हे सर्व सांगण्याचं कारण हेच्च की, मला फक्त आपल्याच लोकांवर आक्रमण करण्याची दुबळी सवय नाही. जो स्वामी-चरित्र व पंथाकडे वाकड्या दृष्टीने पाहतो, त्याची दृष्टी सरळ करण्यासाठी मी लेखणी उचलतो; मग तो कुणीही असो, मला पर्वा नाही. मी धाडसी आहे, कुणाचा भाट नाही किंवा लाचारही नाही. आपण म्हणता— 'रोष नसावा, अनर्थही करू नये.' डोंगरेसाहेब, मला आपणाविषयी रोषही नाही आणि मी अनर्थही करणार नाही; केवळ आपल्या शंकासमाधानासाठी हा लेखनप्रपंच करीत आहे. परंतु, त्या आधी मला तुम्हाला एक प्रश्न विचारावयाचा आहे.

'महानुभाव संदेश' या पाक्षिकातून माझा लेख दि. ५ एप्रिल २००८ रोजी

प्रकाशित झाला, त्या लेखावर आपण प्रतिक्रिया देता २९ मार्च २०१० च्या 'व्यास नगरी'च्या अंकात; म्हणजे सरासरी २४ महिन्यांनंतर आपण क्रियान्वित झालात. डोंगरेसाहेब, एवढा उशीर का लागला? प्रतिक्रिया देण्यासाठी चेतावनी देणारा गुरू लवकर भेटला नाही का? साहेब, तुम्हाला तळमळीनं सांगतो हो— चांगल्या कंपनीचा ओरिजनल चार्जर वापरा, प्रतिक्रिया वेळीच देण्यासाठी. आशा करतो, आपण माझ्या सूचनेची त्वरित दखल घ्याल.

आपला पहिला प्रश्न आहे— 'ब्रह्माडांचा निर्णय लावणारे आम्ही कोण?'; आपण विचारता— 'बाबाजी, हा सिद्धांत आपण शोधला की सर्वज्ञांनी सांगितला?''

डोंगरेसाहेब! अन्वयवृत्ति, संसरण, संहार प्रकरणाचा प्रयोग, पक्ष आणि टीकेचा अभ्यास करा. प्रत्येक स्थानीच्या देवता, त्यांची संख्या, प्रधान देवता, त्यांचे सामर्थ्य, सर्वरूप मर्यादा, अनन्त सूर्य-चंद्र, अनंत ब्रह्मांडाला व्यापून असणारी माया, पिण्डस्था ब्रह्माण्डस्था हे सर्व मी किंवा माझ्या बापाने नाही, अपितु स्वामींनी व पक्षकारांनी सांगितलेले आहे. आपल्या पहिल्याच प्रश्नाने वाचकांचं मनोरंजन झालेले आहे.

आपला दुसरा प्रश्न आहे की— सहा-सात अर्थ लावणारे, मग तळागाळापर्यंतच्या समाजाला कळेल का? साहेब, तळागाळातल्या लोकांपर्यंत पोचतच नाही, म्हणून ते तत्त्वज्ञान अस्तित्वात राहू नये का? सर्वांची बौद्धिक क्षमता व अधिकार सारखा नसतो. जो-तो आपला अधिकार व क्षमतेप्रमाणे ग्रहण करतो. अठरा अक्षौहिणी लोक कुरुक्षेत्रावर हजर होते; परंतु गीता मात्र एका अर्जुनालाच का सांगितली? सर्वांसमोर श्रीकृष्णांनी भाषणबाजी करायला पाहिजे होती? तसे झाले नाही, याचे कारण काय? कुठल्याही सांप्रदायाचे सखोल तत्त्वज्ञान तळागाळापर्यंत कधी पोहोचले नाही व पोहोचणारही नाही, हे सत्य आहे. म्हणून ते तत्त्वज्ञान मोजक्या लोकांनी जतन करू नये, असे नाही. तळागाळातल्या समाजाला वेळ नाही, आवडही नाही; त्यांना फक्त आजची गरज भागविण्याची चिंता आहे, म्हणून अंधश्रद्धा-देवता-भक्तीच्या गर्तेत ते सापडतात. ही परिस्थिती आजची नाही, सनातन काळापासून असेच चालते आहे. म्हणून श्रीकृष्णांनी सांगितले, 'मनुष्याणां सहस्रेषु... वेत्ति तत्त्वत:।' स्वामी म्हणतात— 'अधिकाराशिवाय घेते द्वार उघडत नाही.'

डोंगरेसाहेब, आपणासमोर चिंता आहे की, श्री चक्रधरस्वामी ईश्वरावतार आहेत; परंतु त्यांचे नाव संपूर्ण जगात नाही, देशात नाही— अपितु महाराष्ट्राच्या कोनाकोपऱ्यात नाही; असं का? साहित्यक्षेत्रात आमच्या साहित्याची कुणी दखल घेत नाही. अन्य तीर्थक्षेत्रांना सरकार कोट्यवधींचा निधी देतं, आम्हाला हात चोळीत

बसायला लावतं. अन्यांच्या तीर्थक्षेत्राला जाणारे रस्ते चोपडेचटक मोठे-मोठे आहेत. आमच्या तीर्थस्थानाकडे जाणारे रस्ते हाडातून मृदंगाचे बोल निघणारे आहेत. डोंगरेसाहेब, असं का? याचं एकमेव उत्तर आहे— आपला असंघटित समाज. आपल्या समाजातल्या धर्मबांधवाला पाहून दण्ड थोपटणारे, द्वेष-मत्सर-अहंता बाळगणारे आणि आजकाल तर 'मै बडा बाकी खुज्जे' अशा वृत्तीमुळेच विस्कळीत झालेला आहे. डोंगरे, या सर्व मंद गतीला प्रतिष्ठा आणि धनलोभ हेच कारण आहे. माझ्या लेखाचा (प्रश्न प्रतिष्ठेचा) संकेत तुम्हाला समजलाच नाही याचे दु:ख आहे. मी या दहा वर्षांत अनेकांची भाषणं लक्षपूर्वक ऐकतो; परंतु नव्वद टक्के भाषणांतून मला लाचारीचा दुर्गंध येतोय, नव्वद टक्के लिखाणातून भाटगिरी जाणवतेय. मग डोंगरे, मला सांगा— श्री चक्रधरांच्या पाईकांची वाणी आणि लेखणी जर लाचार झाली, तर त्या प्रभूंच्या नावाची प्रसिद्धी जगभर व्हावी, अशी अपेक्षा करावी का?

आपण माझ्या लेखावर प्रतिक्रिया दिली, हे गैर नाही. प्रत्येकाला विचार आणि लेखनस्वातंत्र्य आहे, हे मी मानतो. परंतु आपण आपल्याच हाताने आपलं हसं करून घेतलंत, याचं दु:ख आहे. बऱ्याच वाचकांनी मला फोनवर सांगितले की, डोंगरेंनी केवळ प्रसिद्धीसाठी हा प्रयत्न केला असावा; लेखात तथ्य वाटत नाही. मी म्हटलं— त्यांना समाधान आहे, बस.

डोंगरेसाहेब! जोपर्यंत उदार अंत:करणाने या समाजाची एकत्रित वैचारिक बैठक होत नाही, तोपर्यंत स्वप्न साकार होऊ शकत नाही. पुढे आपण लिहिता की— तुम्हाला काही ऐतिहासिक घटनांचा सल अंतर्मनाला सारखा अस्वस्थ करीत होता. आपला प्रश्न आहे की, आपणास आताच कशा लिहिव्याशा वाटल्या? डोंगरेसाहेब, माझं स्वप्न आपणासाठी महत्त्वाचं आहे, असं मला वाटतं. माझ्याप्रमाणेच अशी स्वप्नं अनेकांना पडतात; परंतु ते उक्त करीत नाहीत, फरक एवढाच. मी स्वत: प्रतिष्ठेसाठी अछूत नाही. मी मला सोडून मोजीत नाही, इतरांप्रमाणे माझ्यातही दोष आहे. काळानुरूप मान-प्रतिष्ठेचा महिमा बहुअंशी भिनलेला आहे. त्याला मी अपवाद नाही. साधू-संतांना तर सोडाच; आता हा रोग काही वासनिकांच्या अंगातही भिनला आहे. स्वप्नात स्वामींनी मलाच का सांगितले; माझ्याशिवाय इतरही श्रेष्ठ ज्ञानी आहेत, पंथाचे आधार १३ आम्नाय आहेत— असं आपलं म्हणणं आहे. डोंगरेसाहेब! मीही अज्ञानी नाही. स्वप्नात जे स्वामींनी सांगितले, ते जागृतीतही मला माहीत होते. परंतु झोपेत पोथी चालत नसते. आठवतही नसतं. स्वप्नात आवर्तन झालं म्हणे, पूर्वी नव्हतं, असं नाही. स्वप्नात फलटण पाहिले म्हणजे जागृतीत फलटण पाहिले नव्हते, असं होत नाही. आपण १३ आम्नायांना आधारस्तंभ म्हणता, म्हणून

तुम्हाला एक प्रश्न विचारतो. इमानदारीने उत्तर द्या. १३ पैकी किती आम्नाय पोथी करू शकतात? १३ पैकी किती जणांनी संपूर्ण लीळाचरित्राचं वाचन-मनन-अध्ययन केलेलं आहे? स्वामींच्या वचनांचा काकु कक्षश भावार्थ प्रकरणवस किती आम्नाय जाणतात, एवढं मला डोंगरेसाहेब, न विसरता सांगा. ही वस्तुस्थिती आजची आहे, पूर्वीची नाही.

काही ऐतिहासिक घटना माझ्याप्रमाणेच आपणही नाकारता आणि माझ्याशी सहमती दर्शविता; असं का?

हां, मला स्वप्नात स्वामींनी (रात्र पातळ करण्याची- मला गरजच काय) हे सांगण्याची गरजच काय? साहेब, स्वप्नात माणूस स्वत: एकटाच असतो. त्याच्याभोवती गट नसतो, प्रेरक नसतो, आत्मप्रतिष्ठा नसते, कुणाचा दबाव नसतो, सत्य जाणूनही गप्प बसण्याची संधी नसते. तो एकटाच असतो, निरपेक्ष असतो, द्वंद्वातीत असतो; म्हणून स्वप्नात ठेव जाणवीत असतो. लोक स्वप्नातल्या जाणवण्याला अतिमहत्त्व देतात. मनुष्य जेव्हा वेगवेगळ्या ज्ञानीयांशी एखाद्या घटनेबद्दल चर्चा करतो, तेव्हा त्यांची वेगवेगळी मते परस्परांना विरोध करतात; तेव्हा तो माणूस गोंधळून जातो. तेव्हा भगवंतालाच जाणवावे लागते, कारण माझ्यापुढे काही शंका होत्या तथा बोटाच्या सांधीतून पाहण्याचा हेतू मला समाधानकारकपणे कुणी सांगत नव्हते. दुसऱ्याच्या जळालेल्या मढ्याची राख, हाडं नदीत परस्पर टाकण्याचा ठेका श्री नागदेवांना कुणी दिला होता? हे वैचारिक द्वंद डोक्यात माजलं होतं, म्हणून स्वामींनी स्वप्नात येऊन सांगितले; त्यात साहेब, आपणास वाईट वाटण्याचे काहीच कारण नाही.

ज्या ऐतिहासिक घटना सारख्या ठोसे मारीत होत्या, अशा गोष्टी मला आताच लिहिव्याशा वाटल्या; असं साहेबांचं म्हणणं आहे. साहेब, २४ महिन्यांनंतर आपणास माझ्या लेखावर प्रतिक्रिया का द्यावी वाटली? एक वा दोन अथवा तीन महिन्यांत खरे तर प्रतिक्रिया देणे आवश्यक होते; परंतु आपण जवळजवळ दोन वर्षांनी प्रतिक्रिया देत आहात, याच्याही मागे काही तरी कारण किंवा प्रसंग असायला पाहिजे. दोन वर्षांपूर्वी नागपूर हायकोर्टात लीळाचरित्राची केस बोर्डावर होती. वातावरण गरम होतं. लीळाचरित्राशिवाय दुसरा विषय पंथात चर्चिला जात नव्हता आणि म्हणून प्रसंगानुरूप तो लेख लिहून वस्तुस्थिती समाजासमोर मांडण्याची ती योग्य वेळ होती. म्हणून डोंगरेसाहेब, वेळ साधून ते केलेले शरसंधान होते, हे लक्षात ठेवा. आपण दिलेल्या प्रतिक्रियेचे कारण विशद कराल, ही अपेक्षा.

आणखीन एक मुद्दा आपण मांडलेला आहे, तो असा— "गृहस्थाश्रमी

समाज आहे त्यांच्यापर्यंत स्वामींचे यथार्थ सिद्धांतिक ज्ञान पोहोचलेलेच नाही; अशा समाजाला आपल्या नाटकी, हृदयस्पर्शी लिखाणाने— जो ज्ञानापासून अनभिज्ञ असलेला बहुतांश समाज— भावनावश होऊन आपल्या बाजूने वळविण्याचा आपला प्रयत्न स्पष्ट आहे, असे मला वाटते.'' इति डोंगरे.

डोंगरेसाहेब! आपणास सांगू इच्छितो की, माझ्या लिखाणात आपणास नाटकीपणा कुठे दिसला? स्वप्नातही मी यथार्थतेला बगल दिलेली नाही. समाजाला योग्य तेच सांगण्याचा मी प्रभावी प्रयत्न केलेला आहे. तसा प्रभावी प्रयत्न करून समाजमन आपल्या बाजूने वळविण्यासाठी आपणही प्रयत्न करायला स्वतंत्र आहात. असा प्रभावी प्रयत्न सोडून मनगंढत तथ्य समाजाच्या माथी मारू नका. श्री चांगदेव राऊळांना नागापुढे हात जोडायला लावण्याचे धाडस तर नाटकातही करू शकत नाही. द्यूतामध्ये जिंकलेला हार राणी कमळाईसाला सप्रेम भेट देणारे हरिपाळदेव आमच्या स्वप्नातही नाहीत आणि पोथीतही नाहीत. मुक्ताबाई भेटीनंतर ज्ञानशक्तीचा स्वीकार करणारे श्री चक्रधरस्वामी आमच्या यथार्थ नाटकात नाहीत, हे लक्षात ठेवा. नाटक कोण करतो? हाच इतिहास भोळ्या-भाबड्या समाजाच्या माथी मारायचा का? आम्ही स्वप्नातसुद्धा सत्याची कास धरून आहोत, याची नोंद घ्या.

डॉ. कोलतेंच्या विरोधकांनी कोर्टात १९८० मध्ये केस टाकली. ती केस १९९७ मध्ये विरोधक जिंकले. सन १९९८ मध्ये लीळाचरित्र सोडविण्यासाठी मी इतर महंतांसोबत कोर्टात गेलो, असं आपण म्हणता. परंतु डोंगरेसाहेब, लीळाचरित्राच्या बाबतीत मी कोर्टात महंतलोकांसोबत किंवा एकटा कधीच गेलो नाही. प. पू. म. कै. श्री. नागराजबाबांशी माझी जवळीक होती; परंतु काही प्रक्षिप्त लीळांबाबत माझे कै. बाबांसोबत वैचारिक मतभेद होते आणि त्यांचे मत माझ्यावर लादण्याचा त्यांनी कधीही प्रयत्न केला नाही. याविषयीचा संपूर्ण वृत्तांत मी माझ्या ५-४-२००८ च्या लेखात दिलेला आहे. डोंगरेसाहेब, मी माझ्या लेखात ल. सी. चौधरींच्या लिखाणाचा उल्लेखच केलेला नाही; मी उल्लेख केला तो रंगनाथ तिवारींच्या 'देवगिरी बिलावल' या कादंबरीचा व श्री चक्रधरस्वामी-आचार्य रजनीश या नागपूर विद्यापीठात सादर करण्यात आलेल्या प्रबंधाचा. हे दोन्ही प्रकार १९७८ नंतर झालेत. याला प्रेरणा व सामग्री मिळाली, ती कोलतेसाहेबांच्या संकलित लीळाचरित्रातून. पंथात वादळ निर्माण केलेला 'पंढरी संदेश' १९७८ नंतर प्रकाशित झाला. डॉ. कोलतेंची भलावण करीत इतरांच्या माथी खापर फोडून भोळ्या भावनाशील समाजाची दिशाभूल करू नका. आमच्या माथी बिनबुडाचा आरोप योग्य नाही; अपितु आपली वाटचाल दिशाहीन आहे. कारण ज्या घटना प्रक्षिप्त आहेत, पंथाला नेस्तनाबूत करण्यासाठी

त्या घुसडविल्या आहेत; या माझ्या मताशी आपण सहमती दर्शविता व कुडवसाहेबही हे मान्य करतात, असे आपण म्हणता; मग त्या लीळाचरित्राच्या प्रतींवर आलेली बंदी उठवावी, असे आपण का म्हणता? पंथाला अनेकांच्या आणखी कुटील टीकेला, गलिच्छ आरोपांना सामोरे जाण्याची वेळ यावी; साध्या-भोळ्या लोकांनी पंथापासून दूर जावं आणि पंथ स्वत: नेस्तनाबूत व्हावा, ही आपली दुटप्पी चाल तर नाही ना? लीळाचरित्रात घुसडलेल्या फालतू घटनांच्या लीळा काढून टाकाव्यात, यासाठी आपण अ. भा. म. परिषदेला सांगत का नाही? ल. सी. चौधरी, तिवारी, वाघ किंवा कोलते असोत; त्यांनी पंथाला व स्वामींना बदनाम करण्यासाठी लिखाण केलं आहे; मग कुणी आधी किंवा नंतर झक् मारली असेल. आम्ही त्यावर प्रकाश टाकला आणि बिनबुडाचा आरोप म्हणता, हा बालिशपणा नव्हे काय? अशा यथार्थ लेखनाने जर समाज असंघटित होत असेल, तर समाज संघटित करण्याची किमया आपण करून दाखवा; फार उपकार होतील. डोंगरेसाहेब, सहा 'का?'च्या उत्तराचा आता समाचार घेतो. मी केलेल्या सहा प्रश्नांची उत्तरे आपल्या टीममधून कोणीच देऊ शकत नाही. डोंगरे, माझ्या प्रश्नांची उत्तरे आपण द्याल, ही अपेक्षा. परंतु मला आत्मपरीक्षणाचा फुकट सल्ला देऊन पळ काढलाय; कशाचं आत्मपरीक्षण करू? डोंगरे, मी त्या सहा प्रश्नांना उत्तरे मागतोय, अजूनही कुणी दिलेली नाहीत; आपण प्रयत्न कराल, ही अपेक्षा. नको त्या वेळी तुमची उतावीळ लेखणी रणप्रसंगी झोप का काढते?

आपण सांगता आम्ही निषेध मोर्चे काढले, हजारों संत-महंत व अनुयायी त्यात तुमचेही अनुयायी घेऊन तुम्हीही सहभागी झालात. आपण तर गृहस्थ आहात; तुमचे अनुयायी कसे? आपण उपदेश देता का? असे करू नका. गृहस्थ उपदेश द्यायला लागले, तर संत-महंतांना अवघड होईल. हां, आपण मोर्चे काढले. ठाणे, कल्याण, अमरावती येथे मोर्चे निघाले. आग लागते पंढरपुरात; पाणी टाकताय ठाणे, अमरावतीवर— हा आग विझविण्याचा अजब प्रकार नाही का? डोंगरे, आजकाल मोर्चाला कुणी भीक घालीत नाही. मोर्चे रोज येतात आणि जातात. आपण काढलेल्या निषेध मोर्चाचे फलित काय? झाली का कार्यवाही आणि दोषींना शिक्षा झाली का? दोषींना दंड झाला का? पंढरी संदेश या साप्ताहिकावर बंदी आली का? थातुर-माथुर काही तरी करायचं, आम्ही सक्रिय आहोत हे दाखवून प्रसिद्धीसाठी सज्ज राहायचे; यापलीकडे काय? त्या वेळी नागपूरकरांनी पंढरपुरात जाऊन, कोर्टात केस दाखल करून पकड वारंट काढायला लावले आणि जिवंत आहे, हे दाखवून दिले. डोंगरे, नको त्या वेळी आपल्याच लोकांवर आक्रमण करणारी तुमची लेखणी तेव्हा झोप

काढीत होती काय? समस्त महानुभावांना प्रमादीयाची उपाधी देणाऱ्या महाभागाजवळ उभं राहण्याची पात्रता बोरकुटे यांची काय, कुणाचीच नाही. डोंगरे, पात्रता मोजण्याचे परिमाण फक्त देवाजवळच आहे, असा आमचा आजपर्यंतचा समज होता; परंतु पात्रता मोजण्याची एजन्सी देवाने आपल्याकडे केव्हा दिली, समजलेच नाही... केवढे आम्ही दुर्दैवी!

डोंगरेसाहेब, आपण 'व्यास नगरी'त एक मुद्दा उपस्थित केला आहे की— श्री चक्रधरस्वामी हे क्षत्रिय आहेत, परंतु त्यांना ब्राह्मण बनविले गेले. म्हणून म्हणतो, पंथाच्या १३ आम्नायांनी स्वामी नेमके ब्राह्मण की क्षत्रिय, हे आधी निश्चित ठरवावे. आपण म्हणता, १३ आम्नाय स्वामींना ब्राह्मण म्हणतात. आधी समाजाला एक निर्णय घेणे जरुरीचे आहे, मगच बाकीचा काथ्याकूट करा. आम्नाय हे पंथाचे आधारस्तंभ आहेत, तर आपण त्यांच्या मनाविरुद्ध स्वामींना क्षत्रिय का मानता? उपरोक्त मुद्दा 'व्यास नगरी'च्या प्रस्तुत अंकातच एका लेखात आलेला आहे.

पान २ वर आपण लिहिता की, दहा वर्षांत विविध लेखकांनी लीळांचे विकृतीकरण केलं. नवागत हे वाचून भांबावले. माझा मुद्दा आपणास बालिशपणा वाटला. डोंगरे, आपल्या बुद्धीची कीव येते. एकीकडे या विकृत घटना प्रक्षेपित आहेत, स्वामींना बदनाम करण्याचे हे षडयंत्र आहे; या माझ्या मताशी आपण सहमत आहात आणि हेच माझं मत दुसऱ्या ठिकाणी आपल्याला बालिशपणा वाटतो. बालिश कोण, हे आता वाचकच ठरवतील. लीळाचरित्राच्या बाबतीत १३ आम्नायांच्यात एकमत आहे का, याचा प्रथम शोध घ्या; मग वस्तुस्थिती आपल्या लक्षात येईल. केवळ १३ आम्नाय हेच पंथाचे आधारस्तंभ आहेत, या भ्रमात राहू नका. डोंगरे, याव्यतिरिक्तही अनेक भक्कम आधारस्तंभ पंथात विद्यमान आहेत याची जाणीव ठेवा. 'रात्र पातळ करणे' हा मी मांडलेला मुद्दा आपणास बरोबर आहे, असं वाटतं; परंतु आपण म्हणता, मांडण्याची पद्धत चुकली, जागा चुकली आणि वेळही चुकली. परंतु डोंगरेसाहेब, चुकलेल्या जागेवर, पद्धतीवर आणि वेळेवर आपण थोडा प्रकाश टाकला असता; तर मला पुढच्या वाटचालीसाठी मदत झाली असती. जाळीच्या देवासारखी जागा पाहिजे होती, मंदिर उद्घाटनाचा सोहळा, साधू-संतांच्या अपूर्व भेटकाळाचा अमृतयोग अशी वेळ चुकली— परस्परांच्या टीकेनं भरगच्च मिठासारख्या अंक अमृताच्या ताटात वाढण्याची वेळ चुकली. लोकांच्या हातात फुकटच अंक देण्याची पद्धत चुकली. एवढा आटापिटा करूनही उपयोग नाही; पन्नास टक्के लोकांनी तो अंक घरापर्यंतही आणला नाही. ज्यांनी आणला, त्यांनी अजून वाचलाच नाही. हे सर्व मी चौकशी करून सांगतोय. दोन वर्षांनंतर 'प्रश्न प्रतिष्ठेचा' या लेखावर

प्रतिक्रिया देण्याची वेळ, जागा व पद्धत चुकली का बरोबर आहे, हे तपासून पाहा. लीळाचरित्राच्या कोर्ट केसचा मथळा खूप मोठा आहे; त्याच्या तळागाळापर्यंत जाण्यासाठी डोंगरेसाहेब, आपणास खूप मेहनत घ्यावी लागेल आणि वेळही द्यावा लागेल. एवढ्या सहजतेने समजणार नाही. लीळाचरित्राच्या संपादनकार्यात डॉ. कोलतेंच्या मदतीला असणारे बरेच विद्वान आज डॉ. कोलतेंच्या लीळाचरित्राच्या आवृत्तीवर बंदी कायम राहावी, या मतावर ठाम आहेत; याचा आपण कधी शोध घेतला का? जगद्‌गुरू ही उपाधी फक्त ईश्वराला लागू शकते, जीवाला नाही. रवी डोंगरे, शंकराचार्यांना जगद्‌गुरू उपाधी आहे. अलीकडे वारकरी संप्रदाय संत तुकारामालाही जगद्‌गुरू ही उपाधी लावीत आहेत; मग ते ईश्वर आहेत का?

डोंगरेसाहेब, माझ्या सहा 'का?'ना उत्तर पाहिजे. दोन वर्षांत या सहा प्रश्नांची उत्तरं मिळत नाहीत? आपसामध्ये एकमेकांवर कुरघोडी करण्यापेक्षा बाहेरून येणाऱ्या संकटावर मात करण्याची हिम्मत दाखवा. प्रश्न प्रतिष्ठेचाच आहे, जो एक संघटनेला भगदड पाडीत आहे. तुम्ही कितीही कोलांटउड्या मारल्या, तरी प्रतिष्ठेचा प्रश्न सुटत नाही. अनंत ब्रह्मांडाचा निर्णय लावणारे आम्ही न्यायाची याचना अन्यायाकडून करतोय, हे दुर्दैव नाही काय? डोंगरेसाहेब, अनंत ब्रह्मांडाचा निर्णय कसा लावतात याचीही पुनश्च शहानिशा करा व शंकेच्या गर्तेतून मुक्त व्हा. प्रस्तुत लेखात कुठे एखाद्या शब्दाची ठेच मनाला लागली, तर क्षमा असावी. आपल्याकडून सतत धर्मसेवा अशीच घडत राहावी, ही प्रभुचरणी प्रार्थना करतो आणि लेखणीला आराम देतो.

***

२०.

महाराष्ट्र सारस्वतात महानुभाव साहित्याचे योगदान

प्रा. डॉ. हंसराज जाधव

कोणत्याही संप्रदायाच्या, पंथाच्या उदयाच्या पाठीमागे त्या काळची सामाजिक आणि राजकीय परिस्थिती कारणीभूत ठरत असते. बाराव्या शतकाच्या उत्तरार्धात महानुभाव पंथाचा उदय झाला. त्या वेळी महाराष्ट्रात देवगिरीच्या यादवांची राजवट होती. इस्लामाचे आक्रमण अजून दक्षिणेपर्यंत आलेले नव्हते, म्हणजेच महाराष्ट्रात स्वकीयांचे राज्य होते. हिंदू धर्माची पताका मानाने डोलत होती.

परंतु, हिंदू धर्म मात्र आतून पूर्णत: खिळखिळा झाला होता. यज्ञयाग, कर्मकांड, जादूटोणा, व्रतवैकल्ये, देव-देवतांचे वाढते स्तोम यामुळे सामान्यवर्ग नागवला जात होता. सामान्य कष्टकरी नागवला जात होता. त्याचे आणखी एक कारण म्हणजे, त्यांचे अज्ञान. यादव हे वैदिक संस्कृतीचे व विद्या-कला यांचे पुरस्कर्ते होते. ज्योतिष, संगीत, वेदान्त, धर्मशास्त्र, व्याकरण, वैद्यक या क्षेत्रांतील विद्वान पंडित त्यांच्या राजाश्रयाने वाढत होते. म्हणून भास्कराचार्य, चांगदेव (ज्योतिषी) 'संगीत रत्नाकर'कर्ता सारंगधर, तसेच हेमाद्री पंडित यांसारखे विद्वान या काळात झाले. म्हणून यादवकाळ हा कला व सांस्कृतिक दृष्ट्या वैभवसंपन्न काळ म्हणून ओळखला जातो. परंतु, या सर्वांचे ज्ञान संस्कृत भाषेतच बंद होते. त्यामुळे जनसामान्यांना संस्कृतमधील ज्ञानसागरात आपली तहान भागवणे अशक्य झाले होते.

धर्मांधता, कर्मकांडे, व्रतवैकल्ये, अज्ञान, स्वार्थी प्रवृत्ती, अस्पृश्यता, उच्चवर्णीयांची मिरासदारी, संस्कृत भाषेचा पगडा आदी संकटांतून समाजाला बाहेर काढण्यासाठी या काळात महानुभाव पंथाचा उदय झाला.

महाराष्ट्रातील तत्कालीन राजकीय, सांस्कृतिक, धार्मिक घडामोडी आणि उत्तरेकडून होणारे इस्लामचे आक्रमण या बाबींचे महानुभाव पंथप्रवर्तक श्री चक्रधरस्वामींनी सूक्ष्म निरीक्षण केले. महाराष्ट्रातील वैदिक विचारांचे समर्थन करणारी मंडळी मुस्लिमांचे आक्रमण थोपवू शकली नाहीत आणि समाजातील बहुजनवर्गाला तर या घडामोडीविषयी

काही देणे-घेणे नव्हतेच. त्यांना कोणी विचारातही घेत नव्हते. ही सर्व विसंगती श्री चक्रधरांनी शोधली. भक्ती आणि ज्ञान या दोन विशुद्ध तत्त्वांच्या आधारावर त्यांनी महानुभाव संप्रदायाची स्थापना केली.

मूळचे गुजरातचे असणाऱ्या श्री चक्रधरांनी महाराष्ट्रात येऊन आपल्या कार्यास प्रारंभ केला. ऋद्धिपूर येथे श्री गोविंदप्रभूंकडून परावरशक्ती स्वीकार केल्यानंतर महाराष्ट्रात 'गंगातीरा'चा अखंड प्रवास केला. या महाराष्ट्रभ्रमंतीच्या काळात आणि जीवोद्धाराच्या कार्यात कालांतराने त्यांना जवळपास पाचशे शिष्य व तेरा शिष्या असा मोठा शिष्यपरिवार मिळाला. यातून पुढे 'महानुभाव पंथ', 'परमार्ग' विकसित झाला. जातीपातींपलीकडे जाऊन शूद्रातिशूद्रांना सामावून घेत, तळागाळात रुतलेल्या जनसामान्यांपर्यंत जाऊन स्वामींनी आपल्या कार्याची गंगा अखंडपणे चालूच ठेवली आणि म्हणूनच महानुभाव पंथाची विचारसरणी लोकांपर्यंत पोहोचायला लागली.

महानुभाव पंथ एक 'भक्ती संप्रदाय' असला, तरी त्यांची भक्ती डोळस भक्ती आहे. श्री चक्रधरस्वामी हे आध्यात्मिक, सामाजिक बाबतींत अत्यंत पुरोगामी होते. अंधश्रद्धेत बुडालेल्या समाजाला बाहेर काढण्यासाठी चक्रधरांनी अहिंसेचा स्वीकार केला. 'तुमचेनि मुंगी रांड न व्हावी'[१] एवढी टोकाची अहिंसा बाळगणाऱ्या श्री चक्रधरांनी यज्ञात निष्पाप जिवाचा बळी देण्याच्या प्रथेवरच हल्ला केला. तेराव्या शतकात स्त्री-शूद्रांना कोणत्याच प्रकारचे हक्क नव्हते. 'माणूस' म्हणून जगणे त्यांच्या वाट्याला आलेले नव्हते. 'स्त्री म्हणजे उपभोगाची वस्तू' ही तत्कालीन लोकांची मानसिकता होती. अशा प्रतिकूल परिस्थितीत स्वामींनी आपल्या शिष्यपरिवारात स्त्रियांना आदराची, सन्मानाची वागणूक दिली. 'तुमचा जीऊ आणि त्यांचा काइ जीऊलीया'[२] या वचनातून स्वामींची स्त्रीविषयक दृष्टी व्यक्त होते.

शूद्र-अपृश्य-पशू यांत फारसा फरक केला जात नव्हता; परंतु स्वामींच्या शिष्यपरिवारात मात्र सर्व जाती-धर्मांतील मंडळी होती. म्हाइंभट्टांसारखा विद्वान ब्राह्मण होता, तद्वत्‌च कोथळोबांसारखा अस्पृश्यही होता. जातिभेद पाळणे गुन्हा आहे, अशी त्यांची भूमिका होती. म्हणूनच स्वामींनी त्यांच्या शिष्यांनाा चारही वर्णांच्या घरी जाऊन भिक्षा मागण्याचा आदेश दिला होता.

श्री चक्रधरांनी वर्षानुवर्षे चालत आलेल्या वैदिक परंपरेला छेद देत भक्तीच्या आडून आध्यात्मिकतेबरोबरच सामाजिक क्षेत्रात परिवर्तन घडवून आणण्याचा प्रयत्न केला आणि महाराष्ट्रात पुरोगामी विचारांची पताका रोवणाऱ्या महानुभाव पंथाची देणगी महाराष्ट्राला दिली.

महानुभावांचा मराठी बाणा

व्यक्ती ज्या प्रदेशात जन्मते-राहते, त्याविषयीचे प्रेम व अभिमान त्याच्या ठिकाणी भरलेला असतो. त्या प्रदेशातील भाषेचा कळत-नकळत प्रभाव आपल्या व्यक्तिमत्त्वावर पडतो. त्या प्रदेशाबरोबरच त्या भाषेविषयीची अस्मिता आपण जोपासत असतो.

श्री चक्रधरस्वामी जन्माने (रूढ अर्थाने) गुजराती असले, तरी महाराष्ट्र ही त्यांची कर्मभूमी. अवतार स्वीकारल्यानंतर त्यांनी अखंड महाराष्ट्रभर परिभ्रमण केले. गुजरात, तेलंगणासारख्या प्रदेशांतून भ्रमण करीत असताना अनेक स्थळांना भेटी दिल्या, अनेक माणसांना ते भेटले; परंतु आपल्या पंथप्रसारासाठी व प्रचारासाठी त्यांना महाराष्ट्रातील भौगोलिक व सामाजिक पातळीवरची पोषकता इतरत्र कुठेही दिसली नाही व सुरक्षिताही वाटली नाही. 'कन्नड देशा, तेलंग देशा न वचावे: महाराष्ट्री असावे' अशी उपदेशपर ताकीदच त्यांनी शिष्यांना देऊन ठेवली. 'महंत राष्ट्र म्हणौनि महाराष्ट्र'[३] या विधानातून स्वामींचा महाराष्ट्राभिमान आपल्या लक्षात येतो.

'महाराष्ट्र व मराठी' हे महानुभावांच्या अस्मितेचे विषय आहेत. लीळाचरित्रातील अनेक लीळांमधून स्वामींचा मराठी बाणा आपणास जाणवतो. त्या वेळचे सर्व ज्ञानभांडार संस्कृत भाषेतच होते. त्यामुळे जनसामान्यांना ज्ञानग्रहणाची सोय नव्हती. म्हणून श्री चक्रधरांनी जनसामान्यांना समजेल-रुचेल अशा लोकभाषेचा— मराठीचा स्वीकार मोठ्या आनंदाने आणि प्रेमाने केला. त्यामुळे लीळाचरित्रातील 'श्रीमुखीची' भाषा अंत:करणापासून निघालेली आहे. तिला कृत्रिमतेचा डाग कुठेही दिसत नाही.

स्वामींचे हे भाषाविषयक धोरण पंथाचे आद्य आचार्य श्री नागदेवाचार्य यांनीही पुढे चालविले. केवळ ग्रंथनिर्मितिसंदर्भातच 'मराठी' भाषेचा आधार घेतला असे नाही, तर दैनंदिन व्यवहारातसुद्धा मराठीच्या वापरासंबंधीची आग्रही भूमिका त्यांनी घेतली. श्री चक्रधरस्वामी मराठी 'अनिवार' बोलत असत. तोच वारसा पुढे नागदेवाचार्यांनी चालवला. एकदा केशिराजबासांनी आचार्यांना संस्कृत भाषेतून प्रश्न केला, तेव्हा 'तुमचा अस्मात कस्मात् मी नेणेचिगा: मज श्रीचक्रधरे निरूपिली मर्‍हाटी : तियेचि पुसा'[४] अशा शब्दांत त्यांचा समाचार घेतला. केशिराजबासांनीच एकदा 'उद्धरण' प्रकरण संस्कृतमध्ये लिहू का, असे नागदेवाचार्यांस विचारताच श्री चक्रधरांच्या लोकभाषेविषयीच्या धोरणाचे भान आणून देताना आचार्य त्यांना 'नको गा केशवदेया: ऐणे माझिया म्हातारीया नागवैल कीगा:'[५] असे म्हणतात. समाजातल्या अगदी सामान्य स्तरातील लोकांपर्यंत स्वामींचे तत्त्वज्ञान पोहोचले पाहिजे व त्यासाठी मराठी

लोकाभाषाच उपयुक्त ठरते, ही आचार्यांची भूमिका कौतुकास्पद आहे. आचार्यांच्या या आग्रही भूमिकेमुळेच महानुभावांनी मराठी भाषेत एवढी विपुल ग्रंथनिर्मिती केली, असे म्हणण्यास काही हरकत नाही. त्यांच्या प्रेरणेमुळेच गद्य-पद्य, व्याकरण, आख्यान, कविता, चरित्र, स्मृती अशी विविधांगी रचना महानुभावांनी केली.

मराठी भाषेचा अभिमान महानुभावांनी बाळगला आणि ती भाषा लोकांपर्यंत पोहोचवली. महाकवी नरेंद्रांनी 'रुक्मिणीस्वयंवरा'त मराठीला 'पुण्यपावन' असे म्हटले आहे.[६] भास्करभट्ट बोरीकरही या कामात मागे नाहीत. 'शिशुपालवधा'त ते म्हणतात–

'साहित्याचिया खेडकुळिया : सुदेशा बोलांचिया चिपोळिया:
सिंपणे खेळती सांवळिया : रसवृत्तीसी ॥२६॥'

कवी नारायणबासांनी मराठीचा मोठेपणा मान्य करताना तिला देववाणीचा दर्जा दिला. या सर्वांच्या पुढे जाऊन कवी संतोषमुनींनी संस्कृतला बाजूला सारून, मराठी सर्व भाषेची जननी होय, असे म्हटले आहे–

'मऱ्हाटी स्त्रीलिंग वाक्य : आनि संस्कृत तंव नपुंसक
म्हणौनि बाळकत्व आइक : तयासीच साजे ॥'

अशा प्रकारे महानुभावांच्या 'मराठी अभिमाना'ची प्रचिती आपणास ठिकठिकाणी येते. यातले महानुभवांचे वेगळेपण असे की, त्यांनी केवळ मराठीचा गौरवच केला नाही, तर मराठीच्या प्रचारासाठी व प्रसारासाठी जाणीवपूर्वक प्रयत्न केले. त्यांनी मराठीची पताका खैबरखिंडीतून नेऊन काबुल-कंदाहारपर्यंत फडकावली. संत ज्ञानेश्वरांनी ज्ञानेश्वरीत मराठीचा गौरव करताना 'माझी मऱ्हाटीचे बोल कौतुके : परि अमृताते पैंजा जिंके' असे म्हटले असले, तरीही अमृतासोबत पैज लावण्याचे सामर्थ्य मराठीत निर्माण करण्याचे काम महानुभवांनी केले, यात कोणाचेही दुमत असण्याचे कारण नाही.

महानुभावीय गद्य-पद्य वाङ्मयाचे स्वरूप

महानुभाव वाङ्मयाची निर्मिती ही पंथाच्या स्थापनेपासून सुरू झाली आणि पुढे ती किती तरी वर्षे अव्याहत चालू राहिली. महानुभाव वाङ्मय गद्य-पद्य या दोन्ही प्रकारच्या रचनांनी नटलेले आहे. मध्ययुगीन काळातील संतसाहित्य हे मुख्यत: पद्य स्वरूपाचे असले, तरी महानुभावांनी मात्र पद्याइतकेच गद्य वाङ्मयही लिहिले; नव्हे, महानुभाव वाङ्मयाची सुरुवातच गद्यरचनेपासून झाली आपणास पाहावयास मिळते. उदा.— लीळाचरित्र.

अगदी मराठीच्या प्रारंभीच्या काळातलेच महानुभाव साहित्य असूनसुद्धा ते

इतके समृद्ध आहे की; महानुभाव दालन उघडले नसते, तर 'मराठी' भाषेचे फार मोठे नुकसान झाले असते. मराठीतील आद्य ग्रंथ देणाऱ्या महानुभाव वाङ्मयाने मराठीतील आद्य कवत्रियी महदंबा द्यावी, यावरून महानुभवांच्या गद्य-पद्य या दोन्ही प्रकारांतील रचनेचा, कर्तृत्वाचा अंदाज येतो. पद्यस्वरूप वाङ्मयनिर्मितीतले महानुभाव कवींचे कौशल्य तर अभिजात कोटीतील आहेच; पण त्याचबरोबर त्यांनी गद्य लेखनाच्या क्षेत्रात केलेला विक्रमही नि:संशय थक्क करून सोडणारा आहे.

गद्य वाङ्मय

महानुभाव पंथाने मराठी गद्याची परंपरा तेराव्या शतकापासून पेशवाई काळापर्यंत (गोविंदमुनी जामोदकर यांची 'कैवल्यसंजीवनी' ही टीका साधारणपणे पेशवाईअखेरच्या काळातीलच आहे) जिवंत ठेवली, प्रतिष्ठितपणे तिची जोपासना केली, ती समृद्ध केली; ही वस्तुस्थिती आहे. या श्रेयाचा वाटा थोडाफार तरी उचलण्याचा अधिकार महाराष्ट्रातल्या अन्य कोणत्या तरी संप्रदायाला (जैन संप्रदायाचा काही अंशी अपवाद वगळल्यास) आहे काय? हे श्रेय एकट्या महानुभाव पंथाचेच आहे. पंधराव्या-सोळाव्या शतकांतले महानुभावांच्या टीपग्रंथातले गद्य वाङ्मय जर आपण वाचून पाहिले तर असे दिसून येईल की; प्रौढता, परिपक्वता, युक्तिवादचातुर्य, शास्त्रीय शिस्त आदी वाखाणण्यासारख्या अनेक गुणविशेषांनी ते विभूषित झालेले आहे. मराठी वाङ्मयाच्या दृष्टीने महानुभावीय गद्य ही प्राचीन मराठीतील अत्यंत क्रांतिकारक घटना आहे. लीळाचरित्र, गोविंदप्रभू चरित्र, सूत्रपाठ, दृष्टांतपाठ, स्मृतिपाठ, स्मृतिस्थळ इ. गद्य ग्रंथांचा उल्लेख यात करता येतो.

पद्य विभाग

महानुभावांच्या गद्य लेखनाची झळाळी जशी डोळे दिपवणारी आहे, पद्य वाङ्मयातील लेखनही अगदी तसेच आहे. महानुभाव वाङ्मयाची सुरुवात गद्य लेखनाने (लीळाचरित्र) झाली असली तरी पद्यनिर्मितीतही महानुभाव मागे नाहीत. पद्य वाङ्मयातील त्यांची कामगिरीही अद्वितीय आहे. मराठीतल्या पहिल्या भावकवितेपासून—धवळ्यांपासून पद्यरचनेस सुरुवात झाली. गद्य-पद्य या दोन्ही विभागांत महानुभावांनी त्यांचे आद्यत्व टिकवून ठेवले आहे. लीळाचरित्र हा आद्य ग्रंथ, तर 'धवळे' ही पहिली भावकविता. पद्यस्वरूप वाङ्मयातील काही प्रमुख काव्यग्रंथांवर नजर टाकल्यास त्याची प्रचिती आपणास येते. धवळे, सातीग्रंथ पद्यरचना वैशिष्ट्यपूर्ण आहेत.

वाङ्मयप्रकारांतील वैविध्यता व विषयवैचित्र्य

महानुभाव वाङ्मयातील गद-पद्य अशा दोन्ही स्वरूपांच्या संपूर्ण कलाकृतींचा विचार केला, तर महानुभवांची ग्रंथनिर्मिती विपुल आहे. आतापर्यंत उपलब्ध झालेल्या

किंवा संशोधित झालेल्या ग्रंथसंपदेचाच जरी विचार केला, तर महानुभावांच्या वाङ्मयाची भव्यता आपल्या लक्षात येते. प्राचीन मराठीत उत्कृष्ट वाङ्मयाचा अर्ध्याहून अधिक भाग महानुभावांनी निर्मिला आहे. महानुभावांच्या वाङ्मयीन कर्तबगारीविषयी प्रा. यशवंत मनोहरांनी मांडलेले मत मोठे बोलके आहे– ''महानुभावांनी तेराव्या शतकापासून अठराव्या शतकाच्या प्रारंभापर्यंत एका अखंड, अव्यभिचारी निष्ठेने निर्मिती केली आहे. प्राचीन मराठी साहित्याचा गोलार्ध तरी निश्चितच या वाङ्मयाने शिल्पित केला आहे. म्हणजे, प्राचीन मराठी साहित्यमंदिराचे अर्धे वैशिष्ट्यपूर्ण बांधकाम महानुभावांच्या प्रज्ञाप्रतिभांनी केले आहे.''[७]

सुमारे ऐंशी वर्षांपूर्वी— म्हणजे या वाङ्मयाच्या संशोधनाच्या प्रारंभावस्थेत— 'महाराष्ट्र सारस्वत'कार कै. वि. ल. भावे यांनी त्यांची 'कवितकाव्यसूची' प्रसिद्ध केली. तिच्यात सुमारे सातशे ग्रंथकारांचा उल्लेख आहे. प्रत्यक्षात ही यादी आणखी दुपटी-तिपटीने वाढेल, असा विश्वास भावे यांनी व्यक्त केला होता, तो बऱ्याच अंशी खरा उतरला आहे.

बरे; ग्रंथसंख्येने अगदी समृद्ध असणारे महानुभाव वाङ्मय केवळ संख्येनेच फुगलेले आहे, असे मात्र अजिबात नाही. ते विविधतेने व विषयवैचित्र्यानेही नटलेले आहे. इतर संप्रदायांनी वसविलेल्या मराठी वाङ्मयाच्या वसाहती आणि महानुभाव संप्रदायाने वसविलेली वसाहत या सर्वांतून जर आपण फेरफटका मारला; तर आपल्या लागलीच लक्षात येते की— प्रत्येक वसाहत आपापल्या परीने सुंदर व संपन्न आहेच; पण महानुभावांच्या वसाहतीच्या सौंदर्यात आणि संपन्नतेत, इतर संप्रदायांत सहसा न आढळणारी अशी विविधता आहे. प्राचीन मराठीतील दुसऱ्या कोणत्याही पंथाच्या वाङ्मयाच्या तुलनेत महानुभावांचे साहित्य आविष्काररूपाच्या, वाङ्मयप्रकारांच्या विविधतेने नटलेले आहे. शाहिरी वाङ्मय आणि बखरी यांची आविष्काररूपे अत्यंत मोजकी आहेत. पंडिती काव्य म्हणजे कथाकाव्य; त्यांचीही आविष्कारपद्धती एकच आणि ठरलेली आहे. स्फुट अभंग आणि ओवीप्रबंध या क्षेत्रमर्यादेबाहेर संतांचे भक्तिसाहित्यही जात नाही. या संदर्भात महानुभावीय वाङ्मयातील आविष्काररूपांची विविधता आणि अनेक आविष्काररूपांचे त्यांनी प्रथमच निर्माण केलेले लेखनादर्श विशेषत्वाने लक्षात येतात.

महानुभावांनी गद्यातील आणि पद्यातील वेगवेगळे वाङ्मयप्रकार, रचनाप्रकार हाताळले आहेत. यात लीळाचरित्रासारखे चरित्रग्रंथ, शिशुपालवधासारखी आख्यान कविता, पूजावसरासारखी श्री चक्रधरांचा दिनक्रम सांगणारी प्रकरणेही आहेत. त्यांच्या सूत्रमय वचनांचा 'सूत्रपाठ' व 'दृष्टांतपाठ' आहे, त्यावर लिहिलेली भाष्ये-महाभाष्ये

आहेत. श्री चक्रधरोक्त सूत्रांचा अर्थनिर्णय करण्याचे साधन असलेले 'लक्षणरत्नाकर' व त्यावरील 'बत्तीस लक्षणांची टीप' यांसारखे शास्त्रीय ग्रंथ आहेत. त्या सूत्रांमागील भूमिका विशद करणारे 'प्रकरणवस' व 'निरुक्तशेष' यांसारखे ग्रंथ आहेत. पंचवार्तिकासारखे सूत्रांचे सूत्रबद्ध व्याकरण आहे. श्री चक्रधरांच्या भ्रमणाचा भूगोल सांगणारी 'स्थानपोथी' आहे, साती काव्यग्रंथांचा अर्थ स्पष्ट व्हावा म्हणून लिहिलेल्या व तीनदा संशोधनाचा संस्कार झालेल्या टीपा आहेत, महदंबेच्या धवळ्यांसारखे भावगीत आहे. गीताटीका आहे, 'प्रमेये' आहेत, 'गूढे' आहेत, 'स्थळवर्णने' आहेत, 'लोकगीते' आहेत— आरत्या, पदे, भारुडे, धुवे, स्तोत्रे इत्यादी तर आहेतच; त्याचबरोबर ओवी, निर्यमक रचना-गद्यराज, पाळणे, चौपद्या, कडाका, फटका, कूटरचना, प्रहेलिका आदी अनेकानेक वाङ्मयप्रकार महानुभाव कवी-लेखकांनी हाताळले आहेत.

महानुभावांनी महाकाव्यापासून (नरेंद्रकृत रुक्मिणीस्वयंवर) ते पदे, धुवे यांसारख्या स्फुटरचनेपर्यंत रचना केलेली आहे. लीळाचरित्रासारखा आद्य गद्य ग्रंथ लिहिणारे श्री म्हाइंभट्ट 'जातिचा दशकू'सारखी फुटकळ रचनाही करतात. मनातले काही विशिष्ट प्रकारचे भाव व्यक्त करण्यासाठी काही विशिष्ट रचनाप्रकारच उपयोगी पडतात, हे त्यांनी लक्षात घेतले होते, म्हणून अनेक वाङ्मयप्रकार त्यांनी हाताळले आहेत.

महानुभाव वाङ्मयात जशी रचनाप्रकारांची विविधता आहे, तशीच विषयांचीही आहे. विषयवैचित्र्य हे महानुभाव वाङ्मयाचे एक खास वैशिष्ट्य आहे. एकंदरीत महानुभाव वाङ्मयनिर्मितीच्या पाठीमागे पंचकृष्णांची भक्ती, त्यांचे स्मरण आणि पंथनिष्ठा या प्रेरणा असल्या; तरी पंचकृष्णांच्या भक्तीला आडून, बाधा न येऊ देता अनेक विषय त्यांनी हाताळले आहेत.

पंचकृष्णांचे जीवनचरित्र हा महानुभावांचा आवडता विषय राहिलेला आहे. लीळाचरित्र, श्री गोविंदप्रभूचरित्र, श्रीकृष्णचरित्र यांसारखे चरित्रविषयक ग्रंथ तर आहेतच; त्याचबरोबर स्वामींचे तत्त्वज्ञान सांगणारे सूत्रपाठ, दृष्टांतपाठ यांसारखेही ग्रंथ आहेत. पंथाचा इतिहास सांगणारा वृद्धाचार, चरित्रअबाब आहे. पंचकृष्णांच्या पदस्पर्शाने पुनित झालेले ऋद्धिपूर, सह्याद्री ही ठिकाणेही महानुभावांची काव्यविषय बनली आहेत. श्रीकृष्णनिरूपित भगवद्गीतेला काव्यविषय बनविण्याची कामगिरी अनेक महानुभावांनी केली. त्यातून अनेक 'गीताटीका' अस्तित्वात आल्या. एकीकडे जीवनाचे रहस्य सांगणारी भगवद्गीता काव्यविषय म्हणून हाताळणाऱ्या महानुभावांनी श्रीकृष्णाच्या 'स्वयंवरकथा'ही मोठ्या चवीने वर्णिल्या आहेत. श्रीकृष्णाने जेवढी स्वयंवरे केली नसतील, त्यापेक्षा जास्त 'स्वयंवरे' (स्वयंवरकाव्य) महानुभावांनी

केली आहेत. अनेक दैत्यांचा वध करणारा श्रीकृष्ण जसा महानुभावांचा आवडता आहे, तितकाच आवडीचा बालवयात खोड्या करणारा बाळकृष्णही आहे. (उदा. श्रीकृष्ण बाळक्रीडा) श्री चक्रधरांचे गुणवर्णन करणाऱ्या आरत्या आहेत, तसेच नागदेवाचार्यांच्या निधनानंतर झालेला शोकही त्यात व्यक्त झाला आहे. (उदा. श्री दामोदर पंडितरचित वियोग धुवा)

अशा प्रकारे प्राचीन साहित्यातील इतर पंथांच्या तुलनेत महानुभाव पंथाने हाताळलेले वाङ्मयप्रकार आणि विषय किती तरी पटींनी विविधतापूर्ण व संख्येनेही समृद्ध असलेले आढळतात.

महानुभाव वाङ्मयाचे भाषिक महत्त्व

महानुभाव साहित्याने त्याचे महत्त्व वेगवेगळ्या पातळींवरून अबाधित ठेवले आहे. भाषिक पातळीवरूनही महानुभाव वाङ्मयाचे जे महत्त्व आहे, त्याचा आपण विचार करू.

महानुभाव वाङ्मयाचे महत्त्व मराठी भाषेच्या अभ्यासाच्या दृष्टीने विशेष महत्त्वाचे आहे. याचे एक कारण म्हणजे, श्री चक्रधरांच्या सूत्रपाठासारखे ग्रंथ पंथीयांना वेदतुल्य असल्यामुळे त्यांनी त्यांविषयी विलक्षण आस्था दाखवली आणि त्यांतील शब्द न् शब्द, रूप न् रूप अत्यंत कसोशीने अविकृत राखले. वैदिकांनी वेदांतील ऋचांविषयी जी दक्षता घेतली, तीच महानुभावांनी सर्वज्ञांच्या सूत्रांविषयी घेतली; त्यामुळे ती सूत्रे आज सातशे वर्षांनंतरही मूळ स्वरूपात उपलब्ध होतात आणि भाषेचा अभ्यासक त्यावर विसंबून राहू शकतो.

महानुभाव वाङ्मयाचे दुसरे भाषिक महत्त्व म्हणजे, महानुभावांचे आदिग्रंथ मराठी भाषेच्या ऐतिहासिक अभ्यासाला विशेष उपयोगी पडतात. या कामी त्यांची लिपिसंकेत योजना उपयुक्त ठरते. सांकेतिक लिपीमुळे महानुभाव ग्रंथांतील जुनी भाषा शक्य तितकी अविकृतच राहिली. ज्ञानेश्वरीचे तिच्या निर्मितीनंतर तीनशे वर्षांनी शोधन करताना संत एकनाथांच्या हातून तिच्या भाषेचे नकळत जे अर्वाचीनीकरण झाले, तसे लीळाचरित्राचे झाले नाही. त्यामुळे सांकेतिक लिपीत उपलब्ध असलेल्या या ग्रंथांच्या प्रती भाषाभ्यासाचे एक विश्वसनीय साधन होऊन बसल्या. म्हणून तर शं. गो. तुळपुळे यांनी सांकेतिक लिपीला 'प्राचीन मराठीचे तिच्या मूळ स्वरूपात रक्षण करणारे शीतगृह'[१०] असे म्हटले आहे.

महानुभाव वाङ्मयाचे तिसरे भाषिक महत्त्व असे की, त्याचा बराच मोठा भाग गद्यात व तोही साध्या लौकिक गद्यात आहे. पद्यरचना कितीही आबालसुबोध करावयाची म्हटली, तरी यमकादी बंधनांमुळे ती थोडीफार कृत्रिम होतेच. गद्यरचनेत

अशी कोणतीच बंधने नसतात, त्यामुळे भाषेचे सहज-स्वाभाविक स्वरूप तिथे दिसते. त्यातून ते गद्य 'लीळाचरित्रा'तील गद्याप्रमाणे लौकिक स्वरूपाचे किंवा व्यावहारिक असेल, तर त्यात एक प्रकारचा जिवंतपणा येतो आणि त्यामुळे ते तत्कालीन बोलीभाषेचे— म्हणजेच तेव्हा प्रत्यक्ष बोलल्या जाणाऱ्या भाषेचे प्रतिबिंब ठरते.

महानुभाव वाङ्मयाचे आणखी एक महत्त्व आहे. त्यावरून यादवकालीन भाषेचे लौकिक स्वरूप कळावयास मदत होते. तत्कालीन लोकव्यवहारातील लोककथा (गोष्टी), म्हणी-वाक्प्रचार, शिव्या इ. गोष्टी महानुभाव गद्यात— विशेषत: लीळाचरित्रात आढळतात. या कामी ज्ञानेश्वरीसारखा मान्यताप्राप्त काव्यग्रंथही कुचकामी ठरतो. कारण ज्ञानेश्वरी हे नागरकाव्य आहे, तर लीळाचरित्र हे लौकिक गद्य आहे. समाजात लोकपरंपरेने चालत आलेली साळू आणि काउळा यांची 'कहाणी' ज्ञानेश्वरी सांगणार नाही; पण लीळाचरित्र ती सांगते. 'पचकरूनि थुंकणे' यासारखा वाक्प्रचार काव्यग्रंथातून दिसणे अशक्यप्रायच; पण स्मृतिस्थळात तो सापडतो. सबंध ज्ञानेश्वरीत शिवी अशी ती एकच ऐकू येते आणि तीही अतिसौम्य— गावंढेया! ते 'श्री गोविंदप्रभूचरित्रा'त फेंदी, बोडी, वोसारी, मोसारी, खोडी, बोचकवडी, रांडमुंड अशा शिव्यांचा वर्षाव होतो. पालवा पिळा देणे, इकडील दीस इकडे येणे, वरिलाचा हाकारा येणे यांसारखे वाक्यप्रचार आणि 'फुटला तरि डोळा: मोडिली तरी काडी' किंवा 'हाती गुढिला निका दिसे: जोगी मुंडिला निका दिसे' यांसारख्या म्हणींतून भाषेचे जे अंतरंग व्यक्त होते, ते ज्ञानेश्वरीत नवसहस्र ओव्यांतूनही होणे कठीण!

महानुभाव साहित्याच्या भाषेचे आणखी एक महत्त्व म्हणजे, यातील बहुतेक ग्रंथ हे ज्ञानेश्वरी समकालीन असल्याने ज्ञानेश्वरीचे भाषाशास्त्राच्या दृष्टीने निर्वचन करण्यास या ग्रंथाचे बरेच साह्य झाले आहे. ज्ञानेश्वरीतील काही शंकांचे निरसन त्यामुळे होते. उदा.— 'सुरवाड' व 'श्लेष' यांसारख्या विविध शब्दांच्या स्वरूपावर व अर्थावर या साहित्याने अचूक प्रकाश टाकला आहे. ज्ञानेश्वरीतील 'सूर्यश्लेषाचे कांटाळे' या शब्दप्रयोगाचे कोडे उलगडले ते महानुभावांच्या 'बत्तीस लक्षणांची टीप' या ग्रंथातील श्लेषाच्या व्याख्येनेच. तसेच ज्ञानेश्वरीतील 'ऊनि' किंवा 'औनि' प्रत्ययान्त धातुसाधितांचा उलगडा महानुभावांच्या चरित्रग्रंथातील तशा प्रकारच्या स्वरूपावरून झाला.

महानुभाव वाङ्मयाचे आणखी एक भाषिक महत्त्व म्हणजे, त्या ग्रंथांची भाषा (बहुतांशकरून) त्या वेळच्या मराठीच्या अनेक पोटभेद असणाऱ्या बोलीपैकीच आहे. मराठी भाषेच्या 'भाषिक अध्ययना'च्या संदर्भात ही अत्यंत महत्त्वाची गोष्ट

होय. लक्षणीय महानुभाव ग्रंथांची भाषिक पाहणी केल्यास मराठी भाषेच्या विविध कालिक व प्रांतिक भेदांवर प्रकाश पडेल. 'लीळाचरित्राची'ची भाषा मराठवाड्यातील यादवकालीन भाषा आहे, तर श्री गोविंदप्रभूचरित्रात वऱ्हाडी बोलीचे प्रतिबिंब उमटले आहे. म्हणजेच मराठवाडी, वऱ्हाडी, कोकणी, देशी वगैरे पोटभाषांची तुलना करण्यास हे ग्रंथ उपयुक्त ठरले आहेत. पंथस्थापनेपासून ते अठराव्या शतकापर्यंत महानुभावांची वाङ्मयसेवा अखंडपणे चालूच होती. भाषेत त्यामुळे काळानुरूप होणारा बदलही (कालिकभेद) आपणास या ग्रंथाधारे अभ्यासता येतो.

महानुभाव वाङ्मयाचे महत्त्व मराठी भाषेच्या अभ्यासासाठी नि:संशयपणे अबाधित आहे. प्राचीन मराठीचे शिष्ट व सामान्य, ग्रांथिक व लौकिक असे दुहेरी स्वरूप पाहावयाचे असल्यास महानुभाव वाङ्मयाची आपणास विशेष मदत होते, यात शंका नाही.

संदर्भ

१. आचार प्रकरण, सूत्र क्र. ६०.

२. लीळाचरित्र उत्तरार्ध, लीळा क्र. १०२ - संपा. डॉ. कोलते वि. भि.

३. आचार प्रकरण, सूत्र क्र. २४.

४. स्मृतिस्थळ, स्मृती क्र. ६६- संपा. देशपांडे वा. ना.

५. तत्रैव, स्मृती क्र. ९५.

६. नरेंद्रकृत रुक्मिणीस्वयंवर, ओवी क्र. २९३० -संपा. डोळके सुरेश म.

७. श्रीचक्रधर दर्शन, पृष्ठ २९६ (प्राचीन मराठी साहित्याच्या समृद्धीत श्री चक्रधरांचा वाटा- प्रा. मनोहर यशवंत) - संपा. डॉ. कोलते वि. भि.

८. महानुभाव साहित्य संशोधन- खंड १, पृष्ठ २१-२९, पृष्ठ ६७-७८- संपा. पठाण यु. म.

९. महानुभाव अंक २६, एप्रिल. - मे १९७८, पृष्ठ २९.

१०. महानुभाव पंथ आणि त्यांचे वाङ्मय, पृष्ठ १३०- तुळपुळे शं. गो.

***

२१.
महानुभावपंथीय तत्त्वज्ञानाचा श्रद्धामूल परिचय

डॉ. किशोर सानप

'महानुभाव : एक दृष्टिक्षेप' हा अनिल शेवाळकरांच्या पंथीय आणि तत्त्वज्ञानात्मक चिंतनाचा परिपाक असणारा छोटेखानी ग्रंथ आहे. श्री गोविंदप्रभू, सर्वज्ञ श्री चक्रधरस्वामी, आचार्य नागदेवाचार्य यांचे विचार आणि तत्त्वज्ञानाची एक उज्ज्वल परंपरा महानुभाव पंथाला लाभली. महानुभाव पंथाने अवैदिक परंपरेच्या संघर्षाने चिरप्रेरकत्व भारतीय समाजाच्या भूमीत रुजवले. पंथीय परंपरेत समाजाभिमुख आध्यात्मिक पंथ म्हणून पुढे महानुभाव पंथाचा विकास झाला. समाजाला प्रत्येक कालखंडात मोक्ष-मुक्तीचा ध्यास असतो. मोक्ष आणि मुक्ती हेच मानवी जीवनाचे अंतिम साध्य सनातन काळापासून राहिलेले आहे. आस्तिक-नास्तिक, द्वैत-अद्वैत, आत्मा-परमात्मा, ब्रह्म-परब्रह्म, नित्य-अनित्य, सगुण-निर्गुण, लौकिक-अलौकिक, भौतिक-अभौतिक, संसार-परमार्थ, गृहस्थधर्म-संन्यासधर्म अशी द्वंद्वात्मक आव्हाने जगाने आजवर समर्थपणे पेलली आहेत. द्वंद आणि वाद हा प्रत्येक काळात मानवी मनाचा स्थायिभाव राहिलेला आहे. 'जगाच्या कल्याणा संतांच्या विभूती, देह कष्टविती उपकारे...' हा आजवरच्या धर्मवेत्त्यांच्या, तत्त्ववेत्त्यांचा, संत-महात्म्यांचा स्वभावधर्म राहिला आहे. विश्वकल्याणाचे स्वप्न ते पाहतात आणि ज्ञानोबांसारखे विश्वदेवाला जगाच्या लौकिकालौकिक आणि पारलौकिक कल्याणासाठी पसायदान मागतात. धर्म रक्षावयासाठी करणे पाखंड खंडण, ही यांची वृत्ती असते. 'विष्णुमय जग वैष्णवांचा धर्म, भेदाभेद भ्रम अमंगळ' हा त्यांचा जगण्याचा आणि जगाला जगविण्याचा विचार असतो. 'बोले तैसा चाले' ही यांची कृतिशीलता असते. जीवन आणि विचारांचे अद्वैत हे त्यांच्या जगण्याचे सार असते.

वेद, उपनिषदे, पुराणे, शास्त्रे, तत्त्वज्ञान हे खरे तर सबंध मानवजातीच्या कल्याणासाठीच निर्माण केले गेले. निर्मात्यांचा आणि प्रवर्तकांचा उद्देश मानवजातीला मुक्ती व मोक्षाचा प्रत्यय देणे आणि जगात समत्वाची प्रेरणा निर्माण करणे, हाच

राहिलेला आहे. कालगणिक मानवाला आत्मिक कल्याणासाठीच्या ह्या ज्ञानग्रंथांना अनुसरणाऱ्यांचे दोन गट तयार झाले. एक गट शब्दप्रामाण्यवादी, तर दुसरा गट समाजाभिमुख अनुभववादी. शब्दप्रामाण्यवादी हे धर्मांध, स्वार्थपरायण व शोषक वृत्तीचे असतात आणि समाजात तर्क-विर्तकांचे युद्ध सुरू ठेवून समाजातले सर्वच सुख ओरबाडून आपल्या गटातल्या लोकांच्या सुखासाठी समाजाला ज्ञानापासून सतत वंचित ठेवण्यासाठी कायम प्रयत्नशील असतात. कवाडे बंद ठेवण्यासाठी समाजात भ्रम निर्माण करतात. ह्यातूनच चातुर्वर्ण्यव्यवस्था, स्त्री-शूद्रादिकांना ज्ञानाचा अधिकार नाकारण्यासाठी ज्ञानग्रंथांमध्ये आपल्या स्वार्थांध नियमांना घुसडून शब्दप्रामाण्याचे नाटक उभे करतात.

गेल्या पाच हजार वर्षांपासून आपल्या देशात जो वैदिक-अवैदिक संघर्ष सुरू आहे, त्यात शब्दप्रामाण्यवादी गटाचे वर्चस्व राहिलेले आहे. धर्म व तत्त्वज्ञान ही ज्ञानाची व मुक्तीची साधने सर्वांसाठी खुली आहेत आणि ती सर्वांना अनुभवता यावीत, त्यानुसार जगता यावे तसेच सबंध मानवजातीला पारलौकिक कल्याणाचा मार्ग अनुसरता यावा; म्हणून दुसऱ्या गटातल्या लोकांनी वेगवेगळे पंथ, विचारधारा, तत्त्वज्ञाने स्वतंत्रपणे उभारून धर्म व तत्त्वज्ञानाची ज्ञानसाधने अखिल मानवजातीसाठी त्यांच्या भाषेत निर्माण करून धर्म व तत्त्वज्ञानाला समाजाभिमुख करण्यासाठी धर्ममार्तंड व शब्दप्रामाण्यवाद्यांची पर्वा न करता 'आपुले मरण पाहिले म्या डोळा, तो झाला सोहळा अनुपम्य' तसेच 'भीत नाही आता आपुल्या मरणा, दुःखी होता जना, बुडती जना न देखवे डोळा' ह्या तुकोबावृत्तीने या दुसऱ्या गटातले लोक निर्भयपणे जगतात; ज्ञानग्रंथांतील विषाक्तता दूर करून त्यांना समाजभिमुख करण्यासाठी जीवाचे रान करतात. वैदिक विरुद्ध अवैदिक ह्या सनातन संघर्षाचे खरे रूप या प्रकारातले आहे.

अवैदिक परंपरा ही वैदिकत्व शुद्ध करणारी आणि समाजाभिमुख असून, ह्या परंपरेतले संत-महात्मे धर्म व तत्त्वज्ञान नाकारत नाहीत; तर धर्म व तत्त्वज्ञान ही समाजाच्या कल्याणाची बाब मानतात. अवैदिक हे स्वतंत्र तत्त्वज्ञान नसून वैदिक तत्त्वज्ञानाच्या शुद्धीकरणाची समाजाभिमुख नांदी होती, हे लक्षात घ्यायला हवे. वैदिकांनीच त्यांची हेटाळणी करण्यासाठी 'अवैदिक' हे द्वेषमूलक नामाभिधान बहाल करून ह्या सर्वांना समाजातून पुसून टाकण्याच्या खटाटोपाचा हा स्वार्थपरायण डाव होता, हे आता लक्षात यायला लागले आहे. धर्माचे व्यापारीकरण करणाऱ्यांनी धर्म हा समाजाभिमुख करणाऱ्यांना धर्मद्रोही-अवैदिक ठरवून त्यांचा अनन्वित छळ तरी केला किंवा त्यांना जिवे तरी मारलेले आहे, हा इतिहास आता सर्वविदित आहे. स्वामी चक्रधरांपासून ते तुकोबांपर्यंत धर्मरक्षण करणाऱ्यांचा छळ मांडल्याच्या कथा समाज

अजूनही विसरलेला नाही. हेमाद्रिपंडितांपासून ते मंबाजी गोसाव्यांसारखे धर्ममार्तंड-स्वार्थपरायण-चातुर्वर्ण्याचे पुरस्कर्ते-संस्कृतभाषामिमानी-वेदशास्त्रनिपुण पंडित-धर्मांध शब्दप्रामाण्यवादी— अशी एक मोठी परंपरा ह्या धर्माच्या पाखंड्यांनी वैदिक परंपरेच्या वर्चस्वाखाली आपल्या ताब्यात ठेवून, धर्माला विशिष्टांची मिरासदारी मानून धर्मरक्षकांचा बळी घेतल्याची अनेक उदाहरणे आजही सांगता येतील.

अध्यात्मज्ञान हे शब्दज्ञान नसून ते अनुभवण्याचे ज्ञान आहे, हा विचार ह्या धर्मरक्षकांनी समाजासमोर वेगवेगळ्या पंथांची आणि धर्मभावांची स्थापना करून मांडला. वैदिक धर्म आणि त्याची ज्ञानसाधने त्यांनाच लखलाभ असोत. आपल्या पंथात व तत्त्वज्ञानात अखिल मानवजातीच्या कल्याणाचे ज्ञान व अनुभवसाध्य अध्यात्मशास्त्र असल्याचे समाजाला सांगण्यासाठी भारतात वेगवेगळे पंथ आणि तत्त्वज्ञान सांगणाऱ्या विचारधारा निर्माण झाल्या. अध्यात्मज्ञान समाजाला अनुभवाने देता यावे आणि अखिल मानवजातीचे आध्यात्मिक कल्याण व्हावे यासाठी परमेश्वराने अवतार घेतला असून; तो जीवाचा उद्धारकर्ता आहे, असे द्वैती तत्त्वज्ञान महानुभाव पंथाचे संस्थापक सर्वज्ञ श्री चक्रधरस्वामींनी मांडले. जीव हा पापकर्म करणारा असून परमेश्वर हा कृपाळू-दयाळू आहे. तो आपल्याला पापकर्मातून मुक्त करून उद्धार करणारा, मोक्ष आणि मुक्ती देणारा दाता आहे. गृहस्थधर्म हा पापाला कारणीभूत असून गृहस्थधर्मीयांनी भक्ती करून परमेश्वराला आपले करावे आणि उद्धरण झाल्यावर समाजाला आपल्या अनुभवाने प्राप्त केलेले अध्यात्मज्ञान-मोक्षमुक्तीचे ज्ञान वाटावे; त्यासाठी त्याने गृहस्थधर्म त्यागून संन्यस्त बनून धर्मकार्य करावे, हा महानुभाव चक्रधरस्वामींचा मूलभूत उद्देश व उपदेश होता. चक्रधरांनी जे द्वैती तत्त्वज्ञान मांडले आणि संन्यासधर्म सांगितला, तो त्यांच्या आचरणाचा व अनुभवाचा भाग होता.

ऋद्धपूरच्या श्री गोविंदप्रभूंपासून दीक्षा घेऊन त्यांनी पंथीय विचारांचा प्रसार आणि प्रचाराचे कार्य केले. महानुभाव पंथात कृष्णभक्तीला अनन्यसाधारण स्थान आहे. कृष्ण हा जगानेच परमेश्वर अवतार मानलेला आहे. तो पूर्णपुरुष म्हणून भारतीय मानसाचे प्रतिनिधत्व करतो. विष्णू व कृष्ण आणि पुढे राम हे एकाच परमेश्वराचे अवतार मानले जातात. विष्णू-कृष्ण-राम ही भारतीयांची आधारस्थाने आहेत. बहुतेक धर्मरक्षक पंथांनी कृष्णाला आपला परमेश्वर मानल्याचे दिसून येईल. वारकरी आणि भागवतधर्मीय संतांनी— ज्ञानदेवे रचिला पाया, तुका झालासे कळस— ह्या भक्तिपंथानेही कृष्णालाच आपला पांडुरंग-विठ्ठल मानले. बाराव्या-तेराव्या शतकात महानुभावांचा गृहस्थधर्मत्याग आणि संन्यासधर्म संपूर्ण समाजाला

एका छत्रछायेत आणू शकला नाही; म्हणून तेच कार्य पुढे नेण्यासाठी महानुभाव तत्त्वज्ञानाला नव्या रूपात वारकरी-संतांनी साकार केले. संसार व परमार्थाची सांगड घालून, धर्म व तत्त्वज्ञानाला भक्तिमार्गाची जोड देऊन समाजात नवसंजीवनी निर्माण केली. भक्त हा भक्तिमार्गाने परमेश्वररूप होतो, हे अद्वैत तत्त्वज्ञान वारकरी पंथाने समाजासमोर मांडले.

चराचरांत ईश्वराचे अस्तित्व असून आपण सर्वच मानव आणि मानवेतर सृष्टी ह्या विठ्ठलरूप-परमेश्वररूप अस्तित्वाचाच भाग आहेत, हा विचार समाजाला पटला. मानव ते परमेश्वर हे अद्वैत साध्य करण्यासाठी सबंध समाज वारकरी उपासनेच्या मार्गाचे अनुकरण करायला तयार झाला. रंजल्या-गांजल्यांत परमेश्वर पाहण्याचे सामर्थ्य तर वारकरी पंथाने दिलेच; परंतु सबंध मानवजातीच्या कल्याणाचे स्वप्न साकार करण्याचेही बळ त्यांनी भक्तिमार्गाच्या अनुसरणाचा उपदेश करून समाजात निर्माण केले. महाराष्ट्राच्या एक हजार वर्षांच्या कालखंडात धर्म, भाषा, भक्ती, संस्कृती, संस्कार, नीतिमूल्यांची जाण, चराचरांत ममत्व व समत्व, रंजल्या-गांजल्यांची सेवा, दयाभाव-दास्यभाव समाजात जागवणारे आणि चिरंतन असे वाङ्मयविश्व उभारणारे अजरामर असे जे दोन पंथ आहेत; त्यांत महानुभाव व वारकरी हेच ठळकपणे महाराष्ट्राचा आणि पर्यायाने राष्ट्राचा— जगाचा आध्यात्मिक व सांस्कृतिक स्वभावधर्म घडविणारे पंथ व तत्त्वज्ञाने आहेत.

धर्म आणि अध्यात्मज्ञानाला व्यक्त करण्याचे मुख्य साधन भाषा असते. भाषा ही समाजाची ज्ञानात्मक भूक भागविणारी मौलिक व्यवस्था असते. संस्कृत ही भाषा संपूर्ण समाजाची भाषा बनली नाही; तिला बनू दिले नाही. संस्कृत ही खरे तर 'कोड लँग्वेज' म्हणूनच अस्तित्वात आली आणि ती केवळ धर्माचा व्यापार करणाऱ्यांनी आपल्या कडी-कुलपात बंद करून ठेवली. ज्ञानावर संपूर्ण समाजाचा हक्क असतो. ज्ञान हे समाजाच्या कल्याणासाठीच असते. ज्ञानाची साधने ही कालागणिक भाषापरिवर्तनाने समाजासाठी निर्माण करण्यासाठी तज्ज्ञ आणि संत-महात्मे प्रयत्नशील असतात. महानुभाव श्री चक्रधरस्वामी हे मराठी भाषेतून ज्ञानाची साधने समाजाला उपलब्ध व्हावीत म्हणून आग्रही होते. कारण मराठी बोलीभाषा ही सबंध महाराष्ट्राची बोलीभाषा असून मानवमुक्तीचे ज्ञान त्यांना त्यांच्याच भाषेत मिळावे, म्हणून श्री चक्रधरस्वामींनी पहिल्यांदा मराठी भाषेचा जोरदार पुरस्कार करून आपल्या पंथातील संस्कृत भाषाप्रवीण वेदशास्त्रनिपुण पंडित-विद्वान कवींना समाजभाषा मराठीतून ग्रंथनिर्मिती करण्याचा उपदेश केला. श्री चक्रधरस्वामींचा सामान्य माणसांचा समाजपरिवार हा मराठी भाषेतून बोलणारा— खेड्यापाड्यांतला, दीनदलित, अतिशूद्र, आदिवासी, शोषित

परिवार— भाषिक-सांस्कृतिक-आध्यात्मिक दृष्ट्या नाडलेला होता. आपला पंथ आणि आपल्या पंथाचे तत्त्वज्ञान जर आपल्या भोवतालच्या समाजात रुजवायचे असेल, तर संस्कृत भाषेचा त्याग करणे त्यांना आवश्यक वाटले. पंथीय बोलण्याची आणि पंथीय आचरणाची, तसेच तत्त्वज्ञान-ज्ञानादी ग्रंथांच्या निर्मितीचीही भाषा मराठीच असावी, असा आग्रह स्वामींनी धरला. शिष्यांपासून व पंथीय कवी-कवयित्री आणि विद्वान-पंडितांपर्यंत सर्वांना सक्तीने मराठी भाषेतूनच बोलण्याचा व लिहिण्याचा मार्ग सांगितला.

संस्कृत ही कधीच लोकभाषा बनू शकली नाही, तिला लोकभाषा बनू दिले नाही; परंतु मराठी ही लोकभाषा. लोकभाषेचा आग्रह हा ज्ञानाच्या अधिकाराचा लोकशाही मार्ग असल्याची जाणीव महानुभाव श्री चक्रधरस्वामींना पहिल्यांदा झाली आणि तोच आग्रह महानुभाव पंथाचा भाषादर्शही बनला. पुढे जेव्हा महानुभाव पंडित आणि संस्कृतभाषाप्रवीण कवी-लेखक संस्कृतमधून ग्रंथरचना करू लागले, तेव्हा नागदेवाचार्यांनी केशवराजसूरींना संस्कृत भाषेतून ग्रंथरचना करण्याची मनाई करताना म्हटले :

नको गा केशवदेया : येणे माझिये स्वामीचा सामान्यु
परिवारू नागवेलकी गा:
म्हणोनिया चक्रधरे महाराष्ट्रीये निरोपिले गा:

श्री चक्रधरांनी आणि नागदेवाचार्यादींनी समाजभाषा-लोकभाषा मराठीचा आग्रह धरल्यामुळे मराठी साहित्यात अजरामर ठरावे असे महानुभाव काव्यग्रंथ निर्माण झाले. मराठी भाषा-साहित्य व महानुभाव संस्कृतीची ऊर्जितावस्था आणि भाषिक गोडव्याच्या समृद्धीचे महापर्व म्हणून मराठी साहित्याचा गौरव आज केला जातो. मराठी भाषेचे सौंदर्य आणि भाषिक प्रतिभेचा संपृक्त आविष्कार म्हणून महानुभाव पंथीयांच्या वाङ्मयीन व भाषिक कार्याकडे पाहावे लागते. बाराव्या-तेराव्या शतकांपासून नवनवोन्मेषशाली आविष्कार ह्याच कालखंडात झाला. मराठीचे हे उन्मेषपर्व आजवरच्या कालखंडातले भाषाविकास आणि आविष्काराचे परमोच्च प्रतिभापर्व (महानुभाव आणि संतसाहित्य) म्हणून मानले जाते.

श्री गोविंदप्रभू हे महानुभाव पंथाचे आद्यपुरुष होत. श्री चक्रधरस्वामी हे त्यांचे शिष्य. पुढे महानुभाव पंथाला तत्त्वज्ञानाचा आधार देणारे आणि पंथीय आचारसंहिता निर्माण करणारे सर्वज्ञ स्वामी म्हणून श्री चक्रधरांनी कार्य केले. पंचकृष्णावतार देणारे महानुभाव हे गोविंदप्रभू आणि चक्रधरस्वामींनाही कृष्णावतारच मानतात; परमेश्वर मानतात. म्हाइंभटांनी भटकंती करून चक्रधरांचा लीळाचरित्र हा चरित्रग्रंथ साकार

केला. दृष्टांतपाठ आणि आचारधर्माच्याही संहिता महानुभावांनी निर्माण केल्या. महदाईसा ही मराठी भाषेतील पहिली कवयित्री याच पंथाची. नरेंद्रांसारखे महाकवीही याच पंथाचे. जीव व परमेश्वर असे द्वैत मानून जीव हा पापी असतो आणि परमेश्वरच केवळ जीवाच्या उद्धरणासाठी अवतार घेतात, ही तात्त्विक बैठक ह्या पंथाने मांडलेली आहे. गृहस्थधर्म हा मोहमार्ग असून, त्याचा त्याग करून संन्यासधर्म स्वीकारल्याशिवाय जीवाची मुक्तता होत नाही. जीवाची मुक्ती हेच माणसाच्या जीवनाचे अंतिम ध्येय असून परमेश्वराची भक्ती हाच जीव-उद्धरणाचा मूलभूत मार्ग आहे. गृहस्थधर्मत्याग-संन्यस्तधर्माचे आचरण-परमेश्वराची भक्ती-समाजसेवा-मुक्तिमोक्षाचा अनुभव हा महानुभावांचा ज्ञानमार्ग आहे. श्री गोविंदप्रभू-श्री चक्रधरस्वामी-श्री नागदेवाचार्य ह्यांनी या मार्गाचे साक्षात अनुसरण करून तो सिद्ध केला आहे. महानुभावांचे स्वामी आणि आचार्य हे आपले अनुभवज्ञान समाजाला मिळावे म्हणून महानुभाव पंथप्रसार-प्रचाराचे काम करीत होते. मानवजातीच्या मुक्तीचा एक मौलिक स्रोत म्हणूनच महानुभाव पंथीय तत्त्वज्ञानाकडे पाहावे लागते.

महानुभाव पंथाचे सर्वज्ञ श्री चक्रधर, गुरू श्री गोविंदप्रभू, श्री नागदेवाचार्य आणि पंथीय तत्त्वज्ञान, आचारधर्म, भक्तिमार्ग आदींचा परामर्श 'महानुभाव : एक दृष्टिक्षेप' या ग्रंथात कवी श्री. अनिल शेवाळकरांनी घेतला आहे. खुद्द अनिल साक्षात शेवाळकर हे महानुभाव पंथाचे पुरस्कर्ते आणि श्रद्धानिष्ठ असलेले भक्त व साधक आहेत. ग्रंथातल्या चिंतनात त्यांच्या श्रद्धाभावांचा आविष्कार पदोपदी जाणवतो. श्री चक्रधरांना साक्षात मोक्ष व परमेश्वर मानून त्यांची आराधना करण्याचा आणि समाजानेही महानुभाव पंथाची कास धरून श्री स्वामी चक्रधरांची मनोभावे भक्ती करावी, महानुभावांचा आचारधर्म पाळावा म्हणून उपदेशही करताना दिसतात.

महानुभावांच्या ठायी असलेल्या श्रद्धेमुळेच महानुभाव पंथाला बदनाम करणारे विवादक-लेखक-विद्वानांचाही लेखक खरपूस समाचार घेतो. शेवाळकरांच्या भक्तिभावामुळे ग्रंथातील विविधांगी चिंतन त्यांच्या आत्यंतिक श्रद्धाभावाचे दर्शन घडविते. पंथीय श्रद्धा आणि भक्ती सांभाळूनही आपण एक लेखक व चिकित्सक असल्याचे भान त्यांना जपता आले असते, तर ग्रंथाची मांडणी अधिक चिकित्सक आणि चौकस झाली असती. महानुभाव पंथ आणि श्री चक्रधरस्वामींचे योगदान चिरंतन व थोर असल्यामुळे कुण्या लुंग्यासुंग्या अडाणी टीकाकारांमुळे इतिहासाला नाकारण्याचे धाडस करण्याची कृतघ्नता समाज कधीही खपवून घेणार नाही. सर्वज्ञ आणि सर्व-अज्ञ असा संघर्ष जरी दिसून येत असला, तरी सर्वज्ञ शेवटी कालातीत असतात. सर्वअज्ञ काळावर कधीही स्वार होत नसतात; ते कालेधारेत वाहून जातात. जे सत्य

असतं, तेच टिकतं. मग असत्याने सत्यावर कितीही घाव केले तरी कालौघात असत्य टिकत नाही, हेच सत्य असल्याचा आजवरचा इतिहास आहे. अनिल शेवाळकरांनी महानुभाव पंथावर टीका करणाऱ्यांची आणि तत्त्वज्ञान नाकारणाऱ्यांची काळजी करण्याचे काही कारण नाही; तरी त्यामागे असलेला त्यांचा आस्थाभाव प्रामाणिक असल्याचेही नाकारता येत नाही.

या ग्रंथात अनिल शेवाळकरांनी महानुभावपंथीय स्वामींचे जीवन आणि त्यांच्या कार्याचे तसेच तत्त्वज्ञान-आचार-मार्गाविषयीचे मुक्त चिंतन मांडले आहे. मानसिकता कशी घडवाल ते संशोधकांचा हेतू, असा ह्या लेखसंग्रहाचा लेखनप्रवास आहे. श्री चक्रधरस्वामींच्या चरित्रावर प्रकाश टाकणाऱ्या महत्त्वाच्या लीळा आणि उपदेश हे त्यांच्या लेखनाचे प्रेरकत्व आहे. 'तुमचेनि मुंगी रांड न होआवी' असा अहिंसेचा दिव्य संदेश श्री चक्रधरांनी दिला. अहिंसा धर्मपालन या आचारसूत्राला स्वामींनी पराकोटीच्या उंचीवर नेल्याचे लेखक म्हणतो. सृष्टीमध्ये परमेश्वराशिवाय जीवाचा उद्धार करणारा दुसरा कुणीच नाही, हे सूत्र त्यांच्या लेखनात सर्वच लेखांमध्ये आलेले आहे. महदाईसा ही स्वामींची आवडती शिष्या होती. तिचे धवळे मराठीत अवीट गोडीचे आहेत. 'म्हातारी माझ्या धर्माची रक्षक' असा स्वामींनी तिचा गौरवही केला होता. स्वामी आध्यात्मिक लोकशाहीचे प्रणेते होते, असे लेखकाला वाटते. आपली मानसिकता ईश्वर धर्मानुकूल बनवून आपले कल्याण महानुभाव पंथाच्या स्वामी-उपदेशाने करून घ्यावे, असे कळकळीचे आवाहन लेखकाने केले आहे.

महानुभाव पंथ हा महात्मा पंथ, अच्युत पंथ, जय कृष्ण पंथ, भटमार्ग, परमार्ग या नावानेही प्रचलित आहे. परधर्म हेच जीवनाचे अंतिम कल्याण असल्याचे सर्वज्ञ चक्रधरस्वामी मानत होते. परमार्ग हा परमेश्वरप्राप्तीचा भक्तिमार्ग असल्याचे लेखक सुचवितो. महानुभाव पंथात चातुर्मास भक्तीचे माहात्म्य लेखकाने सांगितले आहे. जीवांनी आपल्या उद्धरणासाठी परमेश्वराचे भजन-पूजन-स्मरण करावे, असा उपदेशही लेखक करतो. जीवाने प्रायश्चित्त करून परमेश्वराची भक्ती केल्यास त्याला मोक्ष-मुक्तीचा आनंद उपभोगता येतो. महानुभाव पंथाचे स्थानमाहात्म्य लेखकाने सांगितले आहे. स्वामींची चरणांकित स्थाने हीच महानुभावांना वंदनीय असतात. महानुभावांच्या लेखी स्वामींच्या श्रीमुखातून निरूपित झालेले अध्यात्मज्ञान हेच सर्वश्रेष्ठ ज्ञान आहे. देवता आणि परमेश्वर यांतील भेद व्यक्त करताना लेखक म्हणतो : जीव, देवता, प्रपंच आणि परमेश्वर हे अनादिचे चार पदार्थ असून जीव हा अज्ञानी आहे. ज्ञानभक्तीने तो परमेश्वराच्या कृपेस पात्र होऊ शकतो. देवता या नित्यबद्ध

असतात. प्रपंच हा अनित्य असतो. देवता या ऐश्वर्य, संतती, धन देऊ शकतात; पण जीवाला मुक्त करू शकत नाहीत. परंतु, परमेश्वर हा नित्यमुक्त असून तोच जीवाचा उद्धारकर्ता असतो. साधकाने देवताभक्ती न करता परमेश्वरभक्ती करावी, यावरच स्वामींचा भर होता.

अमरावती जिल्ह्यातील काटसूर या गावी शके १९०९ मध्ये भाद्रपद शुद्ध त्रयोदशी प्लवंग संवत्सरात काण्य शाखी ब्राह्मण कुळात श्री गोविंदप्रभूंचा जन्म झाला. गुडो हा सामान्य नव्हे, हा ईश्वर अवतारू होय— असे बोपदेवाने म्हटले होते. अवतारित्वाची लक्षणेही लेखकाने सांगितली आहेत. 'अवतार म्हणजे धर्मसंस्थापक' ही संकल्पना लेखकाने मांडली आहे. ईश्वरावतारात धर्म, वैराग्य, ज्ञान, ऐश्वर्य या चार सद्‌गुणांचा आढळ असतो. सर्वज्ञ श्री चक्रधरस्वामी यांच्या अवतारात हे चारही गुण पुरेपूर होते. 'एथ जीवोद्धरण' हेचि व्यसन होते. युगधर्मप्रवर्तन हेच स्वामींचे जीवितकार्य होते. स्वामींनी धर्मक्रांती आणि समाजक्रांती केली होती, हे लेखक अनेक दाखले देऊन साधार पटवून देतो.

माणसाला शूद्र ठरविणारी व्यवस्थाच मुळात क्षुद्र होती, असेही लेखक सुचवितो. श्री चक्रधरस्वामींनी भटोबास परमसिद्धांत सांगितला. भटो, आम्ही जीवास ज्ञान देऊन त्याचा उद्धार करतो. ज्ञानाने अज्ञानाचा नाश होतो. ज्ञान हे यथार्थ असते. 'ज्ञानेविन वैराग्य ते काई करावे बापेया' यावर स्वामींचा भर होता. तात्पर्य— महानुभाव पंथ हा जीवाचे उद्धरण करणारा आणि ज्ञानाने अज्ञानाचा नाश करून, जीवाला मुक्तिमोक्षाचा अनुभव देणारा आध्यात्मिक मार्ग असल्याचे सारभूत तत्त्व लेखकाने या ग्रंथातून मांडले आहे.

– डॉ. किशोर सानप
कमला नेहरू रामनगर, वर्धा ४४२००१

***

२२. अध्यक्षीय 'संवाद'

भास्कर चंदनशिव, कळंब

मा. श्री. चक्रधरस्वामी सार्वजनिक वाचनालय, शेवाळा आणि श्री संत तुकाराम शिक्षण प्रसारक मंडळ, शेवाळा यांच्या संयुक्त विद्यमाने आयोजित एकदिवसीय साहित्य संमेलनाचे उद्घाटक डॉ. अरुण सावंत आणि सर्व संबंधित ग्रामस्थ...

मित्र हो! बाराव्या शतकातील समाजक्रांतीचे उद्गाते आणि महानुभाव संप्रदायाचे प्रवर्तक म. चक्रधरांच्या कर्तृत्वाचा आणि १६ व्या शतकातील विद्रोही संत कवी आणि वारकरी संप्रदायाचा कळस झालेल्या संत तुकारामांच्या नावाने कार्यरत झालेल्या संस्थांनी संमेलनाचे आयोजन केलेले आहे. अशा संमेलनाच्या अध्यक्षपदाचा मान आपण मला दिलात, याबद्दल आनंद आणि आभार व्यक्त करतो! 'मराठी' या भाषा व प्रदेशवाचक संस्कृतीचा अभिमान आणि आग्रह धरणाऱ्या महानुभावांच्या कर्तृत्वाचा व त्यांच्या विचारसरणीचा आज काहीसा विसर पडत चाललेला आहे. तीच गोष्ट वारकरी विचार-आचारांबाबत म्हणता येईल. त्याच काळातील नाथ संप्रदाय, दत्त संप्रदायांबाबतही म्हणता येईल. पण तुलनेने वारकरी व महानुभाव संप्रदायाने मराठी भाषा आणि मराठी भाषेच्या विकासप्रक्रियेत फार मोठे योगदान दिलेले होते, हे विसरता येत नाही. एवढेच नव्हे, तर भाषेच्या विकासप्रक्रियेबरोबरच विचारांची-आचारांची प्रक्रिया ही तत्कालीन समाजाच्या स्थितिशीलतेत परिवर्तित करण्याची समाजाच्या परिवर्तनाची चळवळ उभारलेली होती. संत ज्ञानेश्वरांनी भाषिक बंड केले, तद्वत् म. चक्रधरांनी सामाजिक बंडाचे निशाण फडकाविले होते. ...पुढे-पुढे वारकरी सांप्रदायाला अनुयायी मिळत गेले. निर्माण होत गेलेल्या गतिरोधांना एकनाथ-तुकारामांसारखे 'खांब' झालेले, 'कळस' बनलेले प्रज्ञावंत संत लाभले.

सामाजिक-सांस्कृतिक संभ्रमाला दिशा देऊन प्रवाहित करणाऱ्या या चळवळी अतिशय महत्त्वाच्या होत्या. आजची संभ्रमावस्थाही त्याच चेहऱ्या-मोहऱ्याची वाटते. म्हणूनच इतिहासाची पुनरावृत्ती महत्त्वाची आणि गरजेचीही वाटते. कारण त्यातूनच

विज्ञानाचा आणि बुद्धिप्रामाण्यतेचा आग्रही संदर्भ घेऊन नव्या दृष्टीतून १२ व्या शतकातील संभ्रमाला समजावून घेतले पाहिजे, नवे मार्ग शोधले पाहिजेत. आपल्या ऊर्जा तपासून-समजावून घेऊन 'तळाच्या' माणसाला ऊर्जा देऊन उभे केले पाहिजे. आत्मविश्वासाने 'चालते' केले पाहिजे.

सहितता, स-हितता शिकविते ते साहित्य— अशी साहित्यासंबंधीची एक व्याख्या केल्यास साहित्याचे मोल आणि महत्त्व लक्षात यावे. साहित्याच्या संदर्भात मूल्यव्यवस्थाही महत्त्वाची असते. आज मूल्यव्यवस्थेचाच प्रश्न अतिशय महत्त्वाचा झालेला आहे. एका वेगळ्या संक्रमण अवस्थेत आज आपण आहोत. समाजाच्या विविध संस्था आज संभ्रमात आहेत. तेव्हा अशा संभ्रमातून बाहेर पडण्यासाठी काही प्रेरणा आणि ऊर्जा गरजेच्या आहेत. अर्थात, आज आदर्श हरवून बसलेल्या समाजात कुठल्या प्रेरणा आणि कुठल्या ऊर्जा शोधाव्यात, हाच खरा प्रश्न आहे. कुणी एखादा प्रेषित अथवा आयात ऊर्जास्रोत घेऊन येईल, असे कधीही घडत नसते. आज आमच्या शिक्षणसंस्था, समाजसंस्था, राजकारण, अर्थकारण आणि धर्मकारण तसेच सांस्कृतिकता मूल्यहीन बनत आहेत. एखाद्या व्यक्तीच्या आजारपणाचे निदान करून, त्या आजारावार काही औषधी परिणाम करू शकतील, आजारी माणूस व्याधिमुक्त होईल; परंतु समाज-पुरुषांच्या ज्या काही संस्था आहेत, त्या संस्थांना व्याधिमुक्त करण्यासाठी काय औषधी इलाज करता येईल, हाच खरा प्रश्न आहे. म्हणून माझ्यासारख्याला साहित्यव्यवस्था महत्त्वाची वाटते. साहित्यात परिवर्तनाची क्षमता असते, क्रांतीची बीजे असतात. हे जगाने अनुभवलेले आहे, हेही आपण ध्यानी घेतले पाहिजे.

म. जोतिराव फुले यांनी 'शेतकऱ्याचा आसूड' या ग्रंथाचा उपोद्घात जो जोडलेला आहे, तो उपोद्घात आताच्या सर्वच परिस्थितीत अतिशय महत्त्वाचा आहे. म. फुले 'आसूड'मधून शेतकऱ्यांच्या प्रश्नांची चर्चा करतात. शेतकऱ्यांच्या लूटमारी सारा सामाजिक इतिहास सप्रमाण सिद्ध करतात आणि उपाययोजना सुचविताना शेतकऱ्यांच्या या साऱ्या 'अनर्थाला' अविद्याच कारण असल्याचे निदान करतात. अर्थात, म. जोतिरावांना अपेक्षित असणारी 'विद्या' ही सर्वार्थाने निराळी होती आणि आपण ज्या विद्येच्या नावाने अविद्येचाच फैलाव केलेला, ती विद्या निराळी. जोतिरावांनी आणि त्यांच्या अनुयायांनी विद्या ही माणुसकीशी जोडलेली आहे. बुद्धिमत्ता, नीतिमत्ता, प्रागतिकता आणि अर्थवत्ता असा संदर्भ सांगून माणसाने परिपूर्णता अनुभवावी, असे सांगितले. याउलट, आपल्या शिक्षणाने स्वाभिमानाऐवजी लाचारी, अगतिकता आणि पोटार्थीपणाच अधोरेखित केलेला आहे. ...आजच्या शिक्षणाने काय शिकविले, काय

कमावले, काय गमावले; याचा हिशेब आपल्याला राजकारणाच्या वर्तमान स्वरूपातून, समाजकारणाच्या ऱ्हास पावत चाललेल्या मूल्यव्यवस्थेतून लक्षात येतो. कृषि-अर्थशास्त्राने आमच्या हाती दोरखंड देऊन अथवा विषाची बाटली देऊन आत्महत्येलाच प्रवृत्त केल्याचे दिसते. समाजव्यवस्थेत माणूस माणसापासून दुरावत आहे. नातेसंबंधांतील आत्मीयता संपत चालली आहे. आई-वडील आता सर्वच अर्थाने अडचणीचे वाटू लागले. त्यातूनच श्रावणबाळ योजना, वृद्धाश्रमाची कल्पना साकार झाली. स्त्रियांचे प्रश्न, जातीचे प्रश्न कधी नाही इतके टोकाचे बनले; धारदार झाले. तीच अवस्था आमच्या धर्मकारणाची झालेली आहे. धर्माचा जेव्हा 'बाजार' भरतो, तेव्हा आमच्या माणूसधर्माची नैतिकताही संभ्रमशील बनते..

म. चक्रधरांनी मूल्यांसह भाषा आणि साहित्याच्या मौलिकतेची चर्चा केलेली आहे. संत तुकारामांनीही 'शब्दा'चे मोल आणि मूल्य-सामर्थ्य मांडलेले आहे. म. फुले यांनी 'ग्रंथकार सभेस' पत्र लिहून आपली वाङ्मयीन भूमिका मांडलेली आहे. मूल्यव्यवस्थेचा प्रश्न सर्व महात्म्यांनी उपस्थित करून 'मानवधर्म' राखण्याचा प्रयत्न केला. 'बोले तैसा चाले'— सार्वजनिक सत्यधर्मात केलेली म. फुलेकृत मांडणी आणि म. चक्रधरप्रणीत 'तुम्ही अच्युत गोत्रीय की गा:' म्हणून एकात्मिकतेचा दिलेला संदेश आज अतिशय महत्त्वाचा आहे. 'स्वातंत्र्य हा मोक्ष: पारतंत्र्य बंध' असे स्वातंत्र्य या मूल्याचे महत्त्व या महंतांनी आग्रहाने प्रतिपादिलेले आहे.

आज जागतिकीकरण, शेतीव्यवसाय आणि कष्टणारा माणूस असा काहीसा नवा संघर्ष आपल्यापुढे उभा आहे. माहिती आणि तंत्रज्ञान यामुळे 'जग हेच एक विशाल खेडे' म्हणून चर्चा होते आहे. या विशाल खेड्यात 'आपण कुठे असू? आपण खोडले जाऊ, की पाय रोवून उभे राहू?' हा प्रश्न पुन्हा नव्याने समजावून घ्यावा लागेल. त्यासाठी साहित्यव्यवहार आणि लयाला जाऊ लागलेली 'वाचन-संस्कृती' पुन्हा ऊर्जितावस्थेत आणली पाहिजे. यासाठी आपली एकदिवसीय साहित्य संमेलने अतिशय महत्त्वाची ठरत असतात. वाङ्मयीन पुरस्कारातून साकारणाऱ्या प्रेरणाबळांना महत्त्व असते. यातूनच आपण नव्या ऊर्जा प्राप्त करीत असतो. त्यासाठी 'संवाद' होणे गरजेचे असते. आज आपला संवादच संपलेला आहे. माणूस परस्परांशी बोलण्यास तयार नाही. जेव्हा 'बोल' संपतो, तेव्हा माणसा-माणसातील संस्थेची आत्मीयता आटत असते. आपण बोलले पाहिजे. व्यथा, आनंद आणि अनुभव सांगितले पाहिजेत. सांगणे, बोलणे हेच माणूसपणाचे प्रमुख लक्षण आहे. 'व्यथाकथन' हेच आत्मकथन बनते. आत्मकथनातून आपण आपल्याविषयी, आपल्या कुटुंबाविषयी, समाजविषयी आणि अंतिमत: माणूसपणासंबंधीच बोलत असतो. हेच

बोलणे आपण आपल्या सामाजिक इतिहासाचेच बोलत असतो. एका स्वकालीन आणि समकालीन सच्च्या इतिहासाचेच कथन करीत असतो. अशा सच्च्या बोलाची म्हणजेच साहित्याची आज कधी नव्हे इतकी गरज निर्माण झालेली आहे. परस्परांना समजावून घेण्याची-वाचण्याची, आस्वादनाची आवश्यकता निर्माण झालेली आहे. यातून उद्याचा समाज काहीएक शिक्षण घेऊन वाटचाल करणार आहे. नव्या वाटा, नव्या दिशा शोधण्याचा आपण प्रयत्न करू!

आपले पुन्हा एकदा आभार मानतो! धन्यवाद!

***

२३. शेवाळा साहित्य संमेलन

प्रा. इंद्रजित भालेराव, परभणी

आपल्या रसाळ वाणीने महाराष्ट्राला मोहित करणाऱ्या राम शेवाळकरांचे गाव आहे शेवाळा. त्यांचे पूर्वज इथे नांदले. तो वाडा अजूनही गावात उभा आहे. आपल्या गावमातीला वंदन करण्यासाठी शेवाळकर अजूनही इथं येऊन जातात. हिंगोली जिल्ह्यातल्या कळमनुरी तालुक्यात आखाडा बाळापूरजवळचे हे शेवाळा बाळापूर नावाचं गाव आहे.

इथले अनिल शेवाळकर गेल्या काही दिवसांपासून लेखन-वाचनाची चळवळ चालवतात. परंपरेने महानुभाव मठाचे पुजारी असलेले अनिल शेवाळकर नव्या युगाला समोरे जाताना परंपरेचा धागा धरून आहेत. महानुभाव पंथाचे संस्थापक चक्रधरस्वामी यांच्या नावाने त्यांनी गावात एक सुंदर वाचनालय सुरू केलेले आहे. चक्रधर स्वामींच्याच नावाने महाराष्ट्र पातळीवरीचे काही पुरस्कारही त्यांनी सुरू केले आहेत. त्यानिमित्त महाराष्ट्राच्या कोनाकोपऱ्यातून लेखकमंडळी येतात.

एवढे लेखक येतात, एवढा मोठा कार्यक्रम होतो; तर त्यानिमित्त एक संमेलनच का घेऊ नये, असं त्यांना वाटलं आणि त्यांनी संमेलन घ्यायला सुरुवात केली. संमेलनाचं हे तिसरं वर्ष. पहिल्या वर्षी या प्रदेशाचे भूमिपुत्र फ. मुं. शिंदे संमेलनाचे अध्यक्ष होते. फ. मुं. शिंदे यांचे जन्मगाव रुपूर इथून जवळच आहे. मागच्या वर्षी दुसऱ्या संमेलनाला त्यांनी अध्यक्ष म्हणून मलाच बोलावले. माझ्या अयोग्यतेची कल्पना देऊनही त्यांनी आग्रह धरल्यावर फार भाव खायला नको, म्हणून मी गेलो. यानिमित्ताने शेवाळकरांचा गाव पाहायला मिळणार याचा मला आनंद होता.

कयाधू नदीच्या काठावर एका मंदिरात, औदुंबराच्या छायेत हे संमेलन पार पडले. संयोजन नेटकं आणि सुटसुटीत होतं. नगर, सांगली, औरंगाबाद, मुंबईपासून वाङ्मय पुरस्कारप्राप्त लेखक जमा झालेले होते. नांदेड, हिंगोली, परमणी जिल्ह्यातून

संमेलनात सहभागी होण्यासाठी लेखक-कवी आलेले होते. सोहळा सुंदर स्वरूपात साजरा झाला. गावकरी हे साहित्याचे रसिक नसले, तरी ज्या मंदिरात हा सोहळा होतो तिथं वारकरी संप्रदायाचे संस्कार होतातच. तेही संस्कार ग्यानबा-तुकारामाच्या वाङ्मयाचेच असतात. लेखकांनी हे समजून घेऊन संमेलनात वावर ठेवला, तर गावकरी तुमच्यावर अलोट प्रेम करतात. आपण आपल्याच मस्तीत राहिलं, तर मात्र अडचणी निर्माण होऊ शकतात.

परिसंवाद म्हणजे काय, हे गावकऱ्यांना माहीत नसलं तरी ते भक्तिभावानं तुमचं बोलणं भक्तिभावानं ऐकत असतात. कथाकथन, कवितावाचन, उद्‌घाटन आणि समारोपालाही लोक-भाविक दाद देतात. महिलांची आणि विद्यार्थ्यांची उपस्थिती लक्षणीय असते. संमेलनाचा बराचसा भार अनिल शेवाळकर स्वत:च उचलतात. बरीचशी पदरमोड करून ते हे सगळं करतात. पाहुण्यांची राहण्या-जेवणाची सोय ते स्वत:च्या घरी जातीनं करतात. त्यासाठी दांडगी हौस असावी लागते, ती त्यांच्याकडे आहे.

शहरातल्या लोकांनी गावाकडची एक सहल म्हणूनही या संमेलनात सहभागी व्हायला हरकत नाही. श्रीमंत मातीमुळे समूहमळ्यांनी सजलेला हा गाव पाहणं, हाही एक अनुभव होऊ शकतो. शिवाय माणसांच्या मनाचा हिरवेपणा तर आणखीच नवा अनुभव देऊन जातो.

पश्चिम महाराष्ट्रात अशा छोट्या संमलेनांची परंपरा फार जुनी आहे. सांगली जिल्ह्यातल्या कृष्णा नदीकाठी वसलेल्या औदुंबर या तीर्थक्षेत्री गेल्या साठ वर्षांपासून असं संमेलन होतं. छोट्या संमेलनांची ती गंगोत्री समजायला हरकत नाही. कवी सुधांशू यांनी सुरू केलेली परंपरा अजून अखंडित आहे. त्यांचे चिरंजीव पुरुषोत्तम जोशी आणि सुप्रसिद्ध ललित गद्य लेखक डोहकार श्रीनिवास विनायक कुलकर्णी आता यात लक्ष घालतात. बऱ्याचदा असे घडते की, औदुंबर साहित्य संमेलनाचा अध्यक्ष हा नंतरचा अ. भा. साहित्य संमेलनाचा अध्यक्ष असतो. औदुंबर संमेलनाची तारीख चौदा जानेवारी (मकर संक्रात) ही निमित्त असते आणि निमंत्रणाशिवाय सर्व रसिक इथे जमा होत असतात.

कर्नाटकात बेळगाव जिल्ह्यातही अशा संमेलनांची मोठी परंपरा आहे. भाषिक आंदोलनाला बळ पुरवणारे उपक्रम म्हणून अशा छोट्या संमेलनांकडे पाहिले जाते. उपस्थिती फार मोठ्या प्रमाणात असते. अख्खा गाव दिवसभर मंडपात बसून असतो. त्यानिमित्तानं मराठी भाषकांचा एकोपाही त्यांना दाखवायचा असतो. अशा संमेलनातूनच सीमाभागातली भाषिक चळवळ चालवली जाते. यक्कूर, कोडोली, चिकोडी इथल्या

संमेलनाला उपस्थित राहून मी हा अनुभव घेतलेला आहे. गोव्यात धारगळला शेकोटी संमेलनाचा एक नवाच उपक्रम घेतला जातो. शेवाळा संमेलनालाही असा इतिहास निर्माण होईल, असा विश्वास मला वाटतो. मागच्या वर्षीचा अनुभव मला निश्चितच समृद्ध करणारा ठरलेला आहे.

***

२४.

चळवळीविषयी...

प्रा. महेश मोरे, नांदेड

मराठी वाङ्मयात वेगवेगळ्या कालखंडांमध्ये आपणास साहित्याची अनेक रूपे दिसतात. सन १९६० नंतर ग्रामीण साहित्यात फार मोठे परिवर्तन घडून आले. लेखकांच्या वाङ्मयीन दृष्टिकोनामुळे त्याला परिवर्तनाचं मूल्य प्राप्त झालं. ग्रामीण भागातलं, खेड्यातलं दुःख-वेदना कागदावर अलगद उतरली गेली. त्यामुळे समकालीन जीवनातील आणि ग्रामीण साहित्यातील व्यक्तीबद्दल असलेला आशय अक्षररूपाने साकार झाला.

चक्रधर, बसवेश्वर, ज्ञानेश्वर, नामदेव, चोखोबा, जनाबाई, कर्ममेळा, तुकाराम ही खऱ्या अर्थाने मध्ययुगीन वाङ्मयातील विचार देणारी आणि विचार करावयास लावणारी संताची मांदियाळी उदयास आली. चक्रधर, बसवेश्वर, ज्ञानेश्वर, तुकाराम या संतांच्या साहित्याचा विचार समाजात रुजला. पुढे म. फुले यांनी 'गुलामगिरी', 'शेतकऱ्याचा आसूड' या ग्रंथांतून सडेतोड व स्पष्ट वस्तुनिष्ठता साकारली. ग्रामीण लेखक जागा झाला आणि आपली वेदना, दुःखं लिहू लागला. आज शिक्षण सार्वजनिक झालं. त्यामुळे इथलं अज्ञान दूर कसं करता येईल, यासाठी शिक्षण आलं. शिक्षण सार्वत्रिक झाल्याने नवी पिढी लिहिती झाली. त्यांच्या अनुभूती अक्षररूपाने उमटत गेल्या.

चित्र, शिल्प, संगीत, नृत्य आणि साहित्य यांचे काळामधून होणारे सर्जन महत्त्वाचे असते. यातूनच व्यक्तीची अभिव्यक्ती प्रगट होत जाते. आज आधुनिक काळात ग्रामीण साहित्य, दलित साहित्य, आदिवासी साहित्य उदयाला आलं. एका वामनाने बळीला पाताळात घालावं; आपण तर म्हणत असतो— 'इडा पीडा टळो!'

बळीराजाचं राज्य लयास जाताच लोकशाही परंपरा पूर्णपणे लोप पावली. आज विदर्भ आणि मराठवाड्यात आत्महत्या होत आहेत. जाहीर केलेलं पॅकेज कोठे जात आहे? आमच्या राजनीतीला चारा पचतो, सिमेंट पचते, तेलगीसारखी व्यक्ती

मुद्रांक घोटाळा करते. म्हणून म. फुले म्हणतात, 'सत्तेवाचून सकळ कळा झाल्या अवकळा!' कुठलीही स्त्री असो की पुरुष असो— त्याने सद्‌वर्तन करावं. आज कुठल्याही गोष्टीवर आपणास मलमपट्टी करता येणार नाही; तर समाजाला योग्य दिशा देत अनेक रोगांचे निर्मूलन करणे आवश्यक आहे.

आज ग्रामीण साहित्य बदलत जात आहे. घरातील, आतील गाभाऱ्यातील दुःखं बाहेर आली. आपल्या दुःखाची कोंडी फुटली. खेड्यापाड्यांत वाचनालये स्थापन झाली. वर्तमानपत्रं आली. आज कुठे काय घडत आहे याची इत्थंभूत माहिती दूरचित्रवाणीतून बातम्यांद्वारे मिळत / दिसत आहे.

चक्रधरांनी समाजाला विचार दिला. तोच वसा-वारसा घेऊन कवी अनिल शेवाळकर निघालेले आहेत. त्यांना सातत्याने सहकार्य करणारे, 'मदतीचा हात, एकमेकांची साथ, धरू चक्रधराची पात' —कुठल्या घटकेला 'ओ' म्हणत हजर होणारे प्रा. डॉ. माधव जाधव, कवी बबन शिंदे, प्रा. संजय जगताप, यशवंत जामोदकर, सूर्यवंशी सूर्यकांत बाबूराव, सौ. यशोदा कपाटे, रूपेश सूर्यवंशी, अमोल पांडे, नागोराव लकडे, बालाजी पतंगे यांनी दोन ग्रामीण साहित्य संमेलने शेवाळा येथे यशस्वीरीतीने संपन्न केली. मी निमंत्रित कवी असल्याने मला या संमेलनाची गोडी चाखता आली.

कवी अनिल शेवाळकर हे श्री चक्रधरस्वामी सार्वजनिक वाचनालय– शेवाळातर्फे ग्रामीण साहित्य संमेलन घेतात. साहित्यिकांची मांदियाळी त्या ठिकाणी येते. पहिल्या साहित्य संमेलनाचे अध्यक्षपद कविवर्य फ. मुं. शिंदे यांनी भूषविले. दुसऱ्या साहित्य संमेलनाचे अध्यक्षपद कविवर्य इंद्रजित भालेराव यांनी भूषविले. ही दोन्हीही यशस्वी झाल्याने शेवाळकरांना ऊर्जा प्राप्त झाली. प्राचार्य राम शेवाळकर हे शेवाळ्याचे. प्राचार्य राम शेवाळकर जरी आज नागपूर येथे राहत असले तरी अनेकांच्या ओठांवर राम शेवाळकरांचं नाव खेळतं. हिंगोली जिल्ह्यात अनेक साहित्यिकांची लेखणी अक्षर ठरली. ना. गो. नांदापूरकर, नरहर कुरुंदकर, ना. दी. देशमुख, विजय ग. वाकडे, फ. मुं. शिंदे, भ. मा. परसावळे, इंद्रजित भालेराव, प्रा. उत्तम सूर्यवंशी, केशव सखाराम देशमुख, साहेब खंदारे, महेश मोरे, बबन शिंदे, प्रा. सौ. संध्या रंगारी, शफी बोल्डेकर, अनिल शेवाळकर, दिलीप दारव्हेकर, दत्ता घुगे, शाहीर कोंदूरकर आदी साहित्यिक प्रकाशित झाले. कवी पंडित पाटील, केशव खटिंग, सोनाजी पतंगे, शिवा ठोरे, धनंजय मुळे, सुधाकर शिरसाट, सय्यद जबार पटेल, शिवाजी घुगे, शिवाजी कऱ्हाळे, रतन आडे ही दमदार आणि कसदार लिहिणारी नावे अनेकांच्या ओठांवर खेळतात. ज्यांची लेखणी अक्षर ठरली, पण जे अकाली गेले; ते कवी

माधव डहाळे, रोहिणी वाकडे यांच्याकडून भरपूर अपेक्षा होती. कमी कालावधीत सकस अशी निर्मिती त्यांच्या हातून झाली.

आज जागतिकीकरण आले, सेझ आले, मॉल आला. पैनगंगेवर इसापूर धरण झालं. पण पाणी कोणाच्या शेताला भिजवते? हिंगोली जिल्ह्याचे पाणी पण दुसऱ्याच जिल्ह्यात जाऊन ओलिताची, भिजवणीची शेती जुळवत आहे. कॅनाल आमच्या शेतातून गेला, पण आमची जमीन भिजत नाही. पडे आहेत, पण काचामधी. आता कयाधूवर सापळी धरण बांधण्यासाठी जय्यत तयारी चालू आहे. पण आमच्या जिल्ह्यातील शेतकरी आता अज्ञानी राहिला नाही. कारण जमीन आमची जाणार, गावंच्या गावं धरणात बसणार, धरण गावासहित शेताशिवाराला गिळणार; आम्ही काय वाऱ्यावर जगावं का? इसापूर धरण होऊनच आमचा किती फायदा झाला? काहीच नाही. सापळी धरणाचे पाणी उद्या नांदेड जिल्ह्याकडेच वळवले जाईल. फायदा कोणाचा? नांदेड जिल्ह्याचा! आम्ही पुन्हा उपाशीच. धरणात आमची गावं गाडली जावीत, शेतशिवार जावा. पुन्हा आमचा संसार उघड्यावर. त्यासाठी आमची लेखणी वार करते. त्यातून विद्रोह पेटून उठतो. 'पाऊसकाळ'मधील ओळी ओठांवर येतात.

'सापळीच्या धरणानं गेलं हादरून गाव
जिकडून तिकडून माघ इचाही पेव'

आज आमच्या शेतकऱ्याची, कुणब्याची कोंडी झालेली आहे. प्रत्येक शेतकऱ्याला घोर लागला आहे.

'खंगलेल्या कुणब्याचा
गेला दबूनिया उर
भरातल्या गावालाही
लागे धरणाचा घोर'

आज आमच्या हिंगोली जिल्ह्यातील शेतकऱ्याच्या उरावर टांगती तलवार आहे. इसापूर धरण झाले; पण फायदे कोणाला झाले? तेव्हा 'पाऊसकाळ'मधील 'धरण' ही कविता ओठांवर येते.

'पाणी कोठलं, कोणाचं शेत कोण भिजवते...
आमच्याच पाण्यावर कोण शिरजोर होते?'

धरण झाल्यावर संसार उघड्यावर आला. सुकळी, टाकळी अशा किती तरी गावांतील शेतकऱ्यांचे, शेतमजुरांचे बेहाल झाले. पन्नास-पन्नास एकर जमीन असणारे शेतकरी... त्यांना पाच-पाच एकरांवर समाधान मानावं लागलं.

आजही हिंगोली जिल्हा कोरडवाहू आहे. माळरान अधिक आहे. शेती पिकावी तशी पिकत नाही. भरपूर काही पिकलं, तर शेतमालाला हमी भाव मिळत नाही. कधी दुष्काळ, कधी अतिवृष्टी— त्यामुळे इथला शेतकरी भरडला जात आहे. आज ग्रामीण चळवळ उदयास आली. ग्रामीण लेखकांनी आपली अनुभूती आपल्या लेखणीतून मांडली आहे. इथल्या शेतकऱ्यात संघर्ष करण्याची ताकद निर्माण झाली आहे.

कविवर्य इंद्रजित भालेराव, केशव देशमुख, बबन शिंदे यांच्यासोबत नवी पिढी लिहिती झाली आणि ही ग्रामीण चळवळ अधिक फोफावत चालली आहे.

कवी अनिल शेवाळकर यांच्या पुढील साहित्यप्रवासास आणि साहित्य संमेलनास हार्दिक शुभेच्छा!

***

२५.

हिंगोली जिल्ह्यातील साहित्यिक व साहित्य चळवळ

प्रा. संजय जगताप, हिंगोली

मराठवाडा ही संतांची भूमी आहे. या पुण्यपावन अशा भूमीला अनेक संतांनी आपले योगदान देऊन या मराठवाड्याच्या मातीला सुगंधित करण्याचे अतुलनीय कार्य केले आहे. महाराष्ट्रातील जे ज्योतिर्लिंग आहेत, त्यांतील औंढा नागनाथ हे ज्योतिर्लिंग मराठवाड्यातील हिंगोली जिल्ह्यात आहे. संत नामदेवांची जन्मभूमी ही मराठवाड्यातील याच जिल्ह्यातील नरसी हे गाव. कयाधू, पूर्णा, आसना, उघडी व अन्य नद्यांचा सुपीक भाग या जिल्ह्यात आहे. भावकवितेचे जनक संतशिरोमणी नामदेवमहाराजांचे गुरू विसोबा खेचर हेसुद्धा येथील रहिवासी आहेत. श्री चक्रधरस्वामी यांची दुःखाने पोळलेली शांताबाईसा ही वसमतची राहणारी. ती स्वामींची शिष्या होती. वारकरी, नाथ, जैन, महानुभाव पंथांचे अनेक अनुयायी या जिल्ह्यात पूर्वीपासून वास करून आहेत, याचे अनेक उल्लेख सापडतात.

या जिल्ह्याने संबंध महाराष्ट्राला अनेक थोर साहित्यिक— कवी, लेखक, भाष्यकार— दिले आहेत. मराठी भाषेचे भाष्यकार, नामवंत समीक्षालेखक, विचारवंत कै. नरहर कुरुंदकर हे याच जिल्ह्याचे. कुरुंदा हे त्यांचे गाव. अध्यात्म विषयाचे व संतसाहित्याचे गाढे अभ्यासक राम शेवाळकर हे कळमनुरी तालुक्यातील शेवाळा या गावचे. ना. गो. नांदापूरकर यांचासुद्धा उल्लेख प्रकर्षाने करावा लागेल. या विद्वान लेखकांनी मराठी भाषा, व्याकरण, संतसाहित्य यांचे जे सामाजिक-राजकीय अवलोकन केले आहे, ते कोणत्याही भावी पिढीला विसरता येणार नाही. भावी पिढीसाठी यांचे योगदान म्हणजे मैलाचा दगड ठरले आहे.

सन १९६० नंतर खेडे बदलले. खेड्यातील तरुण शिकू-सवरू लागले. त्यांना आपल्या वेदना, दुःख, अगतिकता, वैषम्य, दारिद्र्य यांचे चटके बसू लागले. वाचन, चिंतन, मनन यातून त्यांची जडण-घडण होऊ लागली आणि त्यातून अनेक प्रतिभासंपन्न लेखक तयार झाले. त्यांमध्ये प्रा. इंद्रजित भालेराव हे रिधोरा या गावचे

राहणारे. त्यांची 'पीकपाणी', 'आम्ही काबाडाचे धनी', 'दूर राहिला गाव', 'पेश', 'कुळवंतिणीची कहाणी', 'टाहो', 'बहिणाबाईची गाणी' व इतर पुस्तके प्रकाशित झाली. त्यांच्या कवितेने उभ्या महाराष्ट्राला एका प्रतिभासंपन्न कवितेची खाण सापडली, असेच म्हणावे लागेल. 'जलम', 'चल गावाकडे', 'चल माझ्या दोस्ता' व 'कुणब्याच्या पोरा आता लढायला शिक' अशा त्यांच्या कवितांनी कवितेत नवी जाण आली.

आपल्या अंगभूत नव्या उमेदीने व चातुर्याने लेखन करणाऱ्यांपैकी एक नाव म्हणजे प्रा. फ. मुं. शिंदे (गाव : रुपूर, ता. कळमनुरी) यांच्या वैविध्यपूर्ण लिखाणाने नव्या वाटा धुंडाळल्या. त्यांची कविता अंतर्मुख व्हायला शिकवते. नवनवोन्मेषशालिनी प्रतिभा या दर्जाची ती कविता मराठी साहित्यात एक नवे आयाम निर्माण करून गेली. त्यांची 'आई' ही कविता हिंगोली जिल्ह्याच्या तमाम कष्टकऱ्यांची, कास्तकऱ्यांची प्रातिनिधिक स्वरूपात आईच आहे असे म्हटले, तर ते वावगे ठरणार नाही. फ. मुं. शिंदे सरांच्या कविता म्हणजे राजकारण-समाजकारण यांचा सुंदर मिलाफ आहे. एका दशकापेक्षा जास्त काळापासून मराठी साहित्य चळवळीशी व लेखनाशी कटिबद्ध असलेले ग्रामीण कथाकार व कवी म्हणजे विजय ग. वाकडे. कळमनुरीसारख्या दुर्गम भागात राहूनही त्यांच्या लिखाणाने सृजनाची कास जोडली नाही. समर्पक व चपखल पद्धतीने व्यक्तिचित्रण करणारा मनस्वी लेखक म्हणून त्यांच्याकडे बघता येईल.

कथा, कादंबरी, नाटक या क्षेत्राला न्याय देता-देता एका वेगळ्याच विषयाचे, पारंपरिकतेचे, लोकजीवनाचे अभिभाव सांगण्यासाठी गेल्या वीस वर्षांपासून समर्थपणे संशोधन करणारे डॉ. साहेब खंदारे हेसुद्धा कळमनुरी तालुक्यातील गौळ बाजार या गावचे. 'लोकसाहित्य : शब्द व प्रयोग', 'महाराष्ट्राचा सांस्कृतिक इतिहास' ही त्यांची अत्यंत वैशिष्ट्यपूर्ण पुस्तके त्यांच्या विद्वत्तेची साक्ष आहेत.

कळमनुरी तालुक्यातील तुप्पा या छोट्याशा खेड्यात ज्यांचा जन्म झाला, ते प्रा. केशव सखाराम देशमुख यांचा 'पाढा' हा कवितासंग्रह प्रकाशित झाला. त्याला महाराष्ट्र शासनाचा उत्कृष्ट ग्रंथनिर्मिती पुरस्कार मिळाला. आहे. केवळ कवितेचे लेखन हा त्यांचा मानस नाही, तर ते अत्यंत उत्तम दर्जाचे समीक्षक आहेत.

हिंगोली जिल्ह्याचे वेगळे वैशिष्ट्य असे की, येथे वाङ्मयीन चळवळसुद्धा आता जोर धरू लागली आहे. जयंती उत्सवाच्या निमित्ताने कविसंमेलन घडवून आणणे हे वेगळे आणि साहित्यिक जाणीव ठेवून एकत्र येणे वेगळे. श्री चक्रधरस्वामी वाचनालय, शिवणी बु. या वाचनालयाचे प्रवर्तक श्री. केशव जाधव यांनी अशी अनेक व्याख्याने व चर्चासत्रे घडवून आणली आहेत.

कामठा (घोडा) येथील प्रसिद्ध ग्रामीण कवी प्रा. महेश मोरे यांच्या कवितेचा

उल्लेख करणे क्रमप्राप्त ठरते. त्यांचे ‘शिवार’, ‘हिरवे रान’, ‘पाऊसकाळ’ हे कवितासंग्रह प्रकाशित आहेत. त्यांचे कवितावाचनाचे अनेक कार्यक्रम झाले आहेत. बालसाहित्यलेखनामध्ये एक नवं नाव समोर येत आहे, ते म्हणजे बबन शिंदे. त्यांची जवळपास पाच-सहा पुस्तके प्रकाशित आहेत. नामदेव बावळे, शिवाजी कऱ्हाडे, प्रा. नामदेव दळवी यांचाही येथे उल्लेख करणे आवश्यक वाटते.

श्री चक्रधरस्वामी सार्वजनिक वाचनालय, शेवाळा यांच्यातर्फे तीन वर्षांपासून वाङ्मयीन अभिरुचीसाठी उल्लेखनीय प्रयत्न करणे चालू आहे. समाजातील नवोदित लेखकांच्या पुस्तकांना पुरस्कार देऊन त्यांचा गौरव करणे, ही कार्यपद्धती त्यांनी सांभाळली आहे. फ. मुं. शिंदे, प्रा. इंद्रजित भालेराव यांसारखे नामवंत लेखक-कवी यांच्या हस्ते पुरस्कार वितरण केले जाते. डॉ. माधव जाधव यांचे ‘कयाधू काठ’ हे पुस्तक याच भागातील दुःखाचे समभाग व्यक्त करते. श्री. अनिल शेवाळकर यांनी कथासंग्रह ‘कवडसा’, कवितासंग्रह ‘गाभारा’, प्रातिनिधिक काव्यसंग्रह ‘पहाटवारा’ आदी पुस्तके लिहून साहित्यशारदेची सेवा केली आहे.

***

२६.

सांकेतिक लिपीतील महानुभाव साहित्याचे संशोधन आजच्या साहित्यिकाने करावे.

देविदास फुलारी

हिंगोली येथे संपन्न होत असलेल्या सहाव्या राज्यस्तरीय श्री चक्रधरस्वामी मराठी साहित्य संमेलनाचे स्वागताध्यक्ष या भागातील लोकप्रिय आमदार मा. भाऊराव पाटील-गोरेगावकर, या संमेलनाचे उद्घाटक भारतीय युवा काँग्रेसचे राष्ट्रीय अध्यक्ष तथा या भागातील तरुण आमदार ॲड. श्री. राजीव सातव, संयोजन समितीचे अध्यक्ष श्री. कडूजी भवर, कार्याध्यक्ष श्री. अनिल शेवाळकर, संयोजन समितीचे सर्व पदाधिकारी, सन्माननीय सदस्य, या संमेलनात सहभागी होणारे सर्व साहित्यिक, माध्यमांचे सर्व प्रतिनिधी आणि इथे उपस्थित असलेल्या साहित्यप्रेमी रसिक बंधू-भगिनींनो...

'कयाधू' नदीच्या काठावर वसलेल्या हिंगोली नगरामध्ये सामाजिक अभिसरणाच्या चळवळीचे बीजारोपण करणारे महात्मा सर्वज्ञ श्री चक्रधरांच्या नावाने अक्षरांचा महोत्सव आज भरत आहे. या संमेलनाचा अध्यक्ष म्हणून आपणा सर्वांच्या वतीने मी सर्वज्ञ चक्रधरांच्या पावन नि पवित्र स्मृतीस नम्रपणे अभिवादन करतो. अक्षरांच्या दिंडीत आपल्याही लेखनाची पताका हाती घेऊन सहभागी झालेल्या माझ्यासारख्या शेतकऱ्याच्या मुलाला आपण संमेलनाचा अध्यक्ष करून जो सन्मान दिलात, त्याबद्दल संयोजन समितीविषयी कृतज्ञता व्यक्त करतो. हे सहावे संमेलन आहे. डॉ. यु. म. पठाण, प्रा. भास्कर चंदनशिव, कवी आणि चित्रकार श्री. भ. मा. परसावळे, प्रा. फ. मुं. शिंदे, प्रा. इंद्रजित भालेराव आदी साहित्यिकांनी या संमेलनाचे अध्यक्षपद भूषविले आहे. अध्यक्षपदाचे औचित्य साधून सर्वज्ञ श्री चक्रधरांचा विचार त्यांनी मांडलेला आहेच. या संमेलनाच्या माध्यमातून आता महानुभाव वाङ्मयाचा प्रचार आणि प्रसार वेगाने होईल, याविषयी माझ्या मनात शंका नाही.

हिंगोली या नगराला समृद्ध असा आध्यात्मिक, सांस्कृतिक, सामाजिक आणि साहित्यिक वारसा लाभलेला आहे. या प्रांतातील चळवळी आजही कार्यप्रवण आहेत.

संत नामदेवांचे तीर्थक्षेत्र नर्सी नामदेव, ज्योतिर्लिंग नागनाथाचे औंढा, हिंगोली येथील जलेश्वर मंदिर, सर्व धर्मांच्या लोकांची श्रद्धा असलेला शिरहक शाहवली दर्गा, भाविकांचे श्रद्धास्थान ठरलेला नारायणबुवांचा मठ इ. आध्यात्मिक स्थळे माणसाच्या मनातील एकाकीपणाची भावना दूर करण्याचा प्रयत्न करीत आहेत. महंत नरेंद्रबाबा शास्त्री यांच्या मार्गदर्शनाखाली बळसोंड येथील दत्त मंदिराच्या माध्यमातून सर्वज्ञ श्री चक्रधरस्वामींचे विचार जनसामान्यांपर्यंत पोहोचत आहेत. समीक्षालेखनाला नवे आयाम प्राप्त करून देणारे विख्यात समीक्षक नरहर कुरुंदकरांचे कुरुंदा हे गाव याच जिल्ह्यात आहे. ना. गो. नांदापूरकर, प्राचार्य राम शेवाळकर, तु. शं. कुलकर्णी, फ. मुं. शिंदे, इंद्रजित भालेराव आदी वाङ्मयीन वैभव हिंगोली जिल्ह्यानेच दिले आहे.

या परिसरातील वाङ्मयीन चळवळ वृद्धिंगत करण्याचे कार्य येथील साहित्यिक करीत आहेत. ज्येष्ठ लेखक डॉ. व. द. भाले, ना. दि. देशमुख, श्री. भ. मा. परसावळे, डॉ. विलास वैद्य, अशोक अर्धापूरकर, विजय वाकडे, शिवाजी घुगे, प्रा. केशव देशमुख आदी लेखकांचा प्रामुख्याने उल्लेख करावा लागेल. अनिल शेवाळकर या तरुण साहित्यिकाने महानुभाव साहित्याच्या प्रसारासाठी व्रतस्थ भावनेने आपली लेखणी चालवली आहे. त्याच्या रंध्रारंध्रांत महानुभाव आणि महानुभाव विचारच वाहत आहेत. घोडा कामठा येथील ग्रामीण कवी महेश मोरे यांनी 'गावपंढरी' ही कादंबरी लिहून मुक्तिसंग्रामात रक्ताचं पाणी करणाऱ्या स्वातंत्र्यसैनिकांना प्रातिनिधिक स्वरूपात उभे केले आहे. अजून किती तरी नवोदित लिहिते झाले आहेत. विस्तार-भयास्तव यादी देता येत नाही. या परिसरातील वाङ्मयीन चळवळीसुद्धा लक्षणीय कार्य करीत आहेत. आज इथे दिवंगत कवी माधव डहाळे यांची आठवण होते. त्यांनी शब्दांगार चळवळीची स्थापना केली. आपल्या बंडखोर पण वास्तव शब्दांनी वादळ निर्माण करणारे माधव डहाळे शब्दांगारच्या रूपाने आजही जिवंत आहेत, असे वाटते. बोल्डा येथील मिश्किलशहाच्या नावाने चालणारी अक्षराची चळवळही नवोदितांचे हक्काचे व्यासपीठ बनली आहे. बेबीसरोज आंबिलवादे, प्रा. कमलाकर चव्हाण, नरेंद्र नाईक, शिवाजी कऱ्हाळे, बबन शिंदे, डॉ. सय्यद जब्बार पटेल, महारुद्र घेणेकर, राजाराम बनसकर, पंडित शिंदे, संजय जगताप आदी नवोदित लिहू लागले आहेत.

डॉ. बाबासाहेब आंबेडकर व्याख्यानमाला, जिजाऊ व्याख्यानमाला, बेंडे एकांकिका स्पर्धा, तुळसाबाई सोमानी ट्रस्टची वाङ्मयीन चळवळ अशी पार्श्वभूमी असलेल्या हिंगोली येथे आज सहावे राज्यस्तरीय श्री चक्रधर मराठी साहित्य संमेलन होत आहे. बारावा शतकात सर्वसामान्यांच्या आध्यात्मिक आणि सामाजिक उद्धारासाठी

सर्वज्ञ श्री चक्रधरस्वामींनी महानुभाव संप्रदायाची स्थापना केली. तत्कालीन समाजव्यवस्थेला केवळ मरगळच आली नव्हती, तर ती विस्कळीत झालेली होती. नीतिमूल्यांची पायमल्ली होत होती. अमंगळ भेदाभेदांनी सारा समाज रसातळाला गेला होता. शोषितांच्या सावलीचाही विटाळ तथाकथित धर्ममार्तंडांना होत होता. तत्त्वज्ञानाचे ग्रंथ, वैचारिक व धार्मिक ग्रंथ हे संस्कृत भाषेत कुलूपबंद झाले होते. या पार्श्वभूमीवर सर्वज्ञ श्री चक्रधरांचा उदय झाला. त्यांनी मायबोली मराठी भाषेला प्राधान्य दिले. अज्ञानाचा अंधार त्यांनी दूर केला. सर्वज्ञ श्री चक्रधरस्वामींनी कर्मकांडांचे मळभ दूर केले. स्त्रियांना उंबरठ्याबाहेरचे जग दाखवून तिला मुक्त श्वास दिला. शूद्रादी, दलित, पीडित आणि शोषित समाजाला केवळ स्वत्वाचीच जाणीव करून दिली नाही; तर सन्मानाच्या मजल्यावर जाण्यासाठी लागणारी समतेची शिडी निर्माण करून दिली. जगण्याचे तत्त्वज्ञान सर्वसामान्य माणसांच्या भाषेत सांगितले. ज्ञान-विज्ञानाचे दालन सर्वांसाठी खुले केले. म्हणून तर श्री चक्रधरस्वामी 'सर्वज्ञ' आहेत. 'सर्वज्ञ' ही उपाधी फार कमी महात्म्यांना लागू पडते. श्री चक्रधरस्वामींना ही उपाधी दिल्याने 'सर्वज्ञ' या उपाधीचाच सन्मान झाला आहे. श्री चक्रधरस्वामींच्या ज्ञानाचा अवकाश अमर्याद आहे, कर्तृत्वाच्या कक्षा अमर्याद आहेत आणि त्यांच्यातील संतत्वाच्या-साधुत्वाच्या सीमाही अमर्याद आहेत; म्हणूनच श्री चक्रधरस्वामी सर्वार्थाने 'सर्वज्ञ' आहेत.

भगवद्‌गीतेमधील 'स्थितप्रज्ञ' ही भावावस्था स्वामींमध्ये यथातथ्य दिसून येते. 'वृक्षवल्ली आम्हा सोयरे वनचरे' हा संतश्रेष्ठ तुकोबांचा अभंग म्हणजे त्यांचा स्थायिभाव झालेला होता. स्वामींच्या सहवासात श्वापदेही सुखनैव राहत होती. "इथे शरण आलेल्या कांई मरण असे?" असे स्वामी सांगत असत. एकदा स्वामी जाळीतल्या वाघांच्या पिलांशी खेळत बसले होते. इतक्यात वाघीण जाळीत शिरली. मांजर आणि कुत्रीसुद्धा आपल्या पिलांना कुणी स्पर्श करताना पाहून शांत बसत नाही; ही तर वाघीण होती. परंतु ती व्याघ्र छाव्यांची माता स्वामींच्या डोळ्यांतील अमृतसिंचनाने शांतच झाली, असे नाही; तर स्वामींच्या पायांजवळ लीन होऊन बसली! हे कशामुळे घडले? तर, 'व्याघ्र ना खाती सर्प तया' या उक्तीत याचे उत्तर सापडते. वाघासारखी हिंस्त्र श्वापदे निर्वैर होऊन स्वामींच्या सहवासात राहतात, खेळतात. विषारी साप, शिकारी कुत्रे, मस्तवाल बैलही स्वामींना शरण आल्याचे संदर्भ सर्वज्ञांच्या चरित्रात आढळतात. या सर्व कथांमध्ये तथ्यही आहे. कारण अलीकडेच विख्यात शिकारी-लेखक श्री. मारुती चित्तमपल्ली यांनी या संदर्भात प्रत्यक्ष घनदाट जंगलात वास्तव्य करून फार मोठे संशोधन केले आहे. मारुती चित्तमपल्ली यांनी तेराव्या शतकातील हंसदेवमुनींच्या 'मृगपक्षिशास्त्र' या ग्रंथाचा सरस अनुवाद केला आहे. त्यांनी हंसदेवांचे

मोठेपण वाचकांसमोर आणले. ऋषी-मुनींनी मिळविलेल्या अनुभवाच्या धनाकडे आपले अक्षम्य दुर्लक्ष होत आहे, ही खंतही तितक्याच समर्थपणे त्यांनी या ग्रंथात नोंदविली आहे. खरं म्हणजे, हंसदेवांच्याही पूर्वी पशू-पक्ष्यांचे विभ्रम सर्वज्ञ श्री चक्रधर यांनी केवळ सांगितलेच नाहीत; तर श्वापदांशी त्यांची निखळ मैत्रीही होती, हे लीळाचरित्रातून वाचायला मिळते. एखादा माणूस घनदाट जंगलातून फेरफटका मारत असला, तर त्याच्या उपजत शारीरिक प्रतिरक्षागंधावरून श्वापदं ओळखतात की— हा माणूस आपला शत्रू आहे की मित्र? काही शिकारी लेखकांकडून ही माहिती जेव्हा आपणास कळते, तेव्हा सर्वज्ञ श्री चक्रधरस्वामी आणि श्वापदांच्या मैत्रीचे गमक आपणास कळते. खरे म्हणजे मारुती चित्तमपल्ली यांनी हंसदेवांच्या लेखनाचा धांडोळा घेऊन, जंगलात भ्रमंती करून पशू-पक्ष्यांच्या मनोव्यापाराला अर्थ दिला. तद्वत् आजच्या साहित्यिकांनाही लीळाचरित्रातील सर्वज्ञ आणि पशू-पक्ष्यांच्या मैत्रीचे गूढ उकलता येईल; त्यासाठी वनामध्ये भ्रमंतीची मात्र आपली तयारी हवी.

बाराव्या शतकामध्ये महानुभाव साहित्यात अलौकिक आणि देदीप्यमान निर्मिती झाली. परंतु ज्या वेगाने आणि ज्या प्रमाणात या साहित्याचा प्रचार व्हायला हवा होता, तेवढा तो झाला नाही. ज्यांच्याकडे हे साहित्य उपलब्ध होते, त्यांनी ते जपून ठेवले. हे एवढे मौलिक आहे की— त्याला 'अन्य' लोकांचा स्पर्शही होऊ नये, या भावनेने त्यांनी हे साहित्य सांकेतिक लिपीच्या कडी-कुलपात बंद करून ठेवले. असे करणे एका अर्थाने चुकीचे होते. त्यामुळे सामान्य लोकांना याचा लाभ झाला नाही. अर्थात, ज्यांनी हे कडी-कुलपात ठेवले, त्यांचाही काही दोष नव्हता. त्यांना या ग्रंथराजावर अज्ञातवासाचे आवरण घालणे भाग पाडणाऱ्या धार्मिक-सामाजिक आणि राजकीय व्यवस्थेचा तो दोष होता. महानुभाव पंथ आणि त्या पंथाची ग्रंथरूपी निर्मिती यांवर अनेक संकटे आली. त्या संकटांपासून बचाव करण्यासाठी महानुभाव महतांनी सांकेतिक लिपी वापरून हे साहित्य अज्ञातवासात नेऊन ठेवले. प्रथमत: म्हाइंभटांनी स्वामींच्या आठवणी त्यांच्या लीळा संकलित करून ग्रंथ लिहिला. स्वामींचे पट्टशिष्य नागदेवाचार्यांनी त्याचे योग्य ते संपादन केले. हा मराठी बोलीभाषेतला आद्य ग्रंथ होय.

या संमेलनाचे कार्याध्यक्ष अनिल शेवाळकर आणि त्यांच्या सहकाऱ्यांनी हा सगळा इतिहास डोळ्यांसमोर ठेवून महाराष्ट्रात पहिल्यांदाच राज्यस्तरीय श्री चक्रधरस्वामी मराठी साहित्य संमेलनाची सुरुवात केली. ऐतिहासिक दृष्ट्या ही फार महत्त्वाची घटना आहे. अशा घटनांची नोंदही इतिहास ठेवत असतो. वेगवेगळ्या ठिकाणी अशी संमेलने भरवण्यामागे त्यांचा अतिशय शुद्ध व प्रांजळ हेतू आहे— सर्वज्ञांचा विचार

सर्वदूर पोहोचला पाहिजे. या पाठीमागे भावभक्ती ही भावना तर आहेच; शिवाय या भावभक्तीच्या माध्यमातून सांकेतिक लिपीत दडलेल्या महानुभाव साहित्याचा आविष्कार होईल, हा आशावादही आहे. कारण महानुभाव साहित्य हे महासागरासारखे सखोल नि व्यापकही आहे. या साहित्याचे अवलोकन करायचे म्हटल्यास पुढील पिढ्यांना वर्षानुवर्षे साधना करावी लागेल, ही समर्थ जाणीव संयोजकांना असल्यानेच या संमेलनाला प्रारंभ झाला आहे.

मराठी भाषेतील हा आद्य ग्रंथ मात्र मूळ रूपात आपल्यापर्यंत आला नाही, हे आपले दुर्दैव म्हणावे लागेल. तुर्कांच्या आक्रमणाच्या काळात झालेल्या पळापळीमध्ये हा मौलिक ग्रंथ हरवला. पण सुदैवाने या घटनेनंतर तीन तपांपर्यंत महानुभाव परंपरेत त्याचे नित्यवाचन होत असे. त्या काळी अनेक भक्तांना हा ग्रंथ जवळजवळ मुखोद्गत होता. तुर्कांच्या धाडीनंतर यथावकाश तृतीयाचार्य श्री कवीश्वराचार्य यांनी हा ग्रंथ पुन्हा लिहून काढला. पुढे हाच 'पिढीपाठ' या नावाने चालत आला. यानंतर या पिढीपाठामध्ये अनेक वेळा संस्करण झाले. खरं म्हणजे, संशोधन करून आज मूळ लीळाचरित्रांकडे जाणे आवश्यक झाले आहे. आजच्या नव्या पिढीतील साहित्यिकांनी या संशोधनकार्याकडे वळणे, ही काळाची गरज आहे. सांकेतिक लिपीत असलेल्या महानुभाव साहित्याचे आमूलाग्र संशोधन आजच्या साहित्यिकांनी करावे, असे वाटते. आपणा सर्व लेखकांवर ही जबाबदारी आज पडलेली आहे. संशोधक साहित्यिकांबरोबर विद्यापीठासारख्या संशोधनाच्या पातळीवर काम करणाऱ्या विविध संस्थांनीसुद्धा यात पुढाकार घ्यायला हवा. कारण महात्मा श्री चक्रधरस्वामींचे जीवनकार्य अलौकिक आहे. त्यांचे चरित्र लिहिणारे म्हाइंभट हे मेधावी पंडित होते आणि चरित्राचे संपादन करणारे नागदेवाचार्य हे सत्यान्वेषी महात्मे होते. पुढे ही संहिता हरवल्यानंतर हा ग्रंथ पुन्हा साकारण्यासाठी मेहनतीने आणि साक्षेपाने प्रयत्न झालेले आहेत. या संशोधनप्रक्रियेतून पंथमान्य पिढीपाठाची चार संस्करणे आपल्यापर्यंत पोहोचली आहेत. ज्या महात्म्यांनी संशोधनाचे हे थोर कार्य केले, त्यांनी संशोधनाचे काम पारदर्शी आणि वास्तवतेने झाले पाहिजे यावर कटाक्ष ठेवला होता. तरीही काही कनिष्ठ कोटीच्या लोकांनी काही कल्पितांची भर त्यात टाकलेली आहे. ज्याला प्रक्षिप्त म्हणता येईल, असा कल्पित मजकूरही आलेला आहे; अशी नोंद इतिहास संशोधकांनी साक्षीभावाने करून ठेवली आहे. त्यामुळे पुन्हा एकदा संशोधनाच्या शास्त्रशुद्ध चौकटीत काम करण्याची जबाबदारी आमच्यावर येऊन पडली आहे.

आद्य संशोधक म्हाइंभटांचा आदर्श आता आपण लेखकांनी घेतला पाहिजे. प्रथमत: म्हाइंभटांनी संपूर्ण महाराष्ट्रभर फिरून हे काम पूर्ण केले. सुमारे आठशे

वर्षांपूर्वी मराठी वाङ्मयाच्या प्रांतात संशोधनाची यशस्वी परंपरा निर्माण करणारे म्हाइंभट हे आद्य संशोधक होय. नागदेवाचार्यांनी या लीळांचे अवलोकन करून जे विधान स्वामींच्या तोंडून निघाले नाही, ते काढून टाकले अन् चरित्राची निर्मिती शुद्ध स्वरूपात केली.

जसेजसे महानुभाव साहित्य प्रकाशात येऊ लागले, तसतशी महानुभाव साहित्याच्या कडव्या विरोधकांची संख्याही वाढू लागली. खरे म्हणजे, विरोधकांचेही एका अर्थाने आभार मानले पाहिजेत; कारण त्यांच्या अशा प्रवृत्तीमुळेच महानुभाव साहित्याचे सखोल संशोधन आणि चिंतन होऊ लागले. भागवत आणि महानुभाव या दोनही संप्रदायांत फारसे अंतर नव्हते. दोन्ही संप्रदायांतील संत-महात्मे वंदनीयच आहेत; पण वारकरी संप्रदायातील काही विचारांध भक्तांनी महानुभाव साहित्याला नावे ठेवली. तथाकथित कीर्तनकार विष्णुबुवा जोग यांनी जळगाव जिल्ह्यातील एणगाव येथे कीर्तन करताना महानुभावांना अश्लाघ्य व अर्वाच्च भाषेत हिणवले. परिणामी, महानुभावांना आपले खरेपण सिद्ध करण्यासाठी संशोधन करणे आणि न्यायालयात धाव घेण्याशिवाय पर्याय उरला नव्हता. पण या निमित्ताने सर्वज्ञ चक्रधरांच्या चरित्राचे संशोधन झाले. संत तुकारामांच्या भाषेत सांगायचे झाले तर— 'निंदकाचे घर असावे शेजारी' या उक्तीप्रमाणे चांगलेच घडू लागले. खरं म्हणजे, विष्णुबुवा जोगांनी कीर्तनातून ही मुक्ताफळे उधळली नसती, तर कदाचित महानुभाव साहित्य-संशोधनाला वेग आला नसता. विख्यात संशोधकांकडून न्यायालयाने महानुभाव वाङ्मयावर प्रकाश टाकला. शेकडो वर्षांपासून अंधारात पडलेल्या सांकेतिक लिपीतील साहित्य अभ्यासकांपुढे विमोचित करण्यात आहे. अशा प्रकारे अनावृत पडलेले लीळाचरित्र या शतकाच्या प्रारंभी बाहेर आले; मग मात्र या साहित्याच्या प्रचाराचा वेग अफाट राहिला आहे.

श्री. हरी नारायण नेने यांनी लीळाचरित्राचे चारही भाग प्रकाशात आणले, डॉ. शं. गो. तुळपुळे यांनी प्रस्तावना लिहून लीळाचरित्राची सुधारित आवृत्ती प्रकाशित केली. पुढे १९७७ मध्ये डॉ. वि. भि. कोलते यांनी शासनाच्या सहकार्याने लीळाचरित्राची बृहद् आवृत्ती प्रकाशित केली. तोपर्यंत महानुभाव पंथामध्ये मोठ्या प्रमाणावर जनजागृती झाली होती. कोलते यांनी काढलेल्या आवृत्तीला अनेकांनी टीकेचे लक्ष्य केले. प्रकरण न्यायालयात गेले. मग शासनानेच बंदीहुकूम काढला. या खटल्याची माहिती सलग ४ ते ५ वर्षे माध्यमांतून प्रसिद्ध होत होती. त्यामुळे सर्वत्र चर्चा सुरू झाली. डॉ. कोलते यांनी नेमके कोणते संशोधन केले, यांचा शास्त्रीय शोध सुरू झाला. सर्वसामान्य वाचकांच्या मनातही याबाबत जिज्ञासा निर्माण झाली. इथूनच महानुभाव

वाङ्मयाचे परिशीलन खऱ्या अर्थाने होऊ लागले. प्राचीन वाङ्मयाच्या इतिहासात 'पद्य' या प्रकारात जसे 'विवेकसिंधू' आणि 'ज्ञानेश्वरी'ला महत्त्व आले, तसे 'गद्य' प्रकारात लीळाचरित्राला महत्त्व आले. महदंबा ही मराठी भाषेतील आद्य कवयित्री ठरली. मराठी भाषेच्या वाङ्मयाच्या इतिहासात 'लीळाचरित्रा'चे स्थान अग्रपूजेचे आहे. हा मराठीतला पहिला चरित्रग्रंथही आहे. भक्तिभावाने लिहिलेल्या चरित्रातही किती पारदर्शकता असू शकते, याचा लीळाचरित्र हा एक वस्तुपाठ होय. महानुभाव साहित्याच्या संशोधनाची यात्रा अजूनही अथक चालू आहे. ह. ना. नेने, वि. का. राजवाडे, वा. ना. देशपांडे, य. खु. देशपांडे, वि. भि. कोलते, रा. गो. तुळपुळे यांपासून प्रा. पुरुषोत्तम नागपुरे, डॉ. स्मिता ठाकरे, अनिल शेवाळकरांपर्यंत ही शोधयात्रा चाललेलीच आहे. अभ्यासकांनी ५,००० च्या वर ग्रंथांची निर्मिती केली आहे. हा प्रवास अजूनही चालू आहे.

सर्वज्ञ चक्रधरस्वामींनी मराठी भाषेला समृद्ध केले; पण हीच मराठी भाषा आज एका धोक्याच्या वळणावर उभी आहे, असे बोलले जाते. मराठीच्या भवितव्याविषयी साधक-बाधक चर्चा ऐकायला येत आहे. तसा मराठी भाषेचा इतिहास वाद-संवादाने समृद्ध झालेला आहे. अलीकडे हा वाद वाढत चालला आहे. एका अर्थाने हे चांगलेच घडत आहे. गतिमान युगात हे सर्व गृहीत धरावे लागते. वाङ्मयीन चळवळीमध्ये वाद असावेत, प्रवाहात वैविध्य असावे; पण अंतिमत: वाङ्मय हे मानवतावादीच असावे. कारण मानवतावादी वाङ्मय हे अतिशय प्रभावी असून सर्वज्ञ श्री चक्रधरस्वामी, संतश्रेष्ठ ज्ञानेश्वरांपासून तुकाराम, चोखामेळा, नामदेव-एकनाथांपर्यंत अनेक संत महंतानी मराठी भाषा समृद्ध केली आहे. एकीकडे समीक्षेचा असा प्रवाह आहे, तर दुसरीकडे मराठी वाङ्मयीन संस्कृतीच्या मर्यादा सांगणारा एक गट आहे. या संप्रदायाचे असे मत आहे की— पु. भा. भावे यांचे साहित्य धर्मवादी, तर व. पु. काळे यांचे वाङ्मय रंजनवादी आहे. पु. ल. देशपांडे यांचे साहित्य रूपवादी, तर श्री. पु. भागवतांचे साहित्य कलावादी आहे. या वादापलीकडे मराठी वाङ्मयाचा व्यवहार नाही. मर्ढेकरांच्या कवितेविषयीही असेच वाद आहेत. एकीकडे नवकवितेचे जनक म्हणून मर्ढेकरांचा गौरव होतो, तर दुसरीकडे मर्ढेकरांची कविता कालबाह्य झाली आहे, असा आरोपही त्यांच्या कवितेवर होतो. मर्ढेकर हे नवकवी नव्हतेच; त्यांनी फक्त चमत्कृती आविष्कृत केल्या. त्यांच्या जाणिवा पाश्चात्त्य, तर अभिव्यक्ती भारतीय होती. परंपरावादी असलेले मर्ढेकर हे देवशरण व दैवशरण होते. म्हणून मर्ढेकरांच्या कवितेची पुन्हा एकदा समीक्षा व्हायला पाहिजे, असाही एक मतप्रवाह आहे. मतमतांतरे कितीही असली, तरी संशोधनाच्या पातळीवर मराठी भाषेत चांगले

काम चालले आहे.

अलीकडे मराठी भाषेच्या अभिजात दर्जाविषयी मोठ्या प्रमाणावर अभ्यासाला प्रारंभ झाला आहे. सर्वज्ञ श्री चक्रधरस्वामी आणि संतश्रेष्ठ ज्ञानेश्वरांनी खरे म्हणजे मराठी भाषा अभिजात असल्याचे सिद्ध केले आहे; पण मराठी भाषेला अभिजात दर्जा देण्यासाठी केंद्र सरकारला एवढा पुरावा पुरेसा नाही. हा दर्जा प्राप्त करावयाचा असेल, तर दीड ते दोन हजार वर्षांपूर्वी ग्रंथरचना झालेली असली पाहिजे. हे पुरावे गोळा करण्यासाठी आता शासनाने समितीही नेमली आहे. संस्कृत, तमिळ, तेलुगू आणि कानडी या चार भाषांनाच सध्या अभिजात दर्जा प्राप्त झाला आहे. सर्वज्ञ श्री चक्रधरस्वामींनी स्थापन केलेला महानुभाव पंथ काबुलपर्यंत पोहोचला होता. कदाचित या पंथाचे नाते इसवी सनाच्या पहिल्या शतकात निर्मिती झालेल्या 'गाथा सप्तशती'शीही असू शकते. सातवाहनाच्या काळात निर्माण झालेला हा ग्रंथ कदाचित मराठी भाषेला अभिजात दर्जा प्राप्त करून देईल.

भाषेची लढाई तशी अनादि काळापासून चालत आलेली आहे. अडीच हजार वर्षांपूर्वी संस्कृत भाषेला नाकारून पाली भाषेला आम जनतेत आणण्याचे काम महात्मा गौतम बुद्धांनी केले. बाराव्या शतकात सर्वज्ञ श्री चक्रधरस्वामी आणि संत ज्ञानेश्वरांनी संस्कृतमधील तत्त्वज्ञान प्राकृत भाषेत आणून क्रांती केली होती. पण आज मराठीला हिंदी आणि इंग्रजी भाषेच्या आक्रमणाची अधिक चिंता आहे. खरे म्हणजे, ही चिंता १९व्या शतकापासून सुरू झाली आहे. व्यापाराच्या निमित्ताने इंग्रज भारतात आले. व्यापारासोबत त्यांनी इंग्रजी भाषेचा प्रचार आणि प्रसार वेगाने सुरू केला. सार्वभौम भारताची राज्यसत्ताही हातात घेतली. मग स्वाभाविकपणे इंग्रजी ही सत्ताधीशांची भाषा ठरली. सत्तांतरासोबत भाषांतरही घडू लागले. परिणामी, भौतिक प्रगतीची अभिलाषा धरून अधिकाधिक लोक इंग्रजीकडे आकर्षित होऊ लागले. नवशिक्षितांनी इंग्रजीचा स्वीकार केला असला, तरी त्यांनी आपल्या मातृभाषेची नाळ तोडलेली नव्हती. त्याला तशी कारणेही होती. अनेक संत, महंत, तत्त्वज्ञ अन् विचारवंतांनी मराठी भाषेचे महत्त्व अधोरेखित केले होते. पण अलीकडच्या काळात परिस्थिती झपाट्याने बदलत चाललेली आहे. प्रभावी दृक्-श्राव्य माध्यमांमुळे वाचन-संस्कृतीवर परिणाम होऊ लागला आहे अन् मराठी भाषेवर इंग्रजीचा परिणाम उत्तरोत्तर अधिक होऊ लागला आहे. दैनंदिन भाषाव्यवहारात इंग्रजी शब्द लीलया येऊ लागले आहेत. दूरदर्शनसारख्या प्रभावी माध्यमामुळे ज्ञान नि मनोरंजनाचे खुले आकाश समाजासमोर असल्याने वाचनावर परिणाम झाला, तर विश्वाला खेडे करून टाकणाऱ्या संगणकामुळे लेखनावर परिणाम झाला. म्हणून तर आजच्या समाजाला

'पेपरलेस सोयायटी' असे संबोधन प्राप्त होऊ लागले. आजच्या माहिती आणि तंत्रज्ञानाच्या युगात ज्ञान-विज्ञानाच्या क्षेत्रात नवनवे आविष्कार जन्मास येत आहेत. हे आविष्कार स्वाभाविकपणे इंगजी भाषेतून अवतरत आहेत. ब्रेकिंग न्यूज, ब्रॉडबॅंड, इंटरनेट, फेसबुक, ई-मेल, फॅक्स असे किती तरी शब्द वेगाने उपयोगात येत आहेत. दुर्दैवाने आम्ही याचे मराठीकरण करण्यात अयशस्वी होत आहोत.

अशा शब्दांना पर्यायी मराठी शब्द निर्माण झाले पाहिजेत अन् असे शब्द सहज-सोपे असले पाहिजेत, जेणेकरून ते शब्द मराठी भाषेत रूढ होतील. या संदर्भात जपानी माणसाचा आदर्श घेण्यासारखा आहे. जपानी माणसाचे वैशिष्ट्य म्हणजे कुठलाही तांत्रिक-वैज्ञानिक आविष्कार जन्मास आला की, ह्या नव्या शब्दाचे लगेच जपानीकरण होते. तो शब्द माध्यमांकडे पाठवला जातो. विशेषत: असा शब्द दैनिकांकडे पाठवला जातो आणि जपानी वृत्तपत्रेही वाचकांना हा शब्द कळेल की नाही याचा विचार न करता तो शब्द वापरू लागतात. मग तो शब्द आपोआपच रूढ होतो. दुसरे महत्त्वाचे म्हणजे, अशा अपरिचित शब्दासाठी काही पर्यायी शब्दांचाही उपयोग केला जातो. असे पर्यायी तीन-चार शब्द प्रसारित केले जातात. त्यांतला जो शब्द वाचक उचलून धरतील तो टिकतो, रूढ होऊ लागतो. इतर पर्यायी शब्द हळूहळू विस्मृतीत जाऊ लागतात. खरं म्हणजे, असा प्रयोग मराठीमध्येही व्हायला हरकत नाही. असे नवे अपरिचित शब्द मराठीत आले, तर मराठी भाषा समृद्ध होईल. यापुढे भाषासंस्कृती अर्थात मायबोली वृद्धिंगत करावी लागेल. इ.स. २००५मध्ये एस. आय. एल. इंटरनॅशनल या संस्थेने भाषेविषयी जी माहिती संकलित केली आहे, ती अस्वस्थता वाढवणारी आहे. या पाहणीच्या वेळेपर्यंत जगात ६,९१२ भाषा अस्तित्वात होत्या. सन २००९ वर्षीच्या आकडेवाडीनुसार— ६७०० बोलीभाषांपैकी २५०० भाषा कायमच्या लुप्त होण्याच्या मार्गावर आहेत, ५३८ भाषा मरणासन्न अवस्थेत आहेत, ५०२ भाषांच्या अस्तित्वाला गंभीर धोका निर्माण झाला आहे. एकूणच, जगातल्या ४३% बोलीभाषा नष्ट होत आहेत, तर येत्या १०० वर्षांत ९०% बोली अस्तंगत होणार आहेत. ही संभाव्य आकडेवारी चिंताजनक आहे. या पार्श्वभूमीवर सर्वज्ञ श्री चक्रधरांनी बोलीभाषेला दिलेले महत्त्व अधोरेखित करावे लागेल.

मातृभाषेत अधिकाधिक लिहिता-लिहिता ते कसदारही झाले पाहिजे याचे भान नवोदित साहित्यिकांनी ठेवले पाहिजे; मराठी भाषेत आता जगाचा परीघ कवेत घेणारे लेखन झाले पाहिजे, असे समीक्षक बोलू लागले आहेत. व्यापक जीवनाचे दर्शन साहित्यातून घडले पाहिजे. ग्रंथ वाचताना ऐंद्रिय अनुभव आला पाहिजे. ऐंद्रिय

अनुभव याचा अर्थ म्हणजे— ग्रंथाचा रंग, रूप, स्पर्श एवढेच मर्यादित अर्थाने याकडे पाहू नये; तर शारीर अनुभव यायला हवेत. पुस्तक वाचताना विषयवस्तू आम्हाला खिळवून ठेवते का? वाचताना घशाला कोरड पडते का? शरीराला सूक्ष्म कंप जाणवतो का? डोळ्यांत आसवे येतात का? पुस्तक वाचून झाल्यावर 'अरे, संपले का पुस्तक?' असे वाटते का? असा अनुभव देणारे प्रभावी साहित्य निर्माण करणे, हीच या संमेलनाच्या आयोजनाच्या मागची भूमिका आहे.

या संमेलनाचे कार्याध्यक्ष आणि लेखक अनिल शेवाळकर हे आता महानुभाव साहित्यात चांगलेच रमले आहेत. आपल्या या साहित्यप्रवासाविषयी 'महानुभाव : विचार आणि वाटा' या पुस्तकात ते म्हणतात— "तापलेल्या उन्हाळ्यात थकलेल्या पांथस्थांना आम्रवृक्ष दिसावा तसे मलाही आता सावलीच्या जवळपास आल्याची चाहूल लागते आहे." या संमेलनाच्या निमित्ताने आपणा सर्वांना ही चाहूल लागावी, यासाठी मी शुभ कामना देतो. शेवटी सर्वज्ञ श्री चक्रधरस्वामींचा विचार आपणासमोर ठेवतो. स्वामी म्हणायचे, "येथून एका दोघा आन, तुझ्यापासून सातापाचा!" खरेच, स्वामींच्या म्हणण्याप्रमाणे नागदेवाचार्यांपासून पाचशे-सातशे विद्वानांचा मार्गमेळा या पंथाला लाभला आहे. अशा साहित्य संमेलनातून हा महामेळा व्हावा अन् होणारही आहे; आता पंथेतरांच्या नजराही या विचाराकडे वळलेल्या आहेत. पुनश्च एकदा मी संयोजकांप्रति आणि आपण सर्व रसिकांप्रति कृतज्ञता व्यक्त करतो आणि थांबतो.

धन्यवाद...

***

२७.

पद्मश्री डॉ. यु. म. पठाण यांचे अध्यक्षीय भाषण

साहित्यप्रेमी रसिक हो,

शेवाळा येथील श्री चक्रधरस्वामी सार्वजनिक वाचनालयाच्या वतीने यंदा भरणाऱ्या पाचव्या ग्रामीण साहित्य संमेलनाच्या अध्यक्षपदी आपण माझी अविरोध व एकमतानं निवड केलीत, याचा मला अत्यंत आनंद वाटला. आपण मजविषयी व माझ्या साहित्यसेवेविषयी जी आत्मीयता व्यक्त केलीत, त्याबद्दल मी आपला अत्यंत आभारी आहे. गेली पाच-सहा दशकं मी जे लेखन करीत आहे, त्याचा गौरव व सन्मान मराठी रसिकांनी अनेक संमेलनांचे अध्यक्षपद मला देऊन केला आहे; त्याबद्दलची कृतज्ञताही मला आज व्यक्त करायची आहे.

दलित साहित्य व ग्रामीण साहित्य हे दोन्ही महत्त्वाचे साहित्यप्रकार मराठी वाङ्मयात साठोत्तरी साहित्यात विशेषकरून विस्तारित झाले. डॉ. आंबेडकर मराठवाडा विद्यापीठाच्या मराठी विभागाने साठनंतर याला फार मोठा हातभर लावला याची कल्पना आपणास आहेच. सन १९७३ पासून या विभागाच्या प्रमुखपदाची धुरा मी वाहिली आणि या काळात राष्ट्रीय पातळीवरचा हा विभाग आंतरराष्ट्रीय पातळीवर गेला. या विभागाचे डॉ. यशवंत मनोहर, प्रा. अविनाश डोळस, प्रा. डॉ. अरुणा लोखंडे यांच्यासारख्या नामवंत विद्यार्थ्यांनी दलित साहित्याची; तसेच प्राचार्य रा. रं. बोराडे, प्रा. भास्कर चंदनशिव, प्रा. डॉ. नागनाथ कोत्तापल्ले यांच्यासारख्या सुप्रसिद्ध विद्यार्थ्यांनी ग्रामीण साहित्याची चळवळ आपल्या नेतृत्वानं अधिक संपन्न केली. आजच्या ग्रामीण व दलित साहित्याची नाळ मध्ययुगीन संतसाहित्याशी, विविध सांप्रदायिक मराठी साहित्याशी जोडली आहे आणि या दोन्ही आधुनिक साहित्यप्रवाहांची बीजं मध्ययुगीन संतसाहित्यात आहेत. संतांची अभंगवाणी कोणती भाषा नि बोली बोलते; तिच्यातलं जीवन, त्यातल्या समस्या ग्रामीण आहेत की नाहीत? तिच्यातल्या प्रतिमा नागर आहेत की ग्रामीण? त्याचे प्रमाण, तिच्यातली शब्दकळा कोणती?

तिच्यात बारा बलुतेदार नि वेगवेगळे ग्रामीण व्यावसायिक येतात की नाही? त्यांच्या व्यवसायातले व औजारांचे उल्लेख; त्याचप्रमाणे ग्रामीण व्यावसायिक कुंभार, माळी, सोनार, कुणबी, नाभिक इ. तसेच विविध जातींचे लोक, त्यांचे जीवन व त्यातील चढ-उतार, सुख-दुःखं त्यात आली आहेत की नाहीत? कृषिजीवन हा ग्रामीण जीवनाचा गाभा— तो त्यात प्रतिबिंबित झाला आहे की नाही? काळ बदलतो, तशी परिस्थितीही पालटते नि समस्याही पालटतात. त्यामुळं आजच्या गावात, ग्रामजीवनात, त्यातल्या समस्यांत बदल होणं अपरिहार्य असून; आजच्या ग्रामीण साहित्यात ते उत्कटपणे उमटणं अपरिहार्य व स्वाभाविक आहे.

हेच दलित साहित्याविषयीही म्हणता येईल, शोषितांच्या जीवनाविषयीही म्हणता येईल. चोखामेळा, सोयराबाई, निर्मळा भागू, बंकामहाराज यांच्या अभंगवाणीत चातुर्वर्ण्यव्यवस्थेतील विषमता प्रकट नाही का? ती अगतिकता, असंतोष, अन्यायाविषयीचा उद्गार नि तो नाहीसा व्हावा याविषयीची उपेक्षा त्यातून व्यक्त होते. तिचं स्वरूप कदाचित तितकं प्रखर नसेल; पण हा समाजही त्याविषयी बोलू लागला व त्याला आत्मभान येऊ लागलं, हे त्यात जाणवू लागतं. यादवकाळात तर स्त्री-शूद्रांना भक्ती-विमुक्ती यांचा आध्यात्मिक अधिकारही या व्यवस्थेनं नाकारला; तो वारकरी नि महानुभावादी संप्रदाय देतात ना? आध्यात्मिक समतेचा स्वीकार केला की, सामाजिक समताही ओघानं प्रस्थापित होणार, ही वारकरी संप्रदायाची विचारसरणी; तर या दोन्ही प्रकारच्या समतांचा पुरस्कार महानुभाव संप्रदाय एकाच वेळी करतो. महदंबा, मुक्ताई, जनाई, कान्होपात्रा, बहिणाबाई यांच्या लेखनातील स्त्रीजीवन तत्कालीन विषमतेचा उद्गार प्रकट करते की नाही? श्री चक्रधरस्वामी 'जातिवर्ण नाही खुंटदावे नाही' किंवा 'तुमचा तो जीऊ व त्यांची ती जिउली' असं का म्हणतात? मातंगांना गावच्या विहिरीवर अस्पृश्य म्हणून पाणी भरू देत नाहीत, तेव्हा त्यांच्यासाठी महानुभाव पंथाचे अवतारस्वरूप व स्वामींचे गुरू गोविंदप्रभू विहीर खणतातच ना?

मध्ययुगीन संतसाहित्यातील या बीजांपासून आधुनिक काळातील ग्रामीण व दलित साहित्याचे वटवृक्ष झाले, यातील तार्किक सुसंगती लक्षात घेतली; तर वाङ्मयेतिहासाच्या वेगवेगळ्या काळांतील साहित्यप्रवाहांमधील सुसंगती सहज जाणवते.

जागतिकीकरणामुळं आजच्या ग्रामीण जीवनात विविध प्रकारच्या नवनवीन समस्या निर्माण झाल्या आहेत. शेतकऱ्यांच्या आत्महत्या ही तर त्यांतील एक अत्यंत प्रखर समस्या. कृषि-उत्पन्नाच्या जागतिक स्पर्धेलाही आता ग्रामजीवनात स्थान येऊ लागले. बी.टी. वांगी किंवा विदेशातून येणारी फळं नि फळभाज्या, धरणाखाली

जाणारी गावं, मॉल संस्कृती, वाढणारी शहरं नि त्यांचं शेतजमिनीवरील आक्रमण, बुडत जाणारे लहान ग्रामीण व्यवसाय, शेतकऱ्यांचं ऊसतोड करणाऱ्या प्रासंगिक मजुरांत होणारं रूपांतर, बलुतेदारीचा उत्तरोत्तर होणारा अस्त... असेच अनेक ग्रामीण उत्तरोत्तर अधिक उग्र होत जाणं स्वाभाविक आहे. त्याचं विदारक चित्र आजच्या ग्रामीण साहित्यात उत्कटपणे प्रकट व्हायला हवं, यामुळंच ग्रामीण साहित्य संमेलनांची गरज आज तीव्रतेनं जाणवू लागली आहे. प्रादेशिक व अखिल भारतीय मराठी साहित्य संमेलनात अशा साहित्याच्या चर्चेला व ग्रामीण साहित्यिकांना अधिक वाव मिळायला हवा; त्याचप्रमाणं या साहित्याचे भारतीय अन्य भाषांत व इंग्रजीतही अनुवाद व्हायला हवेत. त्यामुळं आपल्या ग्रामीण लेखकांची क्षितिजं अधिक विस्तारतील.

आज आपल्या समाजातील विविध स्तरांतील ज्यांनी अत्यंत दुःख भोगलं आहे, जे शोषित-वंचित आहेत, ज्यांना शिक्षणाचे दिवसही फारसे दिसले नाहीत, ज्यांच्या व्यवसायातून एक वेळची भाकरीही मिळत नाही, शेतीचं उत्पन्न जगू देत नाही म्हणून जे कर्जबाजारी झाले आहेत आणि त्यामुळे आपलं नि आपल्या कुटुंबीयांचं आयुष्य संपवून टाकावं असं ज्यांना अतीव उदासीनतेमुळे-नैराश्यामुळं व विफलतेमुळं वाटतं, दोन घासांसाठी ज्यांना भटकत-भटकत रानावनात वस्त्या-झोपड्यांत जावं लागतं, लोकसंस्कृतीचे नि लोककलेचे उपासक म्हणून ज्यांचा नगर-शहरात सत्कार होतो— पण ज्यांच्या व्यवसायाची व कलेचीही आजच्या समाजाला गरज उरली नाही व संदर्भही उरला नाही; त्यांनाही आज जगण्याची भ्रांत आहे. त्यांच्या आजच्या असहाय, अगतिक स्थितीवर किती ग्रामीण साहित्यिकांनी लक्ष केंद्रित केलं असेल, याची कल्पना नाही. वेगवेगळ्या जाती-धर्मांतील ग्रामीण स्त्रीच्या जीवनाविषयी व समस्यांविषयीही लेखन झाल्याचं मला आठवत नाही. नांदेडच्या अ. भा. मराठी साहित्य संमेलनाचे अध्यक्ष व प्रख्यात ग्रामीण कथाकार शंकर पाटील आपल्या आयुष्याच्या उत्तरार्धात ग्रामीण स्त्रीच्या व्यथा-वेदनांविषयी कथालेखन करण्याचा विचार करीत होते, पण तोवर त्यांचं आयुष्यच सरल्यानं हे घडलं नाही. गरीब मुसलमान-जैन-वीरशैव धर्मातील आणि साळी-माळी इ. कित्येक जाती-जमातींतील स्त्रीची कथा-व्यथा व विविधपदरी असूनही खूप तपशिलासह आपल्या ग्रामीण साहित्यात उमटली पाहिजे. त्या अशिक्षित असल्यास त्याचं शब्दांकन करायला हवं. ग्रामीण मुसलमान स्त्रीच्या दुःखाची, तिच्या शोषणाची, तिच्यावरील रूढींच्या-अन्यायाच्या फाटक्या दुपट्ट्याची काटेरी किनार तरी आजवर आपण पाहिली आहे काय? अज्ञान, अविद्याजाचक निरक्षरता, सामाजिक रीतिरिवाज, तलाक व त्यानंतरची परागंदा दुरवस्था, गुलामाप्रमाणं पोतेऱ्यासारखं झालेलं जीवन, पतीनं हक्कानं लादलेल्या

दोन-तीन सवती नि हवी तितकी संतती... अशा चक्रात सापडलेल्या ग्रामीण नव्हे, तर नागर मुसलमान स्त्रीचे चित्र (देखील) मराठी साहित्यात कितपत उमटलं आहे, असा प्रश्न गतवर्षी झालेल्या आठव्या अ. भा. मुस्लिम मराठी साहित्य संमेलनात मी उपस्थित केला होता; त्याचा आठव इथं होतो. असे ग्रामीण साहित्याच्या संदर्भातले कोणकोणते प्रश्न अजून अनुत्तरित आहेत, अशा अनेक प्रश्नांचा विचार व त्याविषयी चर्चा ग्रामीण मराठी साहित्य संमेलनात व्हायला हवी. या संमेलनात आपण आजच्या काळाच्या नव्या संदर्भात (जागतिकीकरण, महाराष्ट्रातील ग्रामजीवन व ग्रामीण मराठी साहित्य इ.) असे व अशा प्रकारचे अन्य प्रश्न उपस्थित करून त्याविषयी चर्चा केल्यास ग्रामीण साहित्य अधिक वेग घेईल व प्रगती करील, असा मला विश्वास वाटतो.

आपल्या प्रतिभेला नवनवीन धुमारे फुटोत आणि ग्रामीण साहित्याचं दालन अधिकाधिक संपन्न होत जावो, अशी अपेक्षा करतो.

मला या संमेलनाचं अध्यक्षपद दिल्याबद्दल पुनश्च एकवार धन्यवाद!

***

२८.
श्री चक्रधरस्वामी राज्यस्तरीय साहित्य संमेलन, अध्यक्षीय भाषण

आ. ह. साळुंखे, सातारा

महदंबा साहित्य संघाचे सर्व पदाधिकारी, विचारमंचावरील सर्व मान्यवर आणि बंधू-भगिनींनो,

श्री चक्रधरस्वामी हे आपल्या सांस्कृतिक इतिहासातील एक क्रांतिकारक महामानव होते. आजचं हे साहित्य संमेलन त्यांच्या नावानं भरत आहे, ही अतिशय आनंदाची बाब आहे. या प्रसंगी मी त्यांच्या स्मृतीला प्रथम विनम्र अभिवादन करतो. मला या संमेलनाचं अध्यक्षपद दिल्याबद्दल महदंबा साहित्य संघाच्या सर्व पदाधिकाऱ्यांचे मनापासून आभार मानतो.

मी आज आपल्यापुढं जे काही मांडणार आहे, त्यामध्ये महानुभाव संप्रदायाच्या अनुयायांना नवं वाटेल, असं काहीही असू शकत नाही. या संप्रदायाबाहेरील अनेक अभ्यासकांनाही त्यामध्ये काही नावीन्य वाटणार नाही. तथापि, ही मांडणी करण्यामागं माझा एक उद्देश आहे. श्री चक्रधरस्वामींचं कार्य आपल्या समाजाच्या दृष्टीनं अतिशय हिताचं असूनही ज्यांच्यापर्यंत ते योग्य स्वरूपात आणि प्रमाणात पोचलेलं नाही, त्यांच्यापर्यंत ते पोचवण्याचा एक अल्पसा प्रयत्न करणं, हाच तो उद्देश होय. संप्रदायाबाहेर असलेल्या लोकांनी स्वामींचं कार्य यथार्थ रीतीनं जाणून घेण्याचा प्रयत्न करावा, असं विनम्र आवाहन करतानाच; दुसऱ्या बाजूनं संप्रदायातील लोकांनीही हे कार्य आपल्या समग्र समाजापर्यंत योग्य स्वरूपात पोचवण्यासाठी जाणीवपूर्वक विधायक पद्धतीनं अधिक क्रियाशील व्हावं, अशी अपेक्षा मी त्यांच्याकडूनही करतो.

श्री चक्रधरस्वामी आपल्या मार्गाचा उच्छेद करीत आहेत, असा विरोधकांचा आरोप

चक्रधरस्वामींनी आपल्याला जो वारसा दिला आहे, त्यामधील काही महत्त्वाच्या बाबींचा निर्देश प्रस्तुत प्रसंगी मी करू इच्छितो. हा वारसा देताना त्यांना समाजातील एका मोठ्या प्रवाहाविरुद्ध जावं लागलं होतं. त्या प्रवाहातील लोकांचा विविध प्रकारचा

विरोध सहन करून त्यांनी आपल्या समाजव्यवस्थेला निकोप बनवण्यासाठी प्रत्यक्षरीत्या अनेक पावलं उचलली होती. त्यांच्याविषयी विरोधकांची भावना काय होती, ते लीळाचरित्रातील पुढील निर्देशांवरून स्पष्ट होईल. श्री चक्रधर आपल्या मार्गाचा उच्छेद करीत आहेत, असं त्यांच्या विरोधकांना वाटत असे. लीळाचरित्रात म्हटलं आहे[१] —"ते माहादश्रमी आइकौनि म्हणीतलें: 'आता हे आमचा मार्ग उच्छेदीति:'..." लीळाचरित्रात याच अर्थाचं वचन इतरत्रही आल्याचं आढळतं. चांगदेव राऊळ हेच श्री चक्रधर आहेत, असं त्या वचनामध्ये गृहीत धरलेलं आहे. तिथं म्हटलं आहे,[२] "माहादेवो आश्रमी म्हणीतलें: हे चांगदेवो राउळ आमचा मार्ग उच्छेदीति:..."

चातुर्वर्ण्याला विरोध

परंपरेनं मोठ्या प्रमाणात विषमताप्रधान असलेल्या आपल्या समाजात समता प्रस्थापित करण्यासाठी चक्रधरस्वामींनी अनेक प्रयोग केले होते. या बाबतीतील त्यांच्या योगदानाचं आपण कृतज्ञतापूर्वक स्मरण केलं पाहिजे. भिक्षा मागण्याच्या बाबतीत त्यांनी केलेले नियम नजरेखालून घातले, तरी हे सहजपणे स्पष्ट होईल. एकदा म्हाइंभट भिक्षा मागण्यासाठी निघाले असता, स्वामींनी त्यांना जे मार्गदर्शन केलं, ते सामाजिक दृष्ट्या खूप महत्त्वाचं आहे.[३] "...'चातुवर्ण्यं चरेद्‌भैक्ष्यम्' या शास्त्रासि अनुसरिजे: घर न निवडीत भीक्षा कीजे:"

भिक्षा मागताना घर निवडायचं नाही

स्वामींनी भिक्षा मागण्याच्या बाबतीत केलेला हा नियम विषमतेच्या आणि भेदभावाच्या व्यवस्थेला मोठा धक्का देणारा होता. संन्यासी मूळच्या कोणत्याही वर्णातून आलेला असो; त्यानं भिक्षा मागताना घर कोणत्या वर्णातील लोकांचं आहे, हे पाहता कामा नये. तथाकथित उच्च वर्णातील व्यक्तींच्या घरांतून भिक्षा घ्यायची आणि तथाकथित हीन वर्णातील व्यक्तींच्या घरांतून ती घ्यायची नाही, असा भेदभाव अजिबात करता कामा नये. हा नियम पाहिला की, तथागत बुद्धांच्या अशाच नियमाची आठवण होते. ते भिक्षेसाठी 'पिंडपात' हा शब्द वापरत असत आणि भिक्खूंनी 'सपदान पिंडपाता'साठी जावं, असा त्यांचा नियम होता. वर्ण वगैरे कारणांनी वाटेतील कुणाचंही घर चुकवता कामा नये, असा त्याचा अर्थ होता. चक्रधरस्वामींचा प्रस्तुत नियम अगदी तसाच आहे.

शेंडी आणि जानवं नको

शेंडी व जानवं ही वर्णश्रेष्ठत्वाची प्रतीकं होती आणि काही प्रमाणात अजूनही आहेत. विशेषत: ती ब्राह्मण्याची चिन्हं आहेत. स्वामींनी श्रेष्ठत्वाची, वेगळेपणाची ही चिन्हं नाकारली होती. ही चिन्हं टाकायला सांगणं म्हणजे, गृहस्थजीवनाचा त्याग

करून संन्यास घ्यायला सांगणं— हा एक अर्थ असला, तरी यामुळं वर्णव्यवस्थेतील भेदभावाचं आपोआप विसर्जन होतं आणि स्वामींना तेही अभिप्रेत होतं. पुढील संवादावरून या गोष्टी स्पष्ट होतील.

एकदा स्वामींच्या भेटीसाठी दायम्बा आले असता, स्वामी त्यांना म्हणाले,[४] "भोजेया: तुम्ही शिखासुत्राचा त्यागू करा गा: आणि एथ अनुसरा:" आधी शेंडी व जानवं यांचा त्याग करा आणि मग माझ्या मार्गाचं अनुसरण करा, असं ते म्हणतात; तेव्हा आपला मार्ग स्वीकारणाऱ्यांनी कसं वागलं पाहिजे, याविषयीची सुस्पष्ट कल्पना ते दायंबांना देतात, हे उघड आहे.

ही चिन्हं टाकणं काही जणांना जड जात होतं

काही लोकांना मात्र स्वामींचं अनुयायित्व स्वीकारल्यानंतरही शेंडी आणि जानवं टाकणं जड जात होतं, हेही काही प्रसंगांतून स्पष्ट झालं आहे. या दृष्टीनं परसनायक नावाच्या व्यक्तीचं उदाहरण पाहण्यासारखं आहे. तो जानवं न टाकताच भिक्षा मागत असे. हे आपल्या उपदेशाच्या विरुद्ध आचरण असल्याचं स्वामींचं मत होतं. त्या दृष्टीनं पुढील संवाद पाहण्यासारखा आहे.[५] "भटा भिक्षाधर्म निरुपण: गोसावीयांसि खडकुलीये अवस्थान: एकू दिसी भटीं पुसिलें: 'जी जी: हे परसनायक भिक्षाकाळी टिळा जानिवे अंगिकारौनि भिक्षा मागेति: हा कवण धर्मु?' सर्वज्ञें म्हणीतलें: 'वानरेया: अन्यधर्म: विकल्परूप!' 'जी जी: याचे कैसे लक्षण असे जी?' सर्वज्ञें म्हणीतलें: 'अपेक्षापूर्वक अन्य धर्माचा अंगिकारु: याते विकल्पु बोलिजे:' ..."

स्वामींनी इंद्रभटांना केलेला उपदेशही लक्षणीय आहे. मुंडन करताना शेंडी ठेवू नये, या अर्थाचं संस्कृत वचन स्वामींनी इंद्रभटांना सांगितलं होतं. तो संवाद पुढील प्रकारचा आहे.[६] "इंद्रभटी म्हणतलें: "जी जी: गोसावी निरुपितातिः सशिखं वपनं कुर्यात्: हे तवं आम्हांसि नव्हवे:' सर्वज्ञें म्हणीतलें : 'इंद्रेया: हे तुम्ही कराल तर होइल कीं गा:' इंद्रभटी म्हणीतलें: 'जी जी: हा गोसावीयांचा वर सुफळ होआवा जी:' गोसावी मानिले:"

नागदेवाचार्यांनी मर्मावर बोट ठेवलं

स्वामींची या बाबतीतील भूमिका त्यांच्या शिष्यांनीही मनापासून स्वीकारली होती, हे पुढील प्रसंगावरून स्पष्ट होतं. एकदा स्वामींचे शिष्य नागदेवाचार्य यांच्या भेटीला एक ब्राह्मण आला होता. त्या ब्राह्मणानं त्यांच्याकडं आल्यावर त्यांना नमस्कार केला नाही, त्यानं आचार्यांना नमस्कार केला नाही; हे पाहून एकानं त्याविषयी प्रश्न केला. एरवी नमस्कार करणं वा न करणं, हा त्याच्या स्वातंत्र्याचा भाग मानता आला असता; पण त्यानं त्या भावनेनं नमस्कार करण्याचं टाळलेलं

नव्हतं. आचार्यांनी शिखासूत्र धारण केलेलं नाही, म्हणून आपण त्यांना दंडवत घातला नाही, असं त्यानं म्हटलं. शिखासूत्र नसणं, हे शूद्रत्वाचं लक्षण आहे, या समजुतीमुळं त्या ब्राह्मणानं त्यांना नमस्कार केला नव्हता. आचार्यांनी शिखासूत्र धारण केलेलं असतं, तर त्यानं त्यांना नमस्कार जरूर केला असता. तो असं म्हणाल्यावर, 'तुम्ही आपल्या मायबहिणींना दंडवत घालता, त्यांना शिखासूत्र असतं काय?' असा मार्मिक प्रश्न आचार्यांनी त्याला विचारला. तो प्रसंग स्मृतिस्थळात पुढीलप्रमाणं आला आहे.[७]

"एकु दिं भटोबास बैसले असति : तवं ब्राह्मणु एकु भटोबासांचेया दर्शना आला : तो नमस्कारु न करीतु उगाचि बैसला : तवं एकीं म्हणितलें : भटो नमस्कारुं न करा : तेणें म्हणितलें : यांहांसि सीखासूत्र नहीं : यांहांसि दंडवत न करूं : तवं भटोबासीं म्हणितलें : तुम्ही आपुलेयां मायाबहिणीते दंडवतें करीता : त्यासि काइ सीखासूत्रें असेति : आणि तेणें येउनि दंडवत केलें : भिक्षा केली : अनुसरला : ॥१८८॥"

जीवनमूल्यांच्या बाबतीत या ब्राह्मणासारख्या व्यक्तींच्या मनात कसा गोंधळ होता, विचारात कशी विसंगती होती, हे या प्रसंगावरून स्पष्ट होतं. स्वामींचे शिष्यही हा गोंधळ आणि ही विसंगती दूर करण्याचा प्रयत्न कसा करीत असत, हे या प्रसंगावरून आपल्या ध्यानात येतं.

लोहाराला आपल्या पंगतीला बसविलं

एकदा चांभार गोंद्याचा (सध्याच्या श्रीगोंद्याचा) एक लोहार स्वामींना भेटण्यासाठी आला होता. तो आल्याबरोबर स्वामी बाहेर आले आणि त्यानंतर पुढील प्रसंग घडला. ते म्हणाले,[८] "...'काइ गा दाकेया: तुम्हासी निरोधु जाला:' 'ना जी: निरोधु काइसा:' सर्वज्ञें म्हणीतलें: 'हे देखीलेगा दाकेया: सुइया दाभणाचे गोणटे: आंतु बाहीरी भरले असती:' तेणे म्हणीतलें: 'जी जी: ते मी जाणतु असे:' गोसावी महाजना पाठवणी दिधली: मग सर्वज्ञें म्हणीतलें: 'ए ऐसा बैस:' गोसावी तयासी पाये धो घालवीले: मग गोसावीयांसि तीयेची पटसाळेसी असान असे: गोसावीयांसि ताट केले: गोसावी आपुलीये सपांती दृष्टीपुढे पटसाळेवरी दाकोसी वाढवीले: गोसावीयांसि आरोगण जाली: गुरुळा: वीडा जाला: तयासि पांती जेवण जाले:..."

सामान्यांना वर्णवर्चस्वाची दाभणं टोचू नयेत

स्वामींनी दाकोचं स्वागत अगदी प्रेमानं केलं आणि भोजन करताना त्याला आपल्या पंगतीला बसवून घेतलं. समतेची भूमिका प्रत्यक्ष कृतीत आणण्याचं त्यांचं हे वर्तन सुखद तर आहेच; पण 'तुला प्रवेश करताना कुणी अडवलं नाही ना?' हा

त्यांचा प्रश्न त्यांच्या संवेदनशीलतेचं द्योतक होता. त्यांचे अनुयायी बनून त्यांच्याबरोबर राहणारे काही लोक आपली वर्णश्रेष्ठत्वाची भावना पूर्णपणे विसरलेले नसत. त्यांचा श्रेष्ठत्वाचा अहंकार जाणीवपूर्वक तासण्याचं, बोथट करत नेण्याचं आणि अखेरीस संपवण्याचं उद्दिष्ट त्यांच्या अशा संवादातून व्यक्त होतं.

मातंगाने स्पर्शिलेला प्रसाद इतर शिष्यांना वाटला

चक्रधरस्वामी वर्ण, जात वगैरेंच्या आधारे निर्माण करण्यात आलेल्या भेदभावांना कसा छेद देत होते, त्याचं एक अतिशय उत्तम उदाहरण लीळाचरित्रात आलं आहे. **'मातंग मोदकू प्रसाद दानः ।।'** या शीर्षकाची लीळा त्या दृष्टीनं आवर्जून पाहण्यासारखी आहे. ती लीळा अशी आहे,[१] ''मातांग तिघे जोगेश्वरीसी आली: दारवंठा उभे राहिले: दोघी कळसासी जोंहारु केला: आणि निगाले: तयासि म्हणीतलें : 'चाल गा: जावो:' तेने म्हणीतलें: 'ना: मी हे दैवत पाहिलेयाविण न ये:' मग ते निगाले: तो राहिला: तवं आउसे बाहिर निगाली: मग आउसाते म्हणीतलें: 'आइ: गोसावीयांपुढे ऐसे सांघावे: बाहेरील पाइकू आला असे: तयासि दैवत पाहिलेल्याविण जाणे नाही:' आउसे गेली: 'जी जी: स्वामी जगन्नाथा: बाहेरिल पाइकू आला असे: तो ऐसे म्हणतू असे: हे दैवत देखिलेयाविण मी न वचे:' गोसावी बाइसाते लाडू मागितला: सर्वज्ञें म्हणीतलें: 'जा: हा लाडू देया तयासि: आणि ऐसे म्हणा: एथौनि पाठविले असे:' आउसे आली: लाडू तयासि दिधला: आउसि म्हणीतले: 'आता तू जाए रे: चक्रस्वामी तूज पाठवणी दिधली रे:' तेणे म्हणीतलें: 'ना आइ: हे दैवत पाहिलेयाविण मज जाणे नाही:' तो तयाचा शब्दु ऐकतची ना: मागुते आली: तवं तो उभाची असे: 'अरे तु जासी ना रे: तुज चक्रस्वामी पाठवणी दिधली:' तेणे म्हणीतलें: 'ना आइ: मज हे दैवत पाहिलेयाणि जाणे नाही:' आउसि एउनी गोसावीयांपुढा सांघितले: 'स्वामी जगन्नाथा: तो न वचे जी:' सर्वज्ञें म्हणीतलें: 'काइ म्हणतू असे?' 'हे दैवत पाहिलेया वाचून मज जाणे नाही:' सर्वज्ञें म्हणीतलें: 'आणा उपान्हौ:' मग गोसावी तेथ बीजें केले: दारवंठेयापासि गोसावी उभे राहिले: तेणे लाडू श्रीचरणांपासि ठेवलिा: दंडवत घातलें: श्रीचरणां लागला: मुर्ती धनीधीयेवरी अवलोकिली: मग तो निघाला: गोसावी पटीशाळेसी बीजें केलें: सर्वज्ञें म्हणीतलें: 'कां गां: प्रसावादीऐहो प्रसादु घेयाल?' 'जी जी: तूपाभाता हांत कव्हणू नोडवी? सुताउ पाटाउवा कवण हातू नोडवी?' 'हे इतुकीए बोडी आंतु रिगे: मग एथीचा महाप्रसादु घेइजे: तो प्रसादु किंगा: मां हा काइ घेआंवा नसे?' मग तो लाडू गोसावी अवघेयासी वाटीला: सर्वज्ञें म्हणीतलें: 'विकार विकल्प शून्यता होवावी कीं गा:' :।।६३।।:''

तो प्रसाद वर्णवर्चस्वाला छेद देणारा होता

जो लाडू एका मातंग भक्ताने हातात घेतला होता, तोच आपल्या इतर सर्व भक्तांना वाटणं, हा आज वरवर पाहता अगदी सामान्य वाटणारा उपक्रम स्वामींच्या काळाचा विचार करता अगदी क्रांतिकारक होता, यात शंका नाही. हा साध्या तूप-भाताचा प्रसाद नव्हता, तर तो विकार दूर करणारा महाप्रसाद होता; हे स्वामींचे वचन अतिशय अर्थपूर्ण आहे. एरवी तूप-भाताला कुणी नकार देत नसतंच; परंतु त्याच तूप-भाताला मातंगाचा स्पर्श झाला आहे, हे कळल्यानंतर लोक आपला हात आखडून घेण्याची शक्यता होती, अशा त्या काळात स्वामी या प्रकारचे प्रयोग करून वर्णवर्चस्वाला छेद देण्याचा आणि समाजात समता प्रस्थापित करण्याचा प्रयोग करीत होते. त्यांच्या अशा प्रयोगांमुळंच विरोधकांना त्यांचे हे प्रयोग आपल्या जीवनपद्धतीचा, आपल्या संस्कृतीचा, आपल्या धर्माचा उच्छेद करणारे आहेत, असं वाटत होतं.

मातंगाकडून खाद्य पदार्थ व पाणी स्वीकारल्याचे अन्य प्रसंग

श्री चक्रधरस्वामी आणि त्यांचे गुरू श्री गोविंदप्रभू हे दोघेही अस्पृश्यता, जातिभेद दूर सारून प्रत्यक्ष आपल्या आचरणाद्वारे समाजाला मार्गदर्शन करीत असत, हे इतर अनेक प्रसंगांतूनही स्पष्ट झालं आहे. त्या दृष्टीनं मातंगांच्या संदर्भात या दोघांचं उमदं वर्तन दर्शविणाऱ्या दोन लीळा आढळतात. या दोन्ही लीळांचा आशय जवळपास समान आहे. हे दोन्ही महापुरुष मातंगांनी दिलेले खाद्य पदार्थ आणि पाणी अतिशय प्रसन्न मनानं स्वीकारत असत, हे या लीळांमधून स्पष्ट होतं. श्री चक्रधरस्वामी एकदा ऋद्धपुराकडं निघाले होते. वाटेत एका मातंगानं हुरडा, सौले, उसाच्या कांड्या यांनी भरलेले द्रोण ठेवले होते. त्यावर पत्रावळी झाकलेली होती. तिथं श्री गोविंदप्रभू आणि श्री चक्रधरस्वामी यांची भेट झाली. त्या वेळी श्री गोविंदप्रभूंनी त्या द्रोणांतील काही कणांचं भक्षण केलं आणि नंतर श्री चक्रधरस्वामींनीही त्या पदार्थांचा प्रसाद घेतला. लीळाचरित्रातील हा प्रसंग पुढील प्रकारचा आहे,[१०] "...पाहार दोनही काटीएतळी बैसेतिः मग श्रीप्रभू ऋद्धपूरसि बीजें करीतिः मार्गी मातांगू एकू हुरडा सोले उसाचीया कांडीया दोणे भरूनि ठेवीः वरी पातळी झाकीः श्रीप्रभू बीजें करीतिः अडखळतिः ए काइः मेला जाएं म्हणौनि तेथ बैसेतिः कणु कणु आरोगीतिः ...॥२०॥"

जवळजवळ याच अर्थाची आणखी एक लीळा आहे. या लीळेमध्ये मातंगाने ठेवलेल्या पदार्थांची संख्या अधिक आहे आणि शेवटी त्यालाही त्या दोन महापुरुषांचा प्रसाद मिळाल्याचा उल्लेख आहे. त्याबरोबरच दुसऱ्या दिवशी तो दुप्पट द्रोण ठेवत असल्याचाही उल्लेख आहे. ही लीळा पुढील प्रकारची,[११] "...श्रीप्रभू खेळु करीतिः कदाचीत खेत्रासी बीजें करीतिः मार्गी मातांगे पानाची पातळि करूनि ठेवलीः तीएवरि

जीए वेळे जो पदार्थु ते दोणे भरूनि ठेविले असती: एकी दोणां हुरूडा : १ : एकी दोणां नीमुरू :२: मग एकी दोणां ओंबीया :३: एकी दोणां चणेयांचे सोले :४: एकी दोणां घोळाणा :५: एकी दोनां तुरीचे सोले :६: एकी दोनां लांकांचे सोले :७: एकी दोनां वाटाणेयांचे सोले :८: एकी दोणां कोवळींकोवळीं वाळुकें :९: एकी दोणां उंसांचीया पेरीयां :१०: एकी दोणां उदक भरूनि ठेविलें :११: ऐसें तो नीच ठेवी: वरि एकी पातळीचा झांकी: श्रीप्रभू गोसावी बीजें करीति: श्रीप्रभूगोसावी देखौनि चवकति: तेथ आसन होए: आरोगण होए: दोनांचे उदकपान करीति: मग ते दिसीं आमचेयां गोसावीयांसि प्रसादु होए: मग एरएरां दोहीं देवांचा प्रसादु तेया मातांगासि होए: एरी दिसीं तो दुने दोने ठेवी: ...॥१५॥''

वर्णवर्चस्वाची भावना दूर करण्याचे प्रयोग संप्रदायामध्ये झाले

चक्रधरस्वामी आपल्या अनुयायांमधील वर्णवर्चस्वाची भावना दूर करण्यासाठी वेगवेगळ्या प्रसंगांत वेगवेगळे प्रयोग करीत असत. संप्रदायातील कोणी व्यक्ती जेव्हा कोणत्या ना कोणत्या प्रकारे वर्णवर्चस्वाची भावना व्यक्त करी, तेव्हा चक्रधरस्वामींचे इतर काही शिष्य त्यांची ती अनुचित भावना दूर करण्यासाठी त्यांना उपदेश करीत असत. त्या दृष्टीनं म्हाइंभटांनी उमाइसेला केलेला उपदेश पाहण्यासारखा आहे. कोथळोबा नावाचे एक शिष्य तहानलेले होते. उमाइसेकडं कापडाचं बनवलेलं पाण्याचं भांडं होतं. कोथळोबा त्यातलं पाणी प्यायले. 'तू शूद्र असताना माझ्या भांड्यातलं पाणी कसं प्यायलास?' असं उमाइसेनं त्यांना विचारलं. म्हाइंभटांनी ते ऐकलं आणि 'कोथळोबा तुझ्या भांड्यातलं पाणी प्यायले, हे तर तुझं भाग्य !' असं म्हणून त्यांनी तिला समजावलं आणि त्यांच्या सांगण्यानुसार उमाइसेनं कोथळोबांना दंडवत घातला. चक्रधरांच्या प्रेरणेनं जो विचारप्रवाह सुरू झाला होता, त्यामध्ये सामाजिक दृष्ट्या किती क्रांतिकारक बदल होत होते, त्याचं हे उत्तम उदाहरण होय. स्मृतिस्थळामध्ये आलेला मूळ प्रसंग पुढील प्रकारचा आहे,[१२] ''कोथळोबा तान्हैलै एकु दिं उमाइसांचीये करवतीयेचें पाणि न पुसत प्याले : तवं उमाइसें कोपली : तूं शूद्र माझीये करवतीयेचें पाणि कां प्यालासि : तंव ते म्हाइंभटीं आइकीलें : मग म्हणितलें : हें यैसें काइ उमाइसें : तुम्हा दोहीं देवांचा संबंधु : आणि आबाइसांसारखी माता : भेटोबासांसारीखें बंधु : आणि तुमचे आझूनि अज्ञान फिटलें नाहीं : आहा यैसें तुम्हा काइ जालें : कोथळेयासारीखें पात्र जर तुमचीये करवतीयेचें पाणि पी तरि तुझें दैव-भाग्य नव्हे : यैसी सिक्षापीलीं : मग तिथें अनुतापलीं : म्हाइंभटीं म्हणितलें : घाला कोथळेयांसि दंडवत : हो कां : मग उमाइसीं कोथळोबासांसी दंडवत घातलें : नेणेंचि बा : चुकलीये पापीणि : ॥ शोधु : ॥ मग कोथळोबान तयांते उठवीलें :॥ १९३॥''

स्वामींच्या समतेच्या भूमिकेमुळेच डॉ. आंबेडकरांनी महानुभाव पंथाचा गौरव केला आहे

डॉ. बाबासाहेब आंबेडकरांनी दि. ६ सप्टेंबर १९२९ च्या 'बहिष्कृत भारत' या पाक्षिकाच्या 'प्रासंगिक विचार' या सदरात महानुभाव पंथाविषयी पुढील मतं व्यक्त केल्याचं आढळतं,[१३] "...महानुभाव पंथामध्ये कृष्ण व दत्त या दैवतांची उपासना पूर्वीपासून चालू असून महानुभाव पंथाचा प्रसार महाराष्ट्रातच नव्हे, तर पंजाब, अफगाणिस्तानपर्यंत असल्याचे आढळून येते. सर्वांत जुने मराठी वाङ्मय महानुभाव पंथाचे आहे. या पंथात दत्तोपासना चालू असली, तरी जातिभेदाचे व सोवळ्या-ओवळ्याचे बंड त्या पंथात नाही."

बाबासाहेबांना महानुभावांच्या वाङ्मयाची प्रचंड ओढ

महानुभावांच्या ग्रंथांमध्ये समतेचा विचार मांडलेला असल्यामुळं त्यांना महानुभाव वाङ्मय वाचण्याची उत्कट ओढ होती. याविषयीची एक आठवण 'आठवणींतले बाबासाहेब' या पुस्तकात नोंदविण्यात आली आहे. न्या. भालचंद्र वराळे यांनी योगिराज बागुल यांना दिलेल्या मुलाखतीमधील ती आठवण अशी,[१४] "बाबासाहेब कुकरी बंगल्यात राहत असतानाची एक मजेदार घटना अजूनही स्पष्ट आठवते. त्यांना कुणी तरी औरंगाबादमधील एका महंताजवळ महानुभाव पंथाचे दुर्मिळ ग्रंथ आहेत, असे सांगितले. त्यांनी महाविद्यालयाचे ग्रंथपाल वडणीकर यांना बंगल्यावर बोलावून घेतले आणि ते ग्रंथ उपलब्ध करून लायब्ररीत आणण्यासाठी सांगितले. चक्रधरस्वामींचा महानुभाव पंथ हा समतेचा पुरस्कार करणारा असल्यामुळं ते ग्रंथ वाचण्याची बाबासाहेबांना उत्सुकता होती."

दुसऱ्या दिवशी वडणीकरांनी संबंधित महंतांकडून ग्रंथ आणले आणि त्यानंतर बाबासाहेब ते ग्रंथ वाचण्यासाठी किती उत्सुकतेनं ग्रंथालयात गेले, तो सर्व तपशील बागुल यांच्या मूळ पुस्तकातून वाचण्यासारखा आहे. त्याचा काही अंश इथं उद्धृत करतो, "आमची कार ग्रंथालयासमोर येताच बाबासाहेब मोटारीतून उतरले आणि ग्रंथालयाच्या पायऱ्या चढू लागले. वडणीकरांनी महंतांकडून आणलेले ग्रंथ एका टेबलावर ठेवले होते. ते पाहताच बाबासाहेब सारे-सारे विसरून गेले. आपण एका नवशिक्या पोराच्या मोटारीने जीव धोक्यात घालून इथे आलो, हे ते विसरले. आपल्याबरोबर पत्नी, प्राचार्य चिटणीस, बळवंत वराळे-पापा आहेत, हेही विसरले. त्यांना दिसत होते फक्त टेबलावरचे ते ग्रंथ! बस्स, दुसरे काही नाही. खूप दिवसांच्या भुकेल्या माणसाला त्याच्यासमोर पंचपक्वान्नाचे ताट वाढावे आणि त्याला ताटातला हा पदार्थ खावा की तो— असे व्हावे, तशीच अवस्था त्या ज्ञानेशाची झाली होती.

आम्ही सर्व मंडळी स्तंभित आणि थक्क होऊन त्यांच्याकडे नुसते पाहत होतो. हा ग्रंथ पाहू की तो— हे पान वाचू की ते— अशी अधीर अवस्था.''

हा प्रसंग अनेक दृष्टींनी संस्मरणीय आहे. बाबासाहेबांची ज्ञाननिष्ठा किती उत्कट होती, त्यांचं ग्रंथप्रेम किती विलक्षण होतं, हे तर यातून स्पष्ट होतंच; परंतु त्याबरोबरच त्यांना महानुभाव वाङ्मयामध्ये आलेले समतेचे विचार किती भावलेले होते, हेही यातून व्यक्त होतं. चक्रधरस्वामींनी आपल्या समाजाला किती वारसा देऊन ठेवला आहे, हेही या प्रसंगामुळं आपल्या ध्यानात येतं.

स्त्रियांचा जीव पुरुषांच्या जीवापेक्षा कमी प्रतीचा नव्हे

वर्णव्यवस्थेच्या बाबतीत स्वामींनी जसे प्रयोग केले, तसेच स्त्रियांना अधिकार देण्याच्या बाबतीतही केले. त्यामुळेच महानुभाव पंथामध्ये अनेक स्त्रिया ज्ञानाच्या क्षेत्रात विशेषत्वानं चमकत असल्याचं आढळतं. संप्रदायामध्ये त्यांचं स्थान गौरवाचं असल्याचीही अनेक उदाहरणं आहेत. त्या दृष्टीनं एक प्रसंग पाहण्यासारखा आहे. या प्रसंगात स्वामी सारंग पंडिताला म्हणाले,[१५] ''सर्वज्ञें म्हणीतलें: 'हां गा: तुमचे जीव: मा याचीया काइ जीवलिया? तुमते आणिक देवो उद्धरिता: आणि काइ याते: आणिकू देवो उद्धरिता रक्षेता? ऐसे न म्हणीजे की:'...'' पुरुषांचा जीव श्रेष्ठ आणि स्त्रियांचा जीव कमी प्रतीचा, ही भूमिका त्यांना मान्य नव्हती— हे त्यांनी सारंग पंडिताला जे ऐकवलं, त्यावरून स्पष्ट होतं.

मराठीदिन साजरा करायचाच असेल, तर तो चक्रधरस्वामींच्या चरित्राशी जोडावा

महावीर आणि बुद्ध या महामानवांनी आपला उपदेश संस्कृतमधून करण्याऐवजी प्राकृत भाषांमधून केला. कारण, त्यांच्या अंत:करणात सर्वसामान्य लोकांविषयी अपार करुणा होती. आपला उपदेश लोकांना समजला पाहिजे आणि त्यांना तो आचरणातही आणता आला पाहिजे, ही तळमळ त्यांच्या मनात होती. भाषेच्या बाबतीत चक्रधरस्वामींचा दृष्टिकोन नेमका हाच होता. त्यामुळंच त्यांनी आपला उपदेश संस्कृतमधून करण्याऐवजी मराठीतून केला. मराठीतील पहिली ग्रंथरचना झाली, तिचा उगम स्वामींच्या वाणीमध्ये आहे. मराठी ही मातृभाषा असलेल्या आणि मराठीवर प्रेम करणाऱ्या प्रत्येकानं या घटनेसाठी चक्रधरस्वामी आणि महानुभाव संप्रदाय यांच्याविषयी कृतज्ञ असायला हवं. कुसुमाग्रजांविषयी नितांत आदर बाळगूनही मी असं म्हणेन की, मराठीच्या गौरवासाठी आणि विकासासाठी मराठीदिन साजरा करायचाच असेल; तर तो चक्रधरस्वामींच्या चरित्राशी जोडणं, हे ऐतिहासिक वास्तवाला न्याय देणारं ठरेल. ते औचित्याचंही आणि कृतज्ञतेचंही होईल, ते आपल्या मनुष्यत्वाला

साजेसं ठरेल.

स्वामींचे अनुयायीदेखील मराठीचा आग्रह धरत असत, हे पुढील काही उदाहरणांवरून स्पष्ट होईल. एकदा केसोबासांनी नागदेवाचार्यांना संस्कृतमधून प्रश्न विचारला, तेव्हा श्री चक्रधरांनी निरूपिलेल्या 'मऱ्हाटी' भाषेतून प्रश्न विचारण्याविषयी त्यांनी त्यांना सांगितलं, हा स्मृतिस्थळातील प्रसंग आवर्जून पाहण्यासारखा आहे. तो प्रसंग असा,[१६] "केशव-पंडितां प्रश्नें अस्मात्कस्मान्निराकणें: ।।: एकु दीसु भटोबासांसि पंडित केशोबासिं संस्कृतभाषा प्रश्न केला: त्यावरि भटोबासी म्हणितलें : पंडिता: केशवदेवया: तुमचा 'अस्मात् कस्मात्' मीं नेणें गा: मज श्रीचक्रधरें निरूपिली मऱ्हाटीं: तियाचि पुसा: मग तिहीं मानिलें: ।।६६।।"

या दोघांमधे संस्कृत आणि मराठी या भाषांच्या बाबतीत झालेला अशाच प्रकारचा आणखी एक प्रसंग लक्षणीय आहे. केसोबासांनी आपला ग्रंथ संस्कृतमध्ये लिहिण्याचा मनोदय नागदेवाचार्यांजवळ व्यक्त केला, तेव्हा त्यांनी त्याला विरोध केला. ग्रंथ संस्कृतमध्ये लिहिण्यामुळं सर्वसामान्य लोक ज्ञानापासून वंचित होतील, असं कारण त्यांनी सांगितलं. स्मृतिस्थळामध्ये आलेला त्या दोघांमधील संवाद पुढील प्रकारचा आहे,[१७] "तथा 'उद्धणस्तोत्र' बंध निष्करणें: ।। 'रत्नमाळा'चि पोथी वाचूनि केशोबासिं भटोबासांते पुसिले : हा भटो यैसेचि 'उद्धरण' बांधों: तवं भटोबासिं म्हणतिलें: नको गा केशवदया: येणें माझिया म्हराटीया नागवतिल : मग केशोबास संस्कृतबंधु न करीतीचि : ।।१५।।'

एक महत्त्वाची सांस्कृतिक घटना

महाराष्ट्र शासनानं महाराष्ट्र राज्याच्या स्थापनेचा सुवर्णमहोत्सव साजरा करताना महाराष्ट्र राज्यासाठी एक अधिकृत असं सांस्कृतिक धोरण स्वीकारलेलं आहे. या धोरणाच्या मसुद्यात आम्ही महाराष्ट्रातील विविध संप्रदायांमध्ये सलोखा निर्माण करण्याच्या संदर्भात एक महत्त्वाचा प्रस्ताव समाविष्ट केला असून, शासनानं तो स्वीकारला आहे. मसुद्याच्या 'संकीर्ण' या प्रकरणात तो पुढीलप्रमाणं अंतर्भूत करण्यात आला आहे— "संप्रदाय-सलोखा : महाराष्ट्रात प्रचलित असलेल्या वारकरी, महानुभाव, नाथ, वीरशैव, रामदासी, सूफी आदी संप्रदायांच्या विविध संस्था/संघटना राज्यात आपापल्या परीने सांस्कृतिक व सामाजिक उपक्रमांमध्ये सक्रिय आहेत. त्यांतील ज्या संस्था/संघटना राष्ट्रीय एकात्मता आणि सामाजिक सलोखा वृद्धिंगत करण्यासाठी व परस्परांमध्ये समन्वय साधण्यासाठी पुढाकार घेऊन योग्य कामगिरी बजावतील, त्यांना संतपीठामार्फत पुरस्कार देण्यात येतील."

महानुभाव साहित्याची कित्येक हस्तलिखितं अप्रकाशित आहेत. आधुनिक

पद्धतीनं त्यांचं जतन, प्रकाशन वगैरे करण्याच्या दृष्टीनं या सांस्कृतिक धोरणामध्ये काही महत्त्वाचे प्रस्ताव आहेत. त्या दृष्टीनं या धोरणाच्या मसुद्यातील 'प्राच्यविद्या' या प्रकरणात अंतर्भूत असलेला पुढील प्रस्ताव आवर्जून पाहावा आणि त्या प्रस्तावाच्या आधारे आपण महानुभाव साहित्याच्या हस्तलिखितांचं प्रकाशन वगैरेसाठी पाठपुरावा करावा, असं या प्रसंगी मी सर्वांना आवाहन करतो. शासनानं स्वीकारलेला तो प्रस्ताव पुढील प्रकारचा आहे— "हस्तलिखितांचे संकलन, जतन व प्रकाशन— भारताच्या आणि विशेषत: महाराष्ट्राच्या विविधांगी सांस्कृतिक इतिहासाचे साधन असलेली हस्तलिखिते महाराष्ट्रात आणि महाराष्ट्राबाहेरही अनेक ठिकाणी अप्रकाशित/ दुर्लक्षित अवस्थेत अस्तित्वात आहेत. अशा हस्तलिखितांचे संकलन करण्यात येईल. तसेच, विविध संग्रहालयांमध्ये/ खासगी संस्थांकडे/ व्यक्तींकडे असलेल्या अशा हस्तलिखितांचे अत्याधुनिक तंत्रज्ञाच्या साह्याने जतन करण्यात येईल. या हस्तलिखितांपैकी महत्त्वपूर्ण हस्तलिखिते प्रकाशित करण्यात येतील."

विनम्र आवाहन

औपचारिक रीत्या महानुभाव संप्रदायाचे अनुयायी नसलेल्या सर्व लोकांनी श्री चक्रधरस्वामींचा हा महान वारसा नीट जाणून घ्यावा, कृतज्ञतापूर्वक त्याचं स्मरण करावं आणि तो आपल्या आचरणात आणण्याचा प्रयत्न करावा, असं विनम्र आवाहन मी सर्वांना करू इच्छितो. त्याबरोबरच, जे औपचारिक रीत्या श्री चक्रधरांच्या महानुभाव पंथाचे अनुयायी आहेत, त्यांनीही श्री चक्रधरांचा अशा प्रकारचा उपदेश स्वत:च्या आचरणात आणण्याबरोबरच तो व्यापक समाजहितासाठी संप्रदायाच्या बाहेर असलेल्या लोकांपर्यंत विधायक पद्धतीनं पोचवण्यासाठी अधिक क्रियाशील व्हावं, सातत्यानं व चिकाटीनं शक्य ते सर्व प्रयत्न करावेत आणि आपल्या समाजाच्या प्रकाशमय भवितव्यासाठी आपलं योगदान द्यावं, अशी अपेक्षा या प्रसंगी मी पुन्हा एकदा विनम्रपणे व्यक्त करू इच्छितो.

अखेरीस मी इतकंच म्हणेन—

जनां जोडण्याचा । हृदयस्थ हेतू ।
समतेचे सेतू । चक्रधर ।।
स्वीकारू समता । राहूनी कृतज्ञ ।
होऊ सर्व सुज्ञ । आनंदाने ।।

***

संदर्भ

१. लीळाचरित्र, संपादक - प्रा. पुरुषोत्तम चं. नागपुरे, प्रकाशक- सौ. इंद्रायणी नागपुरे, ओंकार प्रकाशन, गांधीनगर, अमरावती- ४४४६०६, मी वापरलेली प्रत- तृतीय आवृत्ती - २१ फेब्रुवारी २००५, उत्तरार्ध ४५६, पृ. ६३८.

२. पूर्वोक्त लीळाचरित्र, उत्तरार्ध ३६२, पृ. ५७१.

३. पूर्वोक्त लीळाचरित्र, उत्तरार्ध ३, पृ. ३१०.

४. पूर्वोक्त लीळाचरित्र, उत्तरार्ध ९२, पृ. ३७३.

५. पूर्वोक्त लीळाचरित्र, उत्तरार्ध ३, पृ. ३११.

६. पूर्वोक्त लीळाचरित्र, उत्तरार्ध ३, पृ. ३१२.

७. स्मृतिस्थळ, १८८.

८. पूर्वोक्त लीळाचरित्र, उत्तरार्ध १५७, पृ. ४३३.

९. पूर्वोक्त लीळाचरित्र, उत्तरार्ध ६४, पृ. ३५६-३५७.

१०. पूर्वोक्त लीळाचरित्र, पूर्वार्ध ३३, पृ. २१-२२.

११. पूर्वोक्त लीळाचरित्र, पूर्वार्ध ३५, पृ.२२-३३.

१२. स्मृतिस्थळ, १९३.

१३. डॉ. बाबासाहेब आंबेडकर यांचे 'बहिष्कृत भारत' आणि 'मूकनायक', संपादक- वसंत मून, प्रकाशक- शिक्षण विभाग, महाराष्ट्र शासन, मंत्रालय, मुंबई - ४०० ०३२, मी वापरलेली प्रत- प्रथमावृत्ती- नोव्हेंबर १९९०, पृ. ३१८(६)

१४. आठवणींतले बाबासाहेब, लेखक- योगिराज बागुल, प्रकाशक- ग्रंथाली, इंडियन एज्युकेशन सोसायटीची म. फुले कन्याशाळा, बाबरेकर मार्ग, ऑफ गोखले रोड (उ), दादर, मुंबई-४०० ०२८, पहिली आवृत्ती- ९ ऑक्टोबर २००८, पृ. ७१-७३.

१५. पूर्वोक्त लीळाचरित्र, उत्तरार्ध १०९, पृ. ३८५.

१६. स्मृतिस्थळ, ६६.

१७. स्मृतिस्थळ, १५.

२९.

श्री चक्रधरस्वामी मराठी साहित्य संमेलन, इजळी, जि. नांदेड

अध्यक्षीय भाषण - मा. उत्तम कांबळे

मित्रहो,

साहित्य संमेलनाच्या भाऊगर्दीमध्येही एका वेगळ्या, वैशिष्ट्यपूर्ण संमेलनाचा प्रवाह तयार करणाऱ्या आठव्या क्रांतिकारी श्री चक्रधरस्वामी साहित्य संमेलनाच्या अध्यक्षपदी माझी निवड केल्याबद्दल मी आपल्या सर्वांना धन्यवाद देतो. क्रांतिकारी संतांच्या नावानं महाराष्ट्रात भरणारं हे एक दुर्मिळ साहित्य संमेलन असावं. दशकपूर्तीकडं निघालेलं हे साहित्य संमेलन आता स्वत:ची स्वतंत्र ओळख करू पाहत आहे, हीसुद्धा आनंदाची गोष्ट आहे. अन्य संमेलनांत संतसाहित्यावर वर्षानुवर्षे तीच ती गुळगुळीत चर्चा होत राहिल्याचे आपण पाहतो आहोत आणि ऐकतो आहोत. तिथे क्रांतिकारी संतांसाठी तसा पुरेसा वेळ ठेवला जात नाही. ग्रंथदिंडीत क्रांतिकारी श्री चक्रधरांचे साहित्य असावे, यासाठीही महानुभाव पंथानं दीर्घ काळ झगडा दिल्याचं मला माहीत आहे. अशा एका झगड्याचा मीही साक्षीदार आहे. क्रांतिकारी संतांचे साहित्य विविध आक्रमणांपासून जपून ठेवण्यासाठीही या पंथाला प्राणाची बाजी लावून झगडा करावा लागला आणि स्वत:ला मुख्य समजणाऱ्या साहित्य संमेलनांच्या ग्रंथदिंडीत हे साहित्य मान-सन्मानानं ठेवलं जावं, यासाठीही झगडा द्यावा लागला. या सर्व पार्श्वभूमीवर श्री चक्रधर यांच्या नावानं आणि त्यांच्या विचारांना वाहिलं गेलेलं स्वतंत्र साहित्य संमेलन आठ वर्षे सतत भरत आहे, याचा मला खूप-खूप आनंद होत आहे. खरं तर हे संमेलन निर्भेळ अध्यात्मातून आलेल्या विचारांना, मूल्यांना, समतेला, बंधुतेला वाहिलं आहे, असं मला वाटतं आणि स्वाभाविकच त्याचाही आनंद मला होतो आहे. साहित्य म्हणजे रंजन, साहित्य म्हणजे केवळ प्रतिबिंब, साहित्य म्हणजे केवळ अनुभव— असे समजले जाण्याच्या काळात व्यवस्थाबदलासाठी बंड करण्यास शिकवणाऱ्या क्रांतिकारकाच्या नावानं होणारं हे संमेलन विचारांचे दिवे सतत प्रकाशमान करणारं ठरतं.

मित्रहो,

प्रत्येक संमेलनाला त्याची-त्याची म्हणून एक पार्श्वभूमी असते. कधी ती आपोआप निर्माण होते, तर ती कधी जाणीवपूर्वक तयार केली जाते; लादली जाते. हे जग सोनेरी, मायावी कात धारण करून नव्या रस्त्यावर पोहोचलं आहे. जागतिकीकरण, खासगीकरण आणि उदारीकरण यांसारखे काही झगमगते शब्द गोंदण कोरावे त्याप्रमाणे कपाळावर गोंदवून निघाले आहेत. या नव्या जगात नवी भांडवलशाही, टोकाचे व्यक्तिस्वातंत्र्य आणि 'आहे रे' व 'नाही रे' वर्गातील अंतर जसं वाढलं तसं सांस्कृतिक-धार्मिक कलहांना मोठ्या प्रमाणात खतपाणीही मिळत आहे. माणसानं तयार केलेली एक वस्तू दुसऱ्या वस्तूच्या गळ्यात गळा घालत आहे, तर माणूस माणसाच्या गळ्यातून आपला गळा काढून घेत आहे. मूलतत्त्ववाद कधी नव्हे एवढा वाढतो आहे. तो जगभर पसरतो आहे. माणसं मारण्याचे नवनवे मार्ग शोधतो आहे. जगाच्या पाठीवर कधी नव्हे एवढा सांस्कृतिक संघर्ष वाढतो आहे. जणू सांस्कृतिक संघर्ष म्हणजे नव्या जगाचंच नाव. तृष्णेनं भरलेलं हे जग आहे, तृष्णा वाढवत नेणारं हे जग आहे आणि तृष्णापूर्तीला मुक्ती म्हणणारं हे जग आहे. वर्गीय विषमता घेऊन ते उगवलं आहे. अशा परिस्थितीत माणसाला माणसाकडे नेणारे, माणसाचा गौरव करणारे, त्याच्या मार्गातील जात-धर्म-भेद इत्यादींचे स्पीडब्रेकर्स मोडून काढणारे विचार आवश्यक ठरतात. ते आपण मिळवू शकलो नाही किंवा टिकवू शकलो नाही, तर हे जग असंतोषाच्या कड्यावर असेच चालत राहील. पुढे त्याचं काय होईल, हे सांगता येणार नाही. हा एक संभाव्य मोठा अपघात टाळायचा असेल, तर आपल्याला पुन्हा एकदा क्रांतिकारी संताकडं जावं लागेल. माणुसकी जाणवणारे त्यांचे विचारधन घ्यावे लागेल. अशा विचारांची पुन: पुन्हा पेरणी करावी लागेल. असे क्रांतिकारी विचार देणाऱ्यांपैकी एक आहेत सर्वज्ञ चक्रधरस्वामी! संतश्रेष्ठ, सर्वज्ञ, क्रांतिकारी, बंडखोर अशा वेगवेगळ्या नावांनी त्यांना गौरवलं गेलं आहे. अशा या थोर चक्रधरस्वामींच्या नावानं होणाऱ्या या संमेलनाला अनन्यसाधारण महत्त्व आहे.

मित्रहो,

आपल्याला माहीत आहे की, महाराष्ट्रातील संतपरंपरेनं अध्यात्मातील समतेसाठी एक मोठी लढाई केली आहे. विठुमाऊलीच्या पायऱ्या-पायऱ्यांवर समतेची अशी स्वप्नं ठेवली. भक्तिस्वातंत्र्य असावं, नामोच्चाराचं स्वातंत्र्य असावं, विठुदर्शनाचं स्वातंत्र्य असावं, मुक्तिस्वातंत्र्य असावं आणि मी आत्ताच म्हणालो तसं अध्यात्मातील समतेचं स्वातंत्र्य असावं— असा आग्रह धरण्यात आला. याच्यात काहींना यश आलं, काहींना आलं नाही. असं स्वातंत्र्य मागणाऱ्या काहींवर चोरीचा आळ आला.

काही जण स्वत:च्या पूर्वजन्माला दोष देऊ लागले. काही जण आहे तसं जीवन स्वीकारत नशिबाला दोष देऊ लागले. पण ही सारी व्यवस्था मानवनिर्मित आहे; देवनिर्मित नाही, असं सांगत या व्यवस्थेला मुळापासून धक्का देण्याचे, उद्ध्वस्त करण्याचे क्रांतिकारी कार्य केलं ते स्वामी चक्रधरांनी. असा क्रांतिकारी पुरुष तोपर्यंत इथल्या व्यवस्थेनं पाहिला नव्हता.

माणसाला कुरूप बनवणारी सर्वांत वाईट गोष्ट म्हणजे जातव्यवस्था. चक्रधरांच्या संपूर्ण आयुष्यातील भला मोठा भाग जातीविरुद्ध बंड करण्यात खर्च झाला असल्याचं आपल्याला दिसतं. हे करत असताना त्यांनी कधी अहंकार जोपासला नाही. सहजपणे, जगण्याच्या हालचालींतून ते जातीला धक्के देत राहिले. कधी अस्पृश्यांना जवळ करून, कधी त्यांच्यात जाऊन, कधी त्यांना शिष्यत्व देऊन, कधी युगानुयुगे चिघळणाऱ्या त्यांच्या जखमांवर फुंकर घालून, कधी त्यांच्या हातचे वरच्या जातीतल्या लोकांना खायला देऊन, कधी त्यांना जगण्याचा अर्थ सांगून स्वामी चक्रधर यांनी जातींना धक्के दिले आहेत. माणूस नावाचा प्राणी पवित्र आहे; त्यालाही माणूस म्हणून जगण्याचा अधिकार आहे, हे त्यांनी मान्य केलं. त्यांची माणूसप्रेमी धारणा पुढं इतक्या उच्च पातळीवर पोहोचते की, माणसातही त्यांना देवाचा अंश दिसायला लागतो.

मानवी जीवनात उद्भवणाऱ्या दुःखाचा अनेक संत-महंतांनी शोध घेतला. कुणी असा शोध घेण्यासाठी जटा वाढवून डोंगरावर गेले, तर कुणी आणखी कोणता तरी अघोरी मार्ग पत्करला. भ. गौतम बुद्धानं दुःखाचं कारण मानवी तृष्णेत असल्याचं सांगितलं. एवढंच नव्हे, तर तृष्णा भरून पावलेली असते म्हणून जीवनही दुःखानं भरून पावलं असल्याचं स्वामींच्या अगोदर दीड हजार वर्षे तरी त्यांनी सांगितलं. स्वामींनी ही दुःखमुक्तीची, दुःख शोधण्याची परंपरा आणखी विकसित केल्याचं दिसतं. दुःख विसरत राहा, दुःख पचवत राहा; तसं केल्यानं दुःख संपतं आणि दुःख आठवत राहिल्यानं ते वाढत जातं. सुखानंच मानवी जीवन समृद्ध होतं, हे तसं अर्धसत्य आहे. भोजनात मीठ पण लागतं, तिखट पण लागतं. मुळात दुःख कशाला म्हणतात; हे समजून घेऊन ते स्वीकारण्याची, पचवण्याची आणि दुःखमुक्त होण्याची क्षमता बाळगली पाहिजे. सुखच श्रेष्ठ आहे, असं समजून एखाद्यानं सोन्याची फळी गळ्यात बांधून पाण्यात उडी मारली; तर पाणी त्याला वाचवणार नाही, बुडवून टाकेल त्याला. कारण पाणी अशा वेळी जीवनदायी राहत नाही, तर मरणदायी बनतं. मला इथं बसव पंथातल्या जेडर रामय्या यांचं एक वचन आठवतं. मुलगा पाण्यात बुडून मरण पावणार असेल, तर पाण्याला पाणी म्हणायचं का?

आणि अग्नी एखाद्याचं घर जाळत असेल, तर त्याला अन्न शिजवणारा अग्नी म्हणायचं का? जगताना पाणी हे सुख असतं आणि बुडताना ते दु:ख होतं. अन्न शिजवताना अग्नी हा सुख असतो आणि घर जाळताना तो दु:ख असतो. स्वामींनी सोन्याचे प्रतीक घेऊन असाच सुंदर उपदेश केला आहे. सोन्याचा दागिना गळ्यात सुंदर दिसतो म्हणून पोहताना, पाण्यात उडी मारताना कोणी शहाणा त्याची सोन्याची फळी करून ती गळ्यात अडकवून उडी मारत नाही.

स्वामींच्या जीवनात आणखी एक गोष्ट घडली. तिचा खोलवर विचार केला पाहिजे. देव कोण जन्माला घालतं, याविषयी खूप वाद झाले आहेत आणि यापुढंही होत राहतील. कुणी म्हणतं— अपौरुषेय असलेल्या वेदांतून देवाचा जन्म झाला. कुणी म्हणतं— आकाशातील बाप्पांनी देवपुत्र किंवा देवदूत पाठवले. तर बाबूराव बागुल यांच्यासारखे क्रांतिकारी कवी देवाला माणसाची निर्मिती मानतात. काही देव चमत्कारातून घडतात, तर काही विषम व्यवस्था बदलण्याच्या लढाईतून जन्माला येतात. कारणे काही असली, तरी जन्माला आलेले देव पुढं-पुढं मूठभर लोकांच्या मालकीचे किंवा पुरोहितवर्गाचे गुलाम बनतात. पुरोहितवर्ग आपल्या सातबारावर सारे देव कोरून घेतो आणि भक्त व देव यांच्यामध्ये अभेद्य भिंतीसारखा स्वत: उभा राहतो. देवस्थानाचा मार्ग पुरोहितांच्या दारातून आणि त्यांच्या इच्छेतून जायला लागतो. पुढं-पुढं तर पुरोहितभेट म्हणजेच देवभेट असं समजलं जातं. मग देवाला भेटण्यासाठी पुरोहितशाहीविरुद्ध लढावं लागतं. देवाला पुरोहितशाहीच्या विळख्यातून सोडवण्यासाठी जगभर खूप लढाया झाल्या आहेत आणि त्यांमध्ये खूप माणसंही मारली गेली आहेत. महायुद्धात मारली गेली नसतील, एवढी माणसं या युद्धात मारली गेली आहेत.

बाईसा या एका शिष्येनं स्वामींना देवाच्या मालकीविषयी असाच एक प्रश्न विचारला होता आणि स्वामींनी त्या प्रश्नाचे दिलेले हे उत्तर पाहा. स्वामी म्हणाले, "बाई, मंदिरात एक बडवा असतो. एक गुरव असतो. तो मंदिराचे दार उघडतो. दार बंद करतो. मंदिर स्वच्छ ठेवतो. देवासाठी पूजा घेतो. म्हणून काय देव त्यांचा (बडव्यांचा) झाला? देव हा भक्तांचा असतो. भक्तीला तो पावतो. देव त्यांचाच असतो."

बहुतेक सर्व देवांवर पुरोहितांची मालकी असते. देव खरे तर अति उच्च भक्तीतून जन्माला येतो, भक्तीतच फुलतो आणि वाढतो. पण या बाह्य शक्तीच्या दबावाखाली, बाह्य शक्तीच्या नियमांत आणि कर्मकांडांत त्याला गुंडाळून ठेवलं जातं. मला असं वाटतं की, भक्तांच्या मालकीचा देव करून देण्यासाठी स्वामींनी

केलेलं एक महाबंड म्हणजे हा बाईसाला केलेला उपदेश आहे. अध्यात्माच्या क्षेत्रात अशी बंडे खूप-खूप दुर्मिळ आहेत. त्यापैकी एक बंड स्वामी चक्रधर यांचं होय. या बंडाचा अर्थ नीट समजून घेतला की, देव आणि भक्त यांच्यातील अडथळेही कळायला लागतात. देवाकडे जाण्याचा मार्ग फक्त भक्तीतूनच जायला लागतो.

महापुरुषाला जेव्हा ज्ञानप्राप्ती होते; तेव्हा हे ज्ञान सर्वसामान्यांपर्यंत पोहाचवायचं कसं, हा सर्वांत महत्त्वाचा प्रश्न. काही जण मग त्यासाठी देवाची भाषा वापरतात. काही जण नवी भाषा तयार करतात. काही जण माणसांची— म्हणजे बहुजनांची भाषा वापरतात. बुद्ध, बसवेश्वर आणि कबीरांनी अशीच भाषा वापरली होती. स्वामींनीही लोकभाषेत, लोकबोलीत सातत्यानं उपदेश केला. आपलं ज्ञान लोकांना कळलंच नाही, तर त्याचा उपयोग काय?— हा प्रश्न होता. स्वामींनी नुसतीच लोकभाषा वापरली नाही, तर ती आणखी सुंदर केली. नवनवे शब्द, अलंकार, उपमा लोकांच्या म्हणजे मराठी भाषेत आणल्या. गोपाळ पंडितांबरोबर झालेल्या चर्चेत स्वामींनी अनेक अलंकारांची नावं घेतली आहेत. पंक्ती, मद्र, मनोहरा, मदलेखा, चित्रकला, दशा, कन्या, चंपक, ललिता, चंदनवल्ली, रमण, राग, दंडक इत्यादी किती तरी अलंकारांची नावं त्यांनी घेतली होती. प्रा. पुरुषोत्तम नागपुरे यांच्या ग्रंथात या साऱ्यांचा तपशील आहे. मराठी भाषेला प्रतिष्ठा देणं, तत्कालीन व्यवस्थेत तिला ज्ञानभाषा बनवणं, आपल्या बोलीबद्दल लोकांच्या मनात आदर निर्माण करणं, भाषेचा प्रसार करणं, तिच्यावर देवभाषेचा दबाव न येऊ देणं, जीवनाच्या सर्व अंगांत तिचा मुक्त वापर करणं आदी गोष्टी स्वामींनी केल्या. मराठी भाषेचा खऱ्या अर्थानं विकास आणि तिचे सर्व जाती-जमातींमध्ये सार्वत्रिकीकरण व्हायला लागले ते स्वामींच्या काळापासून. पुढं-पुढं लोकभाषांना निकृष्ट मानण्याची प्रथा अभिजनांनी सुरू केल्यामुळं खूप सामाजिक आणि भाषिक हानी झाली आहे, हे मी पुन्हा वेगळ्या शब्दांत सांगण्याची आवश्यकता नाही. 'मराठी मरायला लागली' असा टाहो खरं तर या भाषेचे मारेकरीच फोडतात आणि मरणाची कारणं मात्र शोधत नाहीत. काही जण अतिउत्साहानं सांगतात की, या भाषेला काहीच होणार नाही.

प्रमाणभाषा किंवा मुख्य भाषेला साऱ्या लोकबोली आणि लोकभाषा ऊर्जा पुरवत असतात. ऊर्जावाहिनी असलेल्या या लोकभाषांच्या रक्तवाहिन्याच प्रमाण-भाषेनं तोडून टाकल्या आहेत. प्रमाण आणि अप्रमाणाच्या चौकटीवर अनेक लोकभाषांना आजही वटवाघळासारखं लटकवत ठेवलं गेलं आहे. जोपर्यंत त्यांच्या रक्तवाहिन्या मुक्तपणे वाहणार नाहीत, तोपर्यंत मुख्य भाषा कुपोषित होत राहील. आपल्या जगण्या-मरण्याची सारी भाकितं खोटी ठरवत राहील. मराठी भाषेच्या संवर्धनासाठी

महानुभाव पंथांचं योगदान कोणीही नाकारू शकत नाही. जोपर्यंत ही भाषा आहे तोपर्यंत महानुभाव पंथाच्या क्रांतिकारी कार्याचं स्मरण आपल्याला होत राहील. क्रांतिकारी चक्रधरस्वामींची भाषाविषयक परंपरा या पंथानं पडेल ती किंमत चुकवून, प्रसंगी प्राणाची आहुती देऊन टिकवून ठेवली आहे. तेच मराठी भाषेचे रक्षणकर्ते आहेत. तेच त्यागी आहेत. महानुभाव पंथाची ही ऐतिहासिक कामगिरी कोणी नीट लक्षात घेत नाही, ही दुःखाची गोष्ट आहे. स्वामींच्या नावानं होणाऱ्या संमेलनाने मात्र या गोष्टीला अधिक महत्त्व द्यायला हवं. या गोष्टींचा अधिक प्रचार करायला हवा. भाषा बंडखोर कशी बनवता येते, भाषा निखळ भक्तीची धार कशी बनवता येते, भाषा अलंकारांच्या फुला-फळांनी सुंदर कशी बनवता येते आणि शेवटी लोकांच्या ओठांवर ती कशी रुजवता येते, हे स्वामींनी सिद्ध करून दाखवलंय. जी भाषा जगण्याचा, लढण्याचा, भक्तीचा, शक्तीचा, विचारांचा भाग बनते; ती वाचवण्यासाठी शासकीय पातळीवरून 'जीआर' काढावे लागत नाहीत किंवा 'फलक मराठीत लिहा' असं आंदोलनही करावं लागत नाही. स्वामींनी मराठी भाषा भक्तीची, तत्त्वज्ञानाची आणि संघर्षाची जशी बनवली; तशी महाराष्ट्राची भौगोलिक व्याख्या ठरवण्याचा प्रयत्न महानुभाव पंथानं त्या काळी केला आहे. 'डिंभ' या महानुभाव पंथाच्या कवीनं 'ऋद्धिपूर माहात्म्य' (शके १५२४) या ग्रंथात महाराष्ट्राचा विस्तार— म्हणजे भौगोलिक विस्तार मांडला आहे. विध्यांद्रीपासून दक्षिण दिशेला, कृष्णा नदीपासून उत्तरेकडे, झाडी मंडळापासून पश्चिमेला आणि कोकणापर्यंत महाराष्ट्राचा भूगोल दाखवला होता. आपण आता 'चांदा ते बांदा' म्हणत असतो.

क्रांतिकारी चक्रधर यांनी अस्पृश्यांकडं केवळ करुणेच्या नजरेनं बघितलं नाही; ते तर बघितलंच, शिवाय भक्ती त्यांना त्यांच्या हक्काची करून दिली. भक्तीतून निर्माण होणारी शक्ती वापरायची मुभा दिली. भक्तिस्वातंत्र्य केवळ नामोच्चारापुरतं मर्यादित ठेवलं नाही, तर भक्तिक्षेत्रात विधायक भूमिका करण्याची परवानगी दिली. चक्रधर यांच्या आयुष्यात जे काही चमत्कार झाले असे सांगण्यात येते, ते सारे या परिवर्तनाशीच जोडले आहेत. सर्व दृष्टांतांचा, प्रतीकांचा अर्थ नीट समजावून घेतला पाहिजे, त्याशिवाय चक्रधर यांचं क्रांतिकारकत्व लक्षात येणार नाही. सर्व मनुष्यप्राण्यांचे रक्त लाल, हृदय एकच; मग भेदाभेदाची भाषा कशाला, असे ते सांगत. स्त्री-पुरुष विषमताही त्यांनी अशीच संपवली. स्त्रिया पुरुषांपेक्षा कनिष्ठ असतात, हे त्यांनी कधीच मान्य केले नाही. उलट, असं असूच शकत नाही, हे त्यांनी निर्धारपूर्वक सांगितलं. बुद्ध आणि बसव यांनी महिलांसाठी उघडलेले अध्यात्मक्षेत्राचे दरवाजे पुन्हा हळूहळू मिटून घेतले जात होते. चक्रधर यांच्या आगमनानंतर हे दरवाजे पुन्हा

एकदा मानसन्मानानं उघडले गेले. उपकाराच्या-दयेच्या भावनेतून नव्हे; तर स्त्रीही श्रेष्ठच असते, तीही माणूसच असते, ती कोणत्याही जातीत विभागली असली तरी तिच्याकडेही ज्ञान असते, भक्तीचे सामर्थ्य असते— हे मान्य करून स्त्रीमुक्तीचा विचार पुढं नेण्यात आला. ब्राह्मण आणि मांग यांनाही मनुष्यधारी देह असतो. जात-पात बघून भिक्षेसाठी घर निवडू नये, महारवाड्यातही धर्म काढावा; हे तर त्यांनी अगोदरच सांगून ठेवलं होतं. आचरणात आणलं होतं. विशेष म्हणजे, जातिव्यवस्था करकचून आवळली जात असल्याच्या काळात स्वामी चक्रधर परिवर्तनाचे, नव्या व्यवस्थेचे रणशिंग फुंकत होते. मुक्ताबाई, धानूबाई, नागूबाई, हंसाबाई, बाईसाबाई, माईबाई, महदाईसा, उमाईसा आदी वेगवेगळ्या जाती-पातींतील, वर्गांतील किती तरी महिलांना विचारांची, अध्यात्माची सावली मिळाली. 'आचरे तयांचा धर्म' असे सांगत स्वामींनी सर्वांसाठी धर्म खुला करून दिला. आचरण आणि वैराग्य प्राप्त करणं याला विचारांचा आधार असावा. नुसत्याच जटा वाढवून, नुसतीच भगवी वस्त्रे परिधान करून धर्मपालन करता येत नाही; तर वर्तनव्यवहाराला विचारांचा पाया हवा असतो. विवेकाचा आणि मूल्यांचा पाया हवा असतो. तो ज्यांच्याकडं असेल तो— मग कोणीही असला तरी— धर्मपालनासाठी पात्र होतो. याचा अर्थ, त्यांनी धर्म सोपा केला. तो तंत्रातून मुक्त केला. सामान्यांपर्यंत पोहोचवला. ज्ञान, आचरण याला महत्त्व देऊन जातीपाती फेकून दिल्या. मूर्तिपूजेला विरोध केला. माणसाची अस्मिता टिकवली आणि त्याच्या भाषेचीही अस्मिता-प्रतिष्ठा टिकवून तिचं सार्वत्रिकीकरण केलं, म्हणून चक्रधर क्रांतिकारी ठरतात. महदाईसाला त्यांनी आपल्या 'धर्माचे रक्षक' अशी उपाधी दिली होती.

कर्मठपणा, कर्मकांड, वेगवेगळ्या विषमता, उच्च-नीचपणा आदी सर्वांच्या पलीकडं जाऊन एक सुंदर माणूस घडवण्याचं स्वप्न हे क्रांतिकारी चक्रधर बघत होते. त्यात त्यांना यश येत होतं. भक्ती सुंदर होण्यासाठी शरीरावरील कपडे, अंगारा-धुपारा, वाद्ये, जात यांपैकी काहीच उपयोगी पडत नसते; तर त्यासाठी स्वच्छ मन असावं लागतं. जन्मोजन्मीच्या काल्पनिक फेऱ्यात अडकलेलं मन, तृष्णेनं भरून गेलेलं मन, अंधश्रद्धांना शरण जाणारं मन काही करू शकत नाही. मन स्वच्छ असावं लागतं. तुकारामांनी म्हटल्याप्रमाणे अस्वच्छता निर्मूलन करणारी द्रव्ये वापरून मन कधी स्वच्छ करता येत नाही. स्वामी चक्रधर यांनी मूल्यांवर, विचारांवर, निखळ श्रद्धेवर आधारित स्वच्छ मनाची कल्पना मांडली होती. स्वच्छ मनासाठी स्वच्छ पर्यावरण हवं, असाही त्यांचा आग्रह होता. रोज खराटा हाती घेऊन गाव-गल्ल्या स्वच्छ करणारे त्यांचे शिष्य महानुभाव पंथात तयार झाले. त्रिशूळाऐवजी खराट्याला

महत्त्व आलं. चमत्काराऐवजी खराट्याला महत्त्व आलं. खराटा स्वच्छतेत आला आणि दीक्षांत समारंभातही गेला. मनापर्यंत पोहोचला. स्वच्छ मन याचा अर्थ विकारमुक्त, तृष्णामुक्त, षड्रिपुमुक्त मन असा होता. अस्वच्छतेची आवरणं दूर केल्याशिवाय भक्ती, श्रद्धा, विश्वास, मूल्ये आणि विचार यांना मनात जागाच मिळत नाही. कोणता मंत्र नव्हे, कोणता अंगारा नव्हे, कोणता जादूटोणा नव्हे; तर माणसाचं निर्मळ मनच श्रेष्ठ भक्तीचे शिष्यत्व पत्करू शकते. जात-पात असा भेदभाव न मानता भक्तिमय बनू शकते. सगळा कचरा फेकून मनाचा विचार चक्रधर यांनी केला होता. मनाचा विचार हाच माणसाचा विचार असतो. मनाच्या मुळाशी जाऊन डागडुजी केल्याशिवाय निखळ भक्तीसाठी आवश्यक असणारं मन आपल्याला कधीच तयार करता येणार नाही. चक्रधर यांनी आपली वाणी, विचार आणि आयुष्यच जणू काही नव्या माणसासाठी व नव्या व्यवस्थेसाठी पणाला लावले होते.

मराठीतील एक ज्येष्ठ अभ्यासक प्रभाकर वैद्य यांनी 'संतांनीही वाळीत टाकलेला संतश्रेष्ठ' असं चक्रधर यांचं वर्णन केलं आहे. चक्रधर जर संत असतील, तर संतपरंपरेत त्यांचं स्थान सर्वश्रेष्ठ आहे, असं वैद्य यांनी सप्रमाण सिद्ध करून दाखवलं आहे. असाच दावा कम्युनिस्ट असलेले कॉ. कृष्णा मेणसे यांनी केला आहे. कम्युनिस्ट असलेल्या वैद्य यांनी तर चक्रधर आणि ख्रिस्त, चक्रधर आणि बुद्ध अशी सुंदर तुलना करून दाखवली आहे. समाजसुधारणांसाठी चक्रधर यांनी जेवढे जेवढे प्रयत्न केले; त्या सर्वांना इथली वर्णवादी, वेदवादी, जातीयवादी, विषमतावादी आणि देव आमच्याच मालकीचे आहेत असा दावा करणारी सडकी-कुजकी व्यवस्था महापातक, पातक, गुन्हे, महागुन्हे, अपराध-महापराध ठरवत होती. शेवटी तर विषमतेचेच हत्यार वापरून थेट चक्रधर यांनाच अपराधी बनवण्याचा प्रयत्न केला गेला, हे सर्वश्रुत आहे. मी त्याच्या खोलात पुन्हा जाणार नाही. निसर्गनियमच जणू काही असा आहे की— विधायक, क्रांतिकारी गुन्हा केल्याशिवाय व्यवस्था बदलत नाही; बदलता येत नाही. ती इतकी टणक असते की, भगवी वस्त्रे परिधान करून आणि जटा वाढवून ती बदलत नाही. बदलत नसते. प्रत्येक महापुरुषानं व्यवस्था नाकारण्याचा आणि तीत बदल घडवण्याचा प्रयत्न केला आहे. व्यवस्थेला शरण जाऊन, दया-याचना करून, करुणेचा सागर नुसताच मिरवून कधी बदल होत नसतात, असेही आपण पाहिले आहे. कोणतीही कृतिशून्यता काही बदल घडवू शकत नाही. चक्रधर कृतिशील होते, विचारप्रवण होते, माणूसप्रेमी होते, मानवी मन स्वच्छ करायला आणि बदलायला ते निघाले होते. यातूनच एक नवा माणूस, नवा समाज तयार होणार होता. चक्रधर यांच्या कार्याचा सामाजिक पट खूप-खूप मोठा

आहे. समतेसाठी धर्म, भक्तिस्वातंत्र्यासाठी आणि नव्या विचाराला आपल्या अंगाखांद्यावर खेळवण्यासाठी धर्म— अशी त्यांची धारणा होती. व्यवस्थेच्या दृष्टीनं हा त्यांचा गुन्हाही होता. पण या गुन्ह्यामुळेच देवाच्या दारातली आणि देवाच्या परसातलीही विषमता कमी होऊ लागली. बोलीभाषेच्या डोक्यावर विचारांचा-ज्ञानाचा मुकुट आला. व्यवस्थेनं अतिशूद्र ठरवलेली स्त्री हिराईसा ही लीळाचरित्र मुखोद्‌गतकर्ती झाली, तर महदाईसा ही आद्य मराठी कवयित्री झाली. लीळाचरित्र हा आद्य मराठी ग्रंथ ठरला. जे-जे क्रांतिकारक असतं, ते श्रेष्ठच असतं आणि जे-जे श्रेष्ठ असतं; ते क्रांतिकारीच असतं; यानुसार चक्रधर श्रेष्ठ संत, श्रेष्ठ विचारवंत, श्रेष्ठ सुधारक, श्रेष्ठ माणूसप्रेमी आहेत, याविषयी कोणी शंका घेण्याचं कारण नाही. त्यांनी भिंतीऐवजी माणसाला चालवायला शिकवलं. प्राण्याऐवजी व्यवस्थेनं प्राणी बनवलेल्या मनुष्यप्राण्याला बोलायला शिकवलं. या सर्व गोष्टींचा विचार करता, क्रांतिकारी चक्रधर यांचे समाजावर अनंत उपकार झालेले दिसून येतात, हे मान्य करावं लागतं. मेणसे यांनी चक्रधर यांना महात्मा ही उपाधी वापरलीय. कुणी सर्वज्ञ, कुणी सर्वश्रेष्ठ, कुणी क्रांतिकारक अशी उपाधी वापरलीय. खरं तर सर्व उपाध्या-उपमा कमी पडाव्यात, इतकं प्रचंड मोठं कार्य चक्रधर यांचं आहे. यावरूनही चक्रधर यांचं श्रेष्ठत्व सिद्ध होतं.

मित्रहो,

मी पुन्हा आपल्याला वर्तमानकाळात घेऊन येतो. वर्तमानाच्या शरीरावर आज नाचणारे जे मूलतत्त्ववादी, जातीयवादी, धर्मवादी प्रश्न निर्माण झाले आहेत; त्यांचा मुकाबला कसा करायचा? मूलतत्त्ववाद माणसं मारू लागला आहे. इमारती उडवू लागला आहे. फुलांच्या हारात बॉम्ब होऊन बसू लागला आहे. युद्धे घडवू लागला आहे. इतिहासाच्या काळजात पहार घुसेल इतके तो खोदू लागला आहे. संगणकाच्या पडद्यावर येऊन तो विषाणूच्या माध्यमातून पुन्हा विश्वयुद्ध घडवण्याचा प्रयत्न करू लागला आहे. मूलतत्त्ववादी, त्यांच्या मित्रांनी निर्माण केलेली युद्धजन्य स्थिती संपवायची असेल; तर आपल्याला चक्रधर यांनी घालून दिलेल्या शिकवणुकीचा गंभीरपणे विचार पुन: पुन्हा करावा लागेल. त्यांनी दिलेल्या समतेच्या वाटेवरून जावे लागेल. त्यांनी दिलेल्या निर्मळ भक्तीला आत्मसात करावे लागेल. त्यांनी अपेक्षिलेल्या शुद्ध मनाचा गंभीर विचार पुन: पुन्हा करावा लागेल. एक व्यापक विचारमंथन घडवण्यासाठी अशी संमेलनं पुन: पुन्हा भरवावी लागतील. त्यासाठी 'झाडते व्हा' हा महानुभावांचा विचार अमलात आणावा लागेल. समाजमनावर जमा झालेले विकारांचे आणि मूलतत्त्ववादाचे सगळे ढग झाडून काढावे लागतील.

मित्रहो,

मी पुन्हा एकदा आपल्याला आणि आपल्या संमेलनाला धन्यवाद देतो.

संदर्भ -

१) संतांनी वाळीत टाकलेला संतश्रेष्ठ चक्रधर - लेखक प्रभाकर वैद्य, प्रकाशक - लोकवाङ्मयगृह, मुंबई.

२) श्री बसवेश्वर ते ज्ञानेश्वर— एक चिंतन : कृष्णा मेणसे, प्रकाशक - लोकवाङ्मयगृह, मुंबई

३) सर्वज्ञ श्री चक्रधर - प्रा. पुरुषोत्तम नागपुरे, प्रकाशक - महाराष्ट्र राज्य साहित्य आणि संस्कृती मंडळ, मुंबई.

४) डॉ. आ. ह. साळुंखे यांचे अध्यक्षीय भाषण : ७ वे श्री चक्रधरस्वामी मराठी साहित्य संमेलन, दि. १७-१८ मार्च २०१३.

***

३०.
अभिप्राय

कै. लोकमान्य टिळक

"महानुभाव किंवा मानभाव हा पंथ वस्तुत: हिंदू धर्मापैकीच एक असून या पंथाचे लोक उपनिषदे, भगवद्गीता आणि भागवत दशम व एकादशस्कंध हे ग्रंथ प्रमाण मानतात. इतकेच नव्हे, तर श्रीकृष्ण परमात्मा आणि दत्तात्रेय यांस ते ईश्वराचा अवतार समजतात... साधुसंतांच्या वारकरी पंथापेक्षा याची योग्यता काही कमी नाही, इतकेच नव्हे तर त्यापेक्षा काही वर्षांनी तरी तो जुना असावा, हे निर्विवाद आहे." ('केसरी', २१-११-१८९९)

बापूसाहेब तथा श्री. नीलकंठ बळवंत भवाळकर
हायकोर्ट वकील, नागपूर

"चक्रधर गोसावी हे गुजरातेत भरंवस-भडोच प्रांतात राहणारे सामवेद शाखेचे लाड ब्राह्मण होते. यांचे वडील विशाळदेव हे तेथील मांडलिक राजाचे प्रधान होते व त्यांच्या मातुश्रींचे नाव माल्हणदेवी असे होते. हे वयाच्या पंचविशी-तिशीच्या सुमारास विरक्त होऊन रामटेकाच्या यात्रेचे निमित्त करून बाहेर पडले व गुप्तपणे कायमचा गृहत्याग केला. मार्गात उमरावतीनजीक रिधपूर येथे त्यांनी गोविंदप्रभू ऊर्फ गुंडम राऊळ या साधुपुरुषाचे दर्शन घेतले व श्री प्रभूंनी दिलेले 'चक्रधर' हे नाव ग्रहण करून ते तपश्चर्येसाठी सातपुडा-विंध्य प्रांतात निघून गेले."

श्री चक्रधरस्वामींचा स्वभाव

लीळाचरित्रात चक्रधरांच्या ज्या अनेक मनोवेधक लीला दिल्या आहेत, त्यांत प्राय: काही अद्भुत अगर अलौकिक आढळणार नाही. हे कृपाळू, सहनशील, सात्त्विक वृत्तीचे व श्रेष्ठ आचारविचारसंपन्न होते, याची या चरित्रावरून सुंदर कल्पना होते. ते आपल्या शिष्यवर्गात सहज समरस होत असत व प्रसंगी विनोदातदेखील

त्यांच्यामध्ये सामील होण्यात कमीपण मानीत नसत. त्यांची सर्वांवर समदृष्टी असून ते प्रत्येकास— स्त्री-पुरुषास व चर्मकारांदिकांस देखील मोक्षाचे धनी मानून त्यांना उपदेश देण्यात कमीपणा समजत नसत.

महानुभावपंथीय वाङ्मयाची सशास्त्रता

महानुभाव पंथाच्या संग्रही बहुमोल असे वाङ्मय-धन असेल, अशी कल्पनाही पस्तीस वर्षांपूर्वी कोणास नव्हती; परंतु त्या अवधीत जे संशोधनकार्य झाले, त्यामुळे हा पंथ यादवकालीन असून तो प्राचीन मराठीत लिहिलेल्या गद्य-पद्य वाङ्मयाने पूर्णपणे संपन्न आहे, हे सर्वांस कळून आले आहे. या पंथवाङ्मयात सर्व प्रकारच्या वाङ्मयशाखांत महत्त्वाचे ग्रंथ तयार झाले आहेत व अध्यात्माच्या शाखेत तर त्यांची रचना केवळ विपुलच नसून ती अत्यंत शास्त्रयुक्त अशा चिकित्सक दृष्टीची आहे. तिच्यात जी भागवत धर्मपरंपरा ज्ञानेश्वरांच्या काळापर्यंत पांचरात्रज्ञानामृत सारादिकांतून दृष्टोत्पत्तीस येते, तिची एक स्वतंत्र शाखा या पंथात पल्लवित झाली आहे, असे अध्ययनांती कळून येईल.

(महाराष्ट्र, १५ सप्टेंबर १९३५)

वाङ्मयाचा विस्तार

“यादवकाळाच्या अखेरीस झालेली चक्रधर सूत्रे-म्हाइंभट्टकृत लीळाचरित्र - भीष्माचार्यादिकांची अनेक प्रमेये - सूत्रार्थ निश्चयास सहायभूत होणारे लक्षण रत्नाकरादि ग्रंथ - पंचवार्तिकासारखे व्याकरण प्रबंध - गुजरशिवबासाचे भाष्यस्थल, राजभद्रबंधादि महाभाष्यें वगैरे अनेक गद्यग्रंथांची अजस्त्र माळा थेट ज्ञानेश्वराचे काळापासून एकनाथोत्तर काळापर्यंत पसरलेली पाहिली म्हणजे; महानुभाव पंथाच्या वाङ्मयाच्या अफाट विस्ताराची व अवाढव्य स्वरूपाची कल्पना येऊन प्रत्येकजण स्तिमित होतो.”

(‘वागीश्वरी’, डिसेंबर १९३३)

वाङ्मयाचे महत्त्व

“ज्या (महानुभाव) पंथात अशा प्रकारची ग्रंथरचना होत होती, तो पंथ सद्विजसंभूत आहे असे वाटावयास लागेल, अशी उमेद आहे. या पंथाचे स्वरूप द्वैती व ईश्वरप्रणिधानाचा त्यांचा मार्ग शास्त्रोक्त असून अवेदांतिक असला तरी अवैदिक नाही. चतुर्विध आश्रमांपैकी संन्यासी लोकांचा आचारधर्म त्या वेळी (श्री चक्रधरस्वामी काळी) कलुषित झाला होता. धर्माधर्माची मर्यादा घालून देणारे लोक प्रतारकांच्या आहारी गेले होते. निःश्रेयसाला देणारी कर्मभूमी भोगभूमी बनली होती. अशा वेळी सनातन नारायणीय मोक्षमार्गाचे पुनरुज्जीवन करण्याचे महत्कार्य चक्रधर व त्यांचे अनुयायी यांनी केले व तो धर्म सर्वांस कळावा म्हणून त्यांनी जानपद भाषा हाताशी

धरून जी अनेक देशकार लेणी निर्माण केली, त्यांचे वाचन व अध्ययन करणे भाषेच्या वाङ्मय आणि संस्कृतीच्या दृष्टीने आवश्यक; म्हणूनच संशोधनार्ह असेच केवळ न समजता ते महनीय श्रेय (मोक्ष) प्राप्त करून देणारे आहे.''

('महाराष्ट्र', २६ ऑगस्ट १९३४)

कै. विनायक लक्ष्मण भावे -ठाणे.

श्री चक्रधरस्वामीकालीन सामाजिक परिस्थिती

''नेपोलियन बोनापार्ट, श्री समर्थ रामदासस्वामी अशा अलौकिक पुरुषांप्रमाणेच श्री चक्रधर हा प्रवाहपतित नसून प्रवाहजनक होता...

चक्रधराचे अमदानीत हिंदू समाजात मोठा खळबळाट माजून राहिला होता. चोहोंकडे असमाधान पसरत चालले होते व चातुर्वर्ण्याच्या आणि जाती-जातींच्या भेदभावामुळे द्वेषाग्नीचा धूर निघू लागला होता. बौद्ध लोकांची शिकवण, चातुर्वर्ण्यात सामील करून घेतलेल्या अनार्य व मिश्र समाजाची मने कलुषित करून, त्यास ती ब्राह्मणांच्या व ब्राह्मणसंस्कृतीच्या विरुद्ध नेऊ पाहत होती. या वेळी चातुर्वर्ण्याची परीक्षा मात्र उत्तम झाली. यापैकी आर्यसंस्कृतीचे पूर्ण अभिमानी असे जे अस्सल वर्ण किंवा समाज, ते या चातुर्वर्ण्याला अगदी बिलगून राहिले. पण येरगबाळांची फार धांदल उडून गेली आणि ती इतकी की हा धर्म, हा समाज व ही संस्कृती नष्ट होणार की काय, अशी भीती वाटू लागली. अशा वेळी या विस्खलित होऊ पाहणाऱ्या समाजास काही व्यवस्था लावून द्यावी, अर्धवटांचा असंतोष दूर करून त्यांच्या मनातला धुमसत असलेला द्वेषाग्नी विझवून टाकावा व या अलग होऊ पाहणाऱ्यांस जवळ करून या धर्मातच चिकटवून टाकावे, अशी एक नवी योजना कल्पून ती सिद्धीस नेण्याचा उपक्रम चक्रधराने सुरू केला...''

श्री चक्रधरस्वामींचे अहिंसातत्त्व

लहानापासून मोठ्यापर्यंत कोणालाही आपल्यापासून दुःख होऊ नये, आपल्या वागणुकीने कोणाचेही चित्त पोळू नये; इतकेच नव्हे, तर कोणाचेही वाईट चिंतू नये, कोणाचेही अनिष्ट झाले तरी त्याबद्दल आपणास सहानुभूती असावी, प्रत्यक्ष शत्रूचेही अनिष्ट झाले तरी त्याबद्दल आपणास बरे वाटू नये, यासच तो (चक्रधर) हिंसात्याग म्हणे व त्याप्रमाणे न वागणाराचा सहवास तो तत्काळ सोडून देई...

परपंथाचाच काय, पण परधर्माचाही कोणी अनादर केलेला त्यास आवडत नसे. परधर्मसहिष्णुता तो आचरी व शिष्यांकडून आचरवी. तो म्हणे की, 'जरी वैरिआंचा देऊ जाला: तरि तो काई दगडे हाणोनि फोडावा:। ना जी: (४८१).' इतकेच नव्हे, तर इतर कोणा श्रेष्ठ साधुपुरुषाचा शिष्यसंबंधी जरी साधारण असला,

तरीदेखील त्याच्या गुरूकडे लक्ष ठेवून चक्रधर त्याचा मान राखी... चक्रधर म्हणतो— "कव्हणांही धर्मियां हासिजे ना: कव्हणाची ही चेष्टा न करावी: चेष्टे तवं इश्वर... धर्म जाए: आन परत्री नरका भाजनु होए:" (पु.च.२४१)...

श्री चक्रधरस्वामींच्या अवतारकृत्याचे रहस्य

बहुतेक सर्व हयात सुखविलासात गेल्यानंतर अगदी शेवटी सभोवतालच्या परिस्थितीशी झगडण्याकरिता व हिंदू समाजाचे पुढील संकटापासून रक्षण करण्याकरिता एक नवा पंथ स्थापण्याची कल्पना योजावी आणि त्या महाकल्पनेच्या सिद्धीसाठी अश्रांत श्रम करून तो पंथ स्थापावा, यांत चक्रधराच्या अवतारकृत्याचे रहस्य आहे...

श्री. हरी नारायण नेने - नागपूर

श्री चक्रधरस्वामी पूर्वाश्रमीचे लाड ब्राह्मण होते

"महानुभाव पंथाचे आद्यप्रवर्तक श्री सर्वज्ञ चक्रधर हे सामवेदी लाड ब्राह्मण होते, याबद्दल आता नि:संशय पुरावा 'लीळाचरित्र' या ग्रंथावरून दाखविता येतो." (लीळाचरित्र-उत्तरार्ध, ११८ ची लीळा पाहा) ('विहंगम', डिसेंबर १९३४, पान ३३४)

श्री चक्रधरस्वामींची विलक्षण वाक्शक्ती

"शिष्यांसमवेत वेदांतचर्चा चालू असता, नित्य व्यवहारातील त्यांच्या अनुभवांचे दाखले देऊन, वेदांतरहस्य शिष्यांच्या मनात बिंबविण्याची अपूर्व हातोटी जशी श्रीरामकृष्ण परमहंस यांच्यामध्ये दिसून येते, तशीच विलक्षण वाक्शक्ती महानुभाव पंथाचे आद्यप्रणेते श्री चक्रधर यांच्या अंगी वास करीत होती."

('शारदाश्रम वार्षिक', श. १८५५, पृष्ठ ३९)

श्री चक्रधरस्वामींची सर्वांशी समरस होण्याची कला

"लहानापासून थोरापर्यंत सर्वांशी समरस होण्याची कला थोर विभूतींच्या अंगी विशेषकरून आढळते. महानुभाव पंथाचे आद्य संस्थापक श्री सर्वज्ञ चक्रधर यांना ही हातोटी चांगली साधली होती."

('विहंगम', जुलै १९३४, पान ५९)

महानुभाव पंथाचा भागवत धर्मप्रसार

"संस्कृत विद्येला पारख्या झालेल्या अफाट अज्ञ समाजाचे जीवोद्धरण करण्याची दीक्षा घेतलेल्या या (महानुभाव) पंथाने अजाण व असंस्कृत आबालवृद्धांची, 'स्त्रियो वैश्यास्तथा शूद्रास्तेऽपि यांति परांगतिम्' या न्यायाने धर्मजिज्ञासेची तळमळ नित्यव्यवहारातील देशी बोलीने"

कुलगुरू श्री. भवानीशंकर नियोगी-नागपूर

महानुभावीय वाङ्मय हे विशिष्ट सांस्कृतिक धन

"श्री. यशवंत खुशाल देशपांडे यांनी स्थापन केलेल्या 'शारदाश्रमा'ने संशोधनाची नवी परंपरा या प्रांतात निर्माण केली. महानुभावीय वाङ्मय हे या प्रांताचे विशिष्ट सांस्कृतिक धन असून, त्याच्या संशोधनार्थ चालविलेल्या अविश्रांत परिश्रमांबद्दल श्री. यशवंत खुशाल देशपांडे, श्री. निळकंठ बळवंत भवाळकर, श्री. हरी नारायण नेने, पंडित बाळकृष्णशास्त्री प्रभृतींना धन्यवाद दिले पाहिजेत."

('स्वागताध्यक्षीय भाषण', १८ वे महाराष्ट्र साहित्य संमेलन, नागपूर)

श्री. नरसिंह चिंतामण केळकर

महानुभावीय वाङ्मय हे महाराष्ट्र भाषेतील एक स्वतंत्र व समृद्ध दालन

"महानुभावीय वाङ्मय हे महाराष्ट्र भाषेतील एक स्वतंत्र व समृद्ध असे दालन आजवर बरेचसे गुप्त होते, ते अलीकडे खुले होऊन त्यातील मौल्यवान वस्तू लोकनिदर्शनास येऊ लागल्या आहेत."

('श्री ऋद्धिपूर वर्णना'वरील अभिप्राय)

"पंडित नारायण व्यास बहाळियेकृत 'श्री ऋद्धिपूर वर्णन' या ओवीबद्ध ग्रंथास 'विदर्भ-साहित्य-संघा'तर्फे हा पुरस्कार लेख लिहून देताना अतिशय साभिमान आनंद होतो. पंडित नारायण व्यास जवळजवळ श्री ज्ञानेश्वरसमकालीन असून, त्यांची प्रतिभा उज्ज्वल आहे व इतक्या प्राचीन काळच्या मराठी भाषेतीलही ह्या पुस्तकातील जागोजागची वर्णने मनाला चटका लावल्यावाचून राहत नाहीत. काव्य-दृष्टीखेरीज भाषा व इतिहास ह्या दृष्टीने ह्या प्राचीन ग्रंथाचे महत्त्वही तितकेच मोठे आहे."

('श्री ऋद्धिपूर वर्णन' पुरस्कार, सन १९२९)

डॉ. श्री. व्यं. केतकर, संपादक - महाराष्ट्रीय ज्ञानकोश

महानुभावीय वाङ्मयाच्या अभ्यासाचे महत्त्व

महानुभाव वाङ्मयाचा अभ्यास बौद्धिक इतिहासाच्या दृष्टीने होणे आवश्यक आहे.

त्या अभ्यासाला एकंदर महाराष्ट्राच्या वाङ्मयेतिहासाच्या दृष्टीने महत्त्व थोडथोडके नाही.

('विद्यासेवक', वर्ष ६, अंक २ रा, पान २४-२५)

कै. हरी नारायण आपटे

दुरभिमान एकीकडे ठेवून महानुभावीय ग्रंथांचे सूक्ष्म अवलोकन करणे जरुरीचे आहे.

"दुरभिमान एकीकडे ठेवून मुकुंदराजाच्या व ज्ञानदेवाच्या आधी कित्येक वर्षे

झालेल्या महानुभाव पंथाच्या महंतांनी लिहिलेल्या मराठी ग्रंथांचेही सूक्ष्म अवलोकन करणे जरुरीचे आहे.''

(ता. २८ जून १९०३, मराठी वाङ्मयाचा अभ्यास, पृ. १३)

श्री. प्रल्हाद धोंडो कानिटकर, पुणे

महानुभाव पंथाचा उदय ज्ञानेश्वरपूर्वकाली झालेला आहे.

''देवगिरीच्या यादवराजांच्या कारकिर्दीत महानुभावीय विद्वानांस राजाश्रय होता. या पंथाचा उदय ज्ञानेश्वरपूर्वकाली झालेला आहे. प्रारंभापासून विद्वान नेते या पंथास लाभले व पंथ नवीनच स्थापन झाल्यामुळे त्यातील विद्वानांनी पंथासंबंधी वेदवेदांत पद्धतीवर विद्वत्ताप्रचुर ग्रंथ लिहून पंथाचे वाङ्मय तयार केले.

''किंबहुना, संत कवींपेक्षाही महानुभावांची कामगिरी सरस ठरेल. ज्ञानेश्वरीची भाषा परिणाम अवस्थेस येण्यापूर्वी अपभ्रंश भाषेचे रूपांतर मराठीत होऊन तिजवर क्रमाक्रमाने कसे संस्कार झाले, हे महानुभावीय वाङ्मयावरून प्रतीत होते.

''विस्तव शब्दाची व्युत्पत्ती बरेच दिवस कै. राजवाडे यांस लागत नव्हती; ती श्री चक्रधराच्या दिनचर्येत 'वीसदेवो' हा शब्द त्यास आढळला, त्यावरून 'वैश्वदेव'पासून 'वीसदेवो' हे रूप होऊन त्याचे क्रमाने रूपांतर 'विस्तो-विस्तव' असे झाल्याचे समजल्यामुळे व्युत्पत्ती बरोबर बसली व ही गोष्ट त्यांनी भा.इ.सं. मंडळाच्या एका इतिवृत्तात नमूद करून ठेविली आहे.

''ज्ञानेश्वरींचे व्याकरण लिहिण्यास महानुभावांच्या ग्रंथांचा— भाषा व लेखन पद्धती— विशेष उपयोग कै. राजवाडे यांस झाला, यात शंका नाही.''

(विविधज्ञानविस्तार, सप्टेंबर १९३१)

श्री. श्रीपाद महादेव वर्दे

शिवाजीचे वडील शहाजीराजे यांचा महानुभाव पंथासंबंधी आदर

''महानुभाव पंथासंबंधी सनातनी हिंदूंच्या मनात असलेला अनादर कायम नसून तो मधून-मधून कमी-जास्त होत गेला असावा, असे जयराम पिंड्येकृत 'राधामाधवविलासचंपू'तील एका उल्लेखावरून दिसते. जयराम पिंड्ये याने मराठी भाषेत भुजंगप्रयात वृत्तात शहाजीराजे (श्री शिवाजीमहाराजांचे वडील) यांचे वर्णन केले आहे. त्यात शहाजीराजे हे कधी कधी ब्राह्मणांकरवी जसे यज्ञयाग करवीत तसेच–

कधी मानभावास भेटीस आणी ॥
तयांचे शिरी वंदि तो पायपाणी ॥

असा स्पष्ट उल्लेख केला आहे. शहाजीराजासारख्या धर्मनिष्ठ पुरुषास ज्या पंथाविषयी इतका आदर होता, त्या पंथाची माहिती मिळाली आणि त्या पंथातील थोर व विद्वान

पुरुषांनी मराठी भाषेचा अभिमान धरून त्या भाषेची केलेली जोपासना पाहिली, म्हणजे महानुभाव ग्रंथकार व त्यांचा पंथ यांविषयीचे कुतर्क लयास जाऊन त्यांच्याविषयी महाराष्ट्रीयांस आदर वाटेल याची प्रतंति आजही येत आहे.''

('विविधज्ञानविस्तार', जानुआरी १९३३)

श्री. वामन नारायण देशपांडे, यवतमाळ

महानुभाव पंथाच्या तत्त्वज्ञानाचे धागेदोरे वेदोपनिषदांत

''एकच दाखला द्यावयाचा तर, महानुभाव पंथाने दत्त व श्रीकृष्ण ही आपली उपास्यदैवते हिंदू धर्मातूनच निवडली. जैनांसारखा त्याने आपल्या निराळ्या देवतांचा सवतासुभा निर्माण केला नाही; अथवा बौद्धांप्रमाणे निरीश्वरवादाचा कागदी फुगा पुष्पक विमान समजून, त्याच्याआधारे आकाशात उड्डाण घेण्याची धडपडही केलेली नाही...! तथापि, सूक्ष्मपणे पाहातां, 'सूत्रपाठां'त चक्रधराने आपल्या विशिष्ट तत्त्वज्ञानाची जी चादर विणलेली आहे, तिच्या बऱ्याचशा धाग्यादोऱ्यांचे सूत वेदोपनिषदादिकांच्या चरख्यावरच कांतले आहे, असे दृष्टोत्पत्तीस येईल.''

महाराष्ट्रीय वाङ्मयांत महानुभावीय वाङ्मयाचे महत्त्व

कै. बाळकृष्ण अनंत भिडे

''आजपर्यंत महाराष्ट्राला परिचित असलेले जुन्यांत जुने मराठी ग्रंथ तेराव्या शतकातीलच आहेत. हे ग्रंथ म्हणजे ज्ञानदेवी आणि ज्ञानदेव-नामदेवादिकांचे अभंग. परंतु भाषेच्या इतिहासाला हे वाङ्मय अगदीच अपुरे असून त्यांच्यात भाषेच्या अर्वाचीनीकरणाच्या दोषाने अपरंपार बंड माजविल्यामुळे ते भाषाशास्त्राच्या दृष्टीने फारच हीणमोल आहे. मराठी भाषेच्या इतिहासातील ही साधनांची उणीव निदान तेराव्या-चौदाव्या शतकांपुरती तरी या महानुभावीय ग्रंथांनी दूर होणार आहे. ही ग्रंथसंपत्ती विपुल आहे. इतकेच नव्हे, तर ती बऱ्याच अंशी अविकृत आढळते, ही बाब विशेष महत्त्वाची आहे.

''महानुभावांचा मराठी भाषेविषयीचा अभिमानही मोठा महनीय आढळतो.

''आजपर्यंत उपलब्ध असलेल्या मराठी वाङ्मयात न आढळणारा एक विशेष प्रकार महानुभावी ग्रंथसंग्रहांत आढळून येतो; तो हा की, त्यांत हे वाङ्मय दृष्टीने लिहिलेले ग्रंथही पुष्कळ आहेत– म्हणजे, भाषेतिहास, भाषाशास्त्र, शब्द सिद्धशास्त्र कोश, व्याकरण, अर्थनिर्णायक टिप्पण्या इत्यादी विषयांवरही पुष्कळ रचना करण्यात आली आहे.''

***

काही व्यक्तींच्या निर्देशांचे स्पष्टीकरण

गोसावी - संदर्भानुसार श्री गोविंदप्रभू वा श्री चक्रधरस्वामी; सर्वज्ञ= श्री चक्रधरस्वामी; माहादाश्रम=एक वैदिक संन्यासी; भोजेया= स्वामींनी दायंबांसाठी वापरलेले संबोधन; भट, भटोबास= स्वामींचे शिष्य नागदेवाचार्य; भट= स्वामींचे शिष्य आणि लीळाचरित्राचे लेखक म्हाइंभट; म्हाइंभट= स्वामींचे शिष्य आणि प्रकांड पंडित; वानरेया= स्वामींनी नागदेवाचार्यांसाठी वापरलेले संबोधन; आउसे, आउसा= स्वामींची एक शिष्या; आबाइसा:= नागदेवाचार्यांची माता; उमाइसा= नागदेवाचार्यांची बहीण, आबाइसांची मुलगी; केशव पंडित, केशोबास, केसोबास= नागदेवाचार्यांकडे येऊन संन्यास घेतलेले एक पंडित.

काही कठीण शब्दांचे अर्थ

अवस्थान= वास्तव; सशिखं वपनं कुर्यात्:= मुंडन करताना शेंडीसह केस कापावेत; सशिखं= शेंडीसह; शिखा= शेंडी; वपन= मुंडन; सूत्र= जानवे; निरोधु= विरोध; गोणटे= गोणपाट; सुइ दाभणाचे गोणटे=(व्यंग्यार्थ) ज्यांच्या श्रेष्ठत्वाच्या अहंकाराचे काटे इतरांना टोचत असत, असे संकुचित लोक; पाठवणी= निरोप, निरोपासह पाठवलेला प्रसाद; असान= आसन; गुरुळा= गुळणा; पटसाळा= ओसरी; सपांती= एका पंगतीला; आरोगण= भोजन; पांती= पंगतीला; दारवंठा= दारात; पाइकू= भक्त; न वचे= जाणार नाही; उपान्हौ:=वाहणा; बीजे करणे= जाणे; धनीधीयेवरी= मनाची तृप्ती होईपर्यंत; नोडवी (न+ओडवी)= पुढे करीत नाही; ओडवी= पुढे करतो; पाटाउवा= भारी वस्त्र; बोडी= डबके, विहीर; रिगे= प्रवेश करते; पाहार दोनी= दोन प्रहरी, दुपारी; काटीएतळी= काटेरी झाडाखाली, बाभळीच्या झाडाखाली; दोणे, दोने= द्रोण; पातळी= पत्रावळ; आरोगीति= भक्षण करतात; खेत्र= क्षेत्र; नीमुरू= प्रा. नागपुरे यांनी 'बाजरीचा हुरडा' असा या शब्दाचा अर्थ दिला आहे; लांक= एक धान्य; चवकति= थांबतात; करवती= कापडापासून बनवलेले पाण्याचे भांडे; सिक्षापीलीं= उपदेश केला, शिकविले; अनुतापली= पश्चात्ताप केला; भिक्षा घेणे= संन्यास घेणे; मा= मग; जीवलिया= छोटा वा हलका जीव.

***

अनिल शेवाळकर (कपाटे)
शेवाळा, ता. कळमनुरी, जि. हिंगोली,
जन्म : दि. २३ जानेवारी १९६९
शिक्षण : बी.ए.

साहित्यनिर्मिती	:	कविता, कथा, कांदबरी, वैचारिक अशा विविध लेखनप्रकारांतून लेखन
ग्रंथनिर्मिती-कथासंग्रह	:	१) कवडसा
वैचारिक	:	१) महानुभाव : विचार आणि वाटा २) महानुभाव : एक दृष्टिक्षेप
काव्यसंग्रह	:	१) गाभार २) पहाटवारा ३) फुलवात
आगामी ग्रंथ निर्मिती कादंबरी	:	१) खरं जगायचं राहूनच गेलंय, २) घुगरी
समीक्षा	:	१) पंथ आणि अस्तित्व २) उरला उजेड आठवणीचा

साहित्यनिमिर्ती पुरस्कार :
१) अश्व राज्यस्तरीय काव्य पुरस्कार २) कुसुमाग्रज काव्य पुरस्कार
३) छत्रपती शिवाजी उकृष्ट काव्य पुरस्कार ४) झेना साहित्यगौरव पुरस्कार
५) महानुभाव विश्वभारती प्रतिष्ठान अमरावतीचा साहित्य अलंकार पुरस्कार
६) महदंबा साहित्य पुरस्कार ७) पंचकृष्ण साहित्य पुरस्कार
८) तुका म्हणे साहित्य पुरस्कार, बुलढाणा

मानसन्मान : साहित्य संमेलने : सहभाग : १) ३१वे मराठवाडा साहित्य संमेलन, मुरूड २) आठवे शब्दगंध साहित्य संमेलन, अहमदनगर ३) दुसरे उर्दू / मराठी साहित्य संमेलन, पिंपरी-चिंचवड ४) ५ वे राज्यस्तरीय ग्रामीण साहित्य संमेलन, वैजापूर ५) १ले राज्यस्तरीय ग्रामीण साहित्य संमेलन, मुंबई ६) १ले ग्रामीण साहित्य संमेलन, उमरी ७) श्रावनधारा कविसंमेलन, आ. बाळापूर ८) महावाक्य निर्वचन ज्ञानयज्ञ प्रवचन सोहळा, नाशिक ९) ग्रंथोत्सव २०११ साहित्यिक मेळावा, हिंगोली.

संस्थात्मक पातळीवर पदभार :
१) अध्यक्ष - श्री चक्रधर स्वामी सार्वजनिक वाचनालय, शेवाळा,
२) सचिव - महदंबा साहित्य संघ, शेवाळा.

३) कार्यवाह - पंचकृष्ण साहित्य परिषद, माहूर.
४) सचिव - कृष्ण साहित्य कला परिषद, वसमत

विविध कार्यशाळा व शिबिरे आयोजन : विविध कलांची आवड असल्याने अनेक निबंध स्पर्धा, वक्तृत्व स्पर्धा, संगीत स्पर्धा, चित्रकला शिबिर, कथा, वाङ्मय शिबिर, संगीत महोत्सव, शालेय गुणवता पुरस्कार यांसारख्या उपक्रमांचे आयोजन केले.

ग्रंथालय संस्था : सन २००५ पासून 'चक्रधर स्वामी सार्वजनिक वाचनालय' या नावाने ग्रंथालय संस्था चालवीत आहेत. विशेषत: मराठीच्या अभ्यासकांना उपयुक्त अशी पुस्तके या ग्रंथालयाकडून वाचकाला पुरवली जातात. ह्या ग्रंथालयाने आजपर्यंत ८ साहित्य संमेलने पार पाडली आहेत. ह्या ग्रंथालयाकडून राज्यस्तरीय वाङ्मय पुरस्कार दर वर्षी दिले जातात. आजपर्यंत १५२ च्या जवळपास साहित्यिकांना सन्मानित केले आहे. ह्यात नवोदित व प्रतिष्ठित मिळून नवोदित पुरस्कार ३५ व प्रतिष्ठित पुरस्कार ११७ दिले आहेत. ह्या संस्थेकडून असे पुरस्कार दिले जातात.

महदंबा जीवनगौरव पुरस्कार, प्राचार्य राम शेवाळकर पुरस्कार, आचार्य म्हाइंभट समाजरत्न, भास्करभट्ट स्मृती, नरेंद्रमुनी स्मृतिगौरव, महदंबा काव्य, आचार्य आनेराज व्यास, आचार्य केशीराज व्यास, कै. मनोहर वाङ्मय पुरस्कार. काही सन्मानित साहित्यिकांची नावे सांगता येतील.

डॉ. किशोर सानप, ग. पी. मनूरकर, डॉ. नलिनी महाडिक, व्यंकटेश चौधरी, देविदास फुलारी, डॉ. चित्ररेखा देशमुख, मारुती कसाब, मथू सावंत, प्रा. मिलिंद जोशी,सुचिता खल्लाळ, चंद्रकांत महामिने, डॉ. शोभा देशपांडे, बाबाराव मुसळे, प्रा. विश्वास वसेकर, बालाजी इंगळे,पुरूषोतम सदाफुले, सय्यद अल्लाउद्दिन, शंकर सखाराम, वासुदेव मुलाटे, डॉ. अविनाश आवलगावकर, प्रा. एकनाथ आव्हाड, प्रा.पी. विठ्ठल असे किती तरी साहित्यिकांना सन्मानित केले आहे. प्रत्येकाचे नाव देणे येथे शक्य नाही.

साहित्यलेखानाबरोबरच सामाजिक कार्याची आवड असल्याने परिवर्तनवादी चळवळीत सातत्याने सहभाग.

सध्याचा पता
अनिल शेवाळकर (कपाटे)
कनिष्ठ सहाय्यक जि. परिषद
(मग्रारोहयो वृक्ष)
ता. व. जि.हिंगोली.

अनिल शेवाळकर (कपाटे)
'सर्वज्ञ',
मु.पो. शेवाळा,
ता. कळमनुरी. जि.हिंगोली.
८४८४०२४७७१, ७०५७४०५८६५

www.ingramcontent.com/pod-product-compliance
Lightning Source LLC
LaVergne TN
LVHW060453051026
849518LV00002B/751
9789351171201